मनाची वटवट

मनाची वटवट

अतिविचारांना नियंत्रणात ठेवण्याची गुरूकिल्ली

ईथन क्रॉस

अनुवाद : अभिषेक अनिल वाघमारे

MANJUL

मंजुल पब्लिशिंग हाउस

First published in India by

MANJUL

Manjul Publishing House

Corporate and Editorial Office
•2nd Floor, Usha Preet Complex, 42 Malviya Nagar,
Bhopal 462 003 – India
Sales and Marketing Office
•C-16, Sector 3, Noida, Uttar Pradesh 201301, India
Website: www.manjulindia.com
Distribution Centres
Ahmedabad, Bengaluru, Bhopal, Kolkata, Chennai,
Hyderabad, Mumbai, New Delhi, Pune

Marathi translation of *Chatter* by Ethan Kross

Marathi edition first published in 2023
by Manjul Publishing House Pvt. Ltd.

ISBN: 978-93-5543-561-3

Marathi translation: Abhishek Anil Waghmare

Printed and bound in India by Thomson Press (India) Ltd.

वडिलांना, मला अंतर्मनात जाणं शिकवण्यासाठी
आणि
लारा, माया आणि दानी यांना, माझ्या वटवटीवरचा
हमखास उतारा असण्याबद्दल...

‘आपल्या नैतिक विवेकबुद्धीचं होकायंत्र नेहमी सुस्थितीत ठेवणं हे माझ्या मते सर्वांत मोठं आव्हान असतं. हे माझे स्वतःशीच आतल्या आत चालणारे संवाद असतात. मी माझ्या कृती त्या आतल्या आवाजाशी ताडून पाहत असतो, जो मलाच ऐकू येत असतो, सक्रिय असतो आणि जो मला मी योग्य मार्गावर आहे, असा विचार करावा की मार्गापासून ढळलो आहे, असा विचार करावा हे सांगत असतो.’

– बराक ओबामा

‘माझ्या डोक्यातला आवाज म्हणजे एक बकवास आहे.’

– डॅन हॅरिस

अनुक्रमणिका

परिचय १

प्रकरण एक – आपण स्वत:शी का बोलतो? १५
प्रकरण दोन – स्वत:शी बोलणं जेव्हा उलटतं ३३
प्रकरण तीन – दुरून पाहताना ५६
प्रकरण चार – जेव्हा 'मी'च 'तू' होतो ७७
प्रकरण पाच – इतर लोकांचा उपयोग आणि उपद्रव ९७
प्रकरण सहा – जे ब्रह्मांडी तेच पिंडी ११८
प्रकरण सात – मनाची जादू १३९

समारोप १६१
साधनं १७१
ऋणनिर्देश १८१
लेखकाबद्दल १८५
अनुवादकाचा अल्प परिचय १८६

परिचय

एका हातात माझी लिट्ल लीग बेसबॉल बॅट; तिची चिकट रबरी ग्रिप गच्च आवळल्याने मुठी पांढऱ्याफटक पडलेल्या, अशा अवस्थेत खिडकीतून बाहेरच्या अंधाररात्रीत पाहत मी आमच्या दिवाणखान्याच्या काळोखात उभा होतो; माझ्या पत्नीचं आणि तान्ह्या मुलीचं एका अशा वेड्यापासून संरक्षण करण्याच्या प्रत्यत्नांत ज्याला मी आजवर कधी पाहिलंसुद्धा नव्हतं. हे किती विचित्र दिसतंय याची जाणीव किंवा तो वेडा खरंच आला तर मी नेमकं काय करेन, असे सगळे विवेकी विचार मला वाटत असलेल्या एका भयाने धुडकावून लावले होते. माझ्या डोक्यातल्या विचारांनी एकच पालुपद लावून ठेवलं होतं–

''हे सगळं माझ्यामुळं घडतंय'', मी स्वत:शीच बोलत होतो. ''आपल्याला छान गुटगुटीत तान्हं बाळ आहे, प्रेमळ बायको आहे. आणि आपण काय केलं, तर दोघांनाही धोक्यात घातलं. हे काय करून बसलो मी? आता काय करू? कसं करू?'' हे विचार म्हणजे आनंदमेळ्यातली एखादी भीतिदायक रोलरकोस्टर राइड होती. चढता तर येतं, पण मग उतरता येत नाही.

तर मी हा असा होतो, अडकलेला– केवळ दिवाणखान्यातल्या अंधारातच नव्हे तर माझ्या मनातल्या एका दु:स्वप्नात. मी, जो स्वत: 'स्व–नियमन' या क्षेत्रात संशोधन करणाऱ्या एका प्रयोगशाळेचा मुख्य वैज्ञानिक आहे; नकारात्मक विचारांना काबूत कसं ठेवायचं याचा तज्ज्ञ आहे, तो आता पहाटेच्या तीन वाजता हातात बेसबॉलची छोटी बॅट घेऊन खिडकीतून बाहेर बघत पहारा देतो आहे. या सगळ्या त्रासाचं कारण म्हणजे

मला 'ते' विकृत पत्र पाठवणारा 'तो' माथेफिरू होता का? नव्हे, तर माझ्याच डोक्यातला एक बागुलबुवा होता.

पण मी इथवर आलोच कसा?

पत्र आणि वटवट :

इतर कोणत्याही दिवसासारखा तो दिवसही नेहमीसारखा उगवला.

मी लवकर उठलो, तयार झालो, मुलीला भरवलं, तिचं डायपर बदललं आणि नाश्ता करण्यासाठी चटकन खाली उतरलो. पत्नीचं चुंबन घेतलं आणि मिशिगन विद्यापीठातल्या माझ्या कार्यालयात जाण्यासाठी दाराबाहेर पडलो. तो २०११च्या वसंतातील एक थंड परंतु निवांत आणि सूर्यप्रकाशाने लखलखता दिवस होता. उरलेला वेळही तशा निवांत आणि लखलखत्या विचारातच जाईल अशी आशा होती.

मिशिगन विद्यापीठातील आमचा मानसशास्त्र विभाग ज्या प्रचंड चिरेबंदी इमारतीत आहे तिला 'ईस्ट हॉल' म्हणतात. मी तिथे पोहोचलो तेव्हा माझ्या पत्रपेटीत एक अनोखी चीज पडलेली मला दिसली. विज्ञानविषयक नियतकालिकांच्या नुसत्या साचत जाणाऱ्या थप्पीवरचा माझ्या नावाचा एक हस्तलिखित लिफाफा. मला कामाच्या ठिकाणी हस्तलिखित पत्रं क्वचितच येतात. त्यामुळे आत काय लिहिलं असेल याची मला कमालीची उत्सुकता होती. मी लिफाफा उघडला आणि कार्यालयाकडे चालतानाच पत्र वाचायला सुरुवात केली. मी किती तापलोय हे मला जाणवायच्या आतच न कळतच फुटलेला घाम मानेवरून ओघळूसुद्धा लागला होता.

ते एक धमकीचं पत्र होतं. आयुष्यात प्रथमच आलेलं.

त्याआधीच्याच आठवड्यात मी सीबीएस या टीव्ही वृत्तवाहिनीवर इव्हिनिंग न्यूजमध्ये झळकलो होतो; मी आणि माझ्या सहकाऱ्यांनी चेताविज्ञानात केलेल्या नव्या संशोधनावर बोलण्यासाठी. शारीरिक आणि मानसिक वेदनांमध्ये, आजवरच्या संशोधनातून आपण जितकं जाणतो, त्यापेक्षा अधिक साधर्म्य आहे असं आम्ही दाखवून दिलं होतं. किंबहुना आपला मेंदू मानसिक आणि शारीरिक वेदना लक्षणीयरीत्या सारख्याच पद्धतीने नोंदवतो. इतकं की हृदयभंग ही खरीखुरी गोष्ट आहे असं आम्हाला आढळलं.

आम्ही आमच्या निष्कर्षांबद्दल कितीही उत्साही असलो तरी फारफार तर काय, काही मोजक्या विज्ञान-पत्रकारांकडून एखाद्या छोट्या बातमीसाठी विचारणा होईल अशी आमची अपेक्षा होती. पण आमचं संशोधन व्हायरल झाल्यावर मात्र आम्हाला खूप अप्रूप वाटलं. एकीकडे मी पदवीच्या वर्गावर 'प्रेमाचं मानसशास्त्र' या विषयावर व्याख्यान देत होतो आणि दुसरीकडे कॅम्पसवरच्या टेलिव्हिजन स्टुडिओमध्ये माध्यमांना कसं हाताळावं याचे धडे गिरवत होतो. अखेर फारसं तऽतं-पऽपं न करता मी बऱ्यापैकी मुलाखत दिली. आणि काही तासांनंतर ती ऑन एअरसुद्धा झळकली- फक्त एका वैज्ञानिकाला (कधी न मिळणाऱ्या) प्रसिद्धीला पंधरा मिनिटांवरून नव्वद सेकंदांत गुंडाळण्यात आलं होतं इतकंच.

आमच्या संशोधनामुळे या पत्रलेखकाचं नेमकं काय दुखलं होतं हे कळायला काही मार्ग नव्हता. पण त्या पत्रातली हिंसक चित्रं, शिव्यांची लाखोली आणि घाणेरडे संदेश यांवरून या माणसाच्या माझ्याबद्दल काय भावना झाल्या होत्या हे पुरेसं स्पष्ट होत होतं. माझ्याबद्दल इतका पूर्वग्रह आणि द्वेष कुठून आला असावा, या विचारात मी गढून गेलो. आणखी एक चिंतेची बाब म्हणजे हे पत्र फार दुरून आलं नव्हतं. पत्रावरच्या शिक्क्यावरचा पिन कोड गुगल केल्यावर ते पत्र डझनभर मैलावरच्याच एका ठिकाणावरून आलं होतं हे चटकन स्पष्ट झालं. माझे विचार गरागरा फिरायला लागले. नशिबाचा फेरा कसा असतो बघा की, मलाच माझ्या भावनिक वेदना इतक्या तीव्र वाटू लागल्या की त्या न कळत शरीरालाही जाणवू लागल्या.

विद्यापीठातल्या प्रशासकांशी बरीच सल्लामसलत केल्यावर अखेर दिवसा उशिरा मी स्थानिक पोलीस ठाण्यात पोहोचलो आणि अधिकाऱ्याशी बोलण्यासाठी माझी पाळी यायची वाट पाहत बसलो होतो. पोलीस अधिकारी दयाळू वाटला तरी त्याने काही फार दिलासा दिला असं नाही. त्याने मला तीन सल्ले दिले : टेलिफोन कंपनीला कळवून डिरेक्टरीमधून फोन नंबर काढून टाका, कार्यालयाभोवती घोटाळणाऱ्या संशयास्पद व्यक्तींकडे लक्ष ठेवा आणि तिसरा माझा आवडता- म्हणजे घरून कामावर येताना रोज वेगवेगळ्या रस्त्याने या; जेणेकरून तुमची वहिवाट कोणाला ठरवता येणार नाही. बस्स इतकंच. ते काही माझ्यासाठी खास कुमक तैनात करणार नव्हते. थोडक्यात, त्यांनी सगळं माझ्यावरच सोडलं होतं. मला ज्या आशादायक प्रतिसादाची अपेक्षा होती तसा तर हा सल्ला नक्कीच नव्हता, हे मात्र खरं.

अॅन रबरमधील दुतर्फा पळणारी झाडे असलेला माझ्या घराकडे जाणारा तो वळणावळणांचा लांब रस्ता कापताना मी या समस्येवरचा उपाय शोधण्याचा प्रयत्न करत होतो. मी विचार केला की, आपण आता जरा वास्तववादी होऊ या. आपल्याला खरंच इतकं घाबरण्याची गरज आहे का? आपण आता काय केलं पाहिजे?

पोलीस अधिकारी आणि इतरही अनेक जण, ज्या ज्या लोकांना मी माझी 'आपबीती' सांगितली होती; त्यांच्या मते माझ्या या प्रश्नांची उत्तरं अत्यंत सरळ-साधी होती. "तू या गोष्टीचा अजिबात ताण घेता कामा नये. अशा गोष्टी घडतच असतात. तुला यात काहीच करण्यासारखं नाही. थोडी भीती वाटणं साहजिक आहे. पण शांत हो. सार्वजनिक व्यक्तींना अशा पोकळ धमक्या नेहमीच येत असतात. हा फुगाही कधीतरी फुटेलच."

पण माझा स्वत:शी चाललेला संवाद मात्र असा नव्हता. उलट, माझ्या डोक्यात निराशावादी विचार वाढतच होते. "मी केलंय तरी काय?" माझ्या आतला आवाज किंचाळला आणि माझ्यातली उन्मादी वृत्ती उफाळून आली. "मी एखाद्या सुरक्षा रक्षक कंपनीची मदत घ्यावी का? किंवा बंदूक घ्यावी का? की ही जागा सोडून दुसरीकडे निघून जाऊ या? ही नोकरी सोडली तर नवी मिळायला किती वेळ लागेल?"

नंतरचे दोन दिवस हे असलेच संवाद माझ्या मनात फेऱ्या घालत होते. परिणामी, माझी तंतरली होती. भूक मेली. बायकोशी सतत त्याच पत्राविषयी बिनकामाचं बोलत राहिल्याने आमच्यातही तणाव वाढू लागला. माझ्या तान्ह्या मुलीच्या पाळण्याच्या बाजूने साधी पिरपिर ऐकू आली तरी मी चवताळून इकडे तिकडे पाही, जणू काही ते संकट तिच्यावरच येणार होतं. तो आवाज कुरकुरणाऱ्या पाळण्याचा किंवा बाळाने सोडलेल्या गॅसचा असेल इतकी साधी गोष्टही मला कळत नव्हती.

...आणि शेवटी माझा ऊर धपापू लागला.

सलग दोन रात्री, माझी बायको आणि मुलगी त्यांच्या बेडरूममध्ये शांतपणे निजली असताना मी मात्र हातात लिट्ल लीग बेसबॉल बॅट घेऊन, दिवाणखान्याच्या खिडकीतून कुणी येत तर नाही ना, यावर पहारा देत होतो. आणि असा बाहेर कुणी घुटमळताना आढळलाच तर नेमकं काय करायचं हेसुद्धा मी काही ठरवलं नव्हतं.

सगळ्यात लाजिरवाणी गोष्ट म्हणजे दुसऱ्या रात्री जेव्हा माझी अस्वस्थता हाताबाहेर गेली तेव्हा मी कम्प्यूटरसमोर बसलो आणि गुगलवर चक्क 'विद्वानांसाठी अंगरक्षक' असा सर्च करण्याचा विचार केला. आज ऐकायला हे विचित्र वाटलं, तरी तेव्हा मात्र मला तेच तार्किक आणि तातडीचं वाटत होतं.

अंतर्मनात जाताना

मी एक प्रयोगी मानसशास्त्रज्ञ आणि चेताविज्ञान शास्त्रज्ञ आहे. मिशिगन विद्यापीठातल्या मीच स्थापन केलेल्या व चालवत असलेल्या 'भावना आणि स्व-नियंत्रण प्रयोगशाळे'त मी 'आत्मपरीक्षणाचे विज्ञान' या विषयाचा अभ्यास करतो. आपण स्वत:शीच जो मूक संवाद साधतो त्यावर आम्ही संशोधन करतो. हा संवाद आपण आपलं जीवन कसं जगतो यावर खूप प्रभाव टाकत असतो. मी माझी जवळपास संपूर्ण व्यावसायिक कारकिर्द या संवादांचं संशोधन करण्यात घालवली आहे- जसं की हे संवाद कसे असतात, आपण ते का करतो आणि त्यांना नियंत्रित करून आपण अधिक आनंदी, निरोगी व उत्पादनक्षम कसे होऊ शकतो.

मी आणि माझ्या सहकाऱ्यांना स्वत:ला 'मन-मिस्त्री' म्हणून घ्यायला आवडतं. आमच्या सविस्तर प्रयोगात भाग घेण्यासाठी आम्ही लोकांना आमच्या प्रयोगशाळेत बोलावतो. तसंच कधीकधी ते रोजच्या जगण्यातले मानवी अनुभव 'उन्मुक्तपणे' घेत असतानाही त्यांचा अभ्यास करतो. आम्ही मानसशास्त्र आणि काही इतर परस्परभिन्न विद्याशाखांमधली तंत्रं वापरतो; जसं की वैद्यकशास्त्र, तत्त्वज्ञान, जीवशास्त्र आणि संगणकशास्त्र. त्यामागचा आमचा हेतू काही कळीच्या प्रश्नांचा वेध घेण्याचा असतो. उदा., काही लोकांना स्वत:मध्ये डोकावून पाहत त्यांच्या भावना समजून घेण्याचा फायदा होतो तर काही लोक मात्र तसंच करताना कोसळून पडतात, असं का होतं? अत्यंत जीवघेण्या तणावाखाली असताना काही लोक अतिशय तार्किक विचार कसा करू शकतात? स्वत:शी बोलण्याचे काही योग्य वा अयोग्य असे मार्ग आहेत का? ज्या लोकांबद्दल आपल्याला आपुलकी वाटते त्यांच्या मनातले नकारात्मक विचार आणि भावना यांकडे दुर्लक्ष करत किंवा त्यामुळे आपल्या मनातली नकारात्मकता न वाढू देता आपण

त्यांच्याशी संवाद कसा साधतो? समाजमाध्यमांद्वारे जे अगणित 'आवाज' आपल्यावर आदळत असतात त्यामुळे आपल्या आतल्या आवाजावर काही परिणाम होतो का? या प्रश्नांचा कसून तपास केल्यावर आम्हाला अनेक आश्चर्यकारक गोष्टींचा शोध लागला.

आपण बोलत आणि करत असलेल्या काही विशिष्ट गोष्टींमुळे आपला आत्मसंवाद सुधारण्यास कशी मदत होते हे आम्हाला कळलं. मेंदूच्या मागचे 'जादूई' दरवाजे कसे उघडायचे, हे आम्ही शिकलो. जसं प्लासिबो, शुभ संकेत आणि कर्मकांड यांचा काही खास पद्धतीने केलेला वापर आपल्याला अधिक लवचीक कसा बनवतो, भावना दुखावल्यावर त्यातून बाहेर येण्यास डेस्कवर ठेवलेली कोणत्या प्रकारची चित्रे आपल्याला मदत करतात, (उदा., आपल्या पृथ्वीमातेची, मदर नेचरची चित्रे आपल्या खऱ्या आईच्या चित्रांइतकीच दिलासादायक असतात) किंवा जीवघेण्या दु:खातून बाहेर यायला एखाद्या टेडी बियरची घट्ट मिठी कशी उपयुक्त ठरते; सगळा दिवस वाईट गेलेला असताना रात्री आपल्या जोडीदाराशी कसं बोलावं किंवा कसं बोलू नये किंवा सोशल मीडियावर आपण कोणत्या चुका करायची शक्यता असते आणि आपल्या समस्यांपासून सुटका करून घेत असताना नक्की कोणता मार्ग निवडायचा हेही आम्ही शोधलं.

आपण स्वत:च स्वत:शी केलेल्या संवादाचा आपल्या भावनांवर काय परिणाम होतो या विषयात मला कायमच रस होता. अगदी मी विज्ञानात कारकिर्द करायचा विचार केला त्याच्याही खूप आधीपासून. भावना म्हणजे काय हे मला नीट कळायच्यादेखील आधीच त्याची सुरुवात झाली होती. आपल्या दोन कानांच्या मध्ये जे अफाट, ठिसूळ आणि सातत्याने बदलतं विश्व घेऊन आपण फिरतो, त्याबाबतच्या माझ्या वेडाची सुरुवात झाली ती मी पाहिलेल्या पहिल्या मानसशास्त्र प्रयोगशाळेतून- अर्थात मी जेथे वाढलो त्या घरातून!

ब्रुकलिनमधल्या कानार्सी भागात मी लहानाचा मोठा झालो. ती कष्टकऱ्यांची एक सामान्य वस्ती होती. माझ्या वडिलांनी मला अगदी लहानपणापासून स्व-संवादाचं महत्त्व काय असतं याचे बाळकडू पाजले होते. तीन वर्षांच्या इतर मुलांचे आईबाप त्यांना नीट दात कसे घासावेत, इतरांशी प्रेमाने कसं वागावं हे शिकवत असताना माझ्या वडिलांच्या मनात मात्र वेगळ्याच योजना होत्या. त्यांच्या नेहमीच्या 'हट के' स्टाइलमध्ये

सांगायचं तर इतर कोणत्याही गोष्टीपेक्षा ते मी माझ्या मनात करत असलेल्या निवडींबाबत सचिंत असत. मला काही समस्या असेल तर ते मला नेहमी 'अंतर्मनात' जायला प्रेरित करत. ''स्वत:लाच प्रश्न विचार!'' असं सांगून मला टाळत, पण तसं करताना ते मला काय करायला उद्युक्त करत आहेत ते थोडंफार कळायचं. म्हणजे उत्तरांसाठी स्वत:च्या अंतर्मनात झाकून पाहणे.

वरवर पाहिलं तर माझे वडील म्हणजे एक चालताबोलता विरोधाभास होते. ते एक तर न्यू यॉर्कच्या गजबजलेल्या रहदारीच्या रस्त्यावरील गोंगाटात त्यांच्यासारख्या इतर ड्रायव्हर्सच्या नावे चिडचिड करताना दिसतील, तर कधी टीव्हीसमोर बसून न्यू यॉर्क यांकीज बेसबॉल संघाला हल्लागुल्ला करत प्रोत्साहन देत असतील किंवा हे दोन्ही नसेल तर मग त्यांच्या बेडरूममध्ये (भरदार मिश्यांखाली लटकणारी सिगरेट ओढत) ध्यान लावून बसलेले आढळत किंवा मग भगवद्‌गीता वाचताना दिसत. पण जसजसं माझं वय वाढत गेलं तशा माझ्या समोरच्या समस्या अधिकाधिक 'क्लिष्ट' होत गेल्या. म्हणजे एखादं खायला नाही म्हणण्यात आलेलं बिस्किट खावं की नाही किंवा खोलीची साफसफाई करायला नकार कसा द्यावा, या पातळीपेक्षा वर चढल्या तेव्हा त्यांचा सल्ला अधिकाधिक उपयुक्त ठरू लागला. उदा., शाळेतल्या 'क्रश'ला बाहेर फिरायला येतेस का हे विचारावं का? (मी विचारलंही, पण ती 'नाही' म्हणाली.) मित्राला कुणाचंतरी पाकीट मारताना पाहिल्यावर त्याला मी जाब विचारावा का? मी कोणत्या महाविद्यालयात प्रवेश घ्यावा? थंड डोक्याने निर्णय करायच्या माझ्या वृत्तीचा मला अभिमान होता आणि 'अंतर्मनात जाण्या'वर असलेल्या माझ्या विश्वासामुळेच माझे निर्णय बहुतकरून बरोबरच ठरले. (आणि अखेरीस माझ्या 'क्रश'नेही मला 'हो' म्हटलं आणि मी तिच्याशीच लग्न केलं बरं का!)

कॉलेजला गेल्यावर मी अगदी ठरवल्यासारखी मानसशास्त्र या विषयाची निवड करणं यात नवल वाटण्यासारखं काही नव्हतं. मला माझा कल कुठे आहे हे कळलं होतं. मी आणि माझे वडील बालपणी (अर्थात यांकीज संघाबद्दल बोलण्यासारखं काही नसताना) ज्या गोष्टी करण्यात वेळ घालवत असू, त्यांच्या अधिक खोलात मला जाता आलं. यामुळे बालपणातल्या अनेक गोष्टींचा मला उलगडा झाला आणि त्यायोगे वाढत्या वयाने येणाऱ्या समजूतदारपणाची वाट सुकर झाली. मानसशास्त्राने मला एक नवीच भाषा शिकवली. कॉलेजच्या वर्गात मी ज्या अनेक गोष्टी शिकलो

त्यांतली मुख्य म्हणजे माझे वडील इतकी वर्षं ज्या 'झेन पालकत्व' या संकल्पनेभोवती खेळत होते, ती संकल्पना खरं म्हणजे आत्मपरीक्षणाची होती हे मला कळलं. आता हे इतकं माझ्या साध्यासरळ स्वभावाच्या आईला कसं कळणार म्हणा!

साध्या भाषेत सांगायचं तर आत्मपरीक्षण म्हणजे आपल्या भावना आणि विचार यांकडे जागरूकपणे लक्ष देणं. असं केल्याने आपल्याला कल्पना करणं, लक्षात ठेवणं, स्व-समीक्षा करणं शक्य होतं. आणि मग अशा तंद्रीचा उपयोग आपल्या समोरच्या समस्या सोडवायला, काहीतरी नवीन शोधायला किंवा नवनिर्मितीसाठी करता येतो. माझ्यासकट इतर अनेक शास्त्रज्ञांच्या मते मानवजातीला इतर जीवांपासून वेगळी ठरवणारी हीच ती उत्क्रांतिजन्य सुधारणा आहे.

आत्मपरीक्षणाचं कौशल्य जपल्याने पुढच्या आयुष्यात येणाऱ्या कितीही कठीण समस्येला मला तोंड देता येईल हे माझ्या वडिलांचं सदासर्वकाळ आवडतं तत्त्व होतं. जाणीवपूर्वक केलेली स्व-समीक्षा आणि सकारात्मक विचार यांमुळे शहाणपणाचे आणि फायदेशीर निर्णय घेता येतात. दुसऱ्या भाषेत सांगायचं तर 'अंतर्मनात जाणे' हा एक रसरशीत आणि परिपूर्ण आयुष्य जगण्याचा मार्ग आहे. हे ऐकायला कितीही छान वाटलं तरी अनेक लोकांसाठी मात्र ते फार अवघड आहे हे मला लवकरच कळून चुकलं.

आपण तणावग्रस्त असताना केलेल्या आत्मपरीक्षणामुळे फायद्यापेक्षा नुकसानच अधिक होतं, असं अलीकडच्या काळातल्या संशोधनाने भक्कम पुराव्यानिशी दाखवून दिलेलं आहे. त्यामुळे आपली कामाच्या ठिकाणची कार्यक्षमता कमी होते, योग्य निर्णय घेण्याची आपली क्षमता बाधित होते आणि नातेसंबंधावरही प्रतिकूल परिणाम होतो. शिवाय त्यामुळे कुरापतखोरपणा व हिंसक प्रवृत्तीला खतपाणी मिळू शकतं; इतर अनेक मानसिक समस्या निर्माण होण्यास हातभार लागतो आणि आपण शारीरिकदृष्ट्याही आजारी पडण्याचा धोका वाढतो. विचार आणि भावनांच्या चुकीच्या पद्धतीने केलेल्या आत्मपरीक्षणाचा परिणाम काही व्यावसायिक खेळाडूंना त्यांनी आयुष्यभर मेहनत करुन कमावलेलं कौशल्य गमावण्यात झालेला आहे. एरवी विवेकी आणि कनवाळू असणारे लोकही यामुळे कधीकधी अतार्किक किंवा अनैतिक निर्णयसुद्धा घेऊ शकतात. तुमच्या खऱ्या किंवा समाजमाध्यमी आयुष्यातले मित्रही त्यामुळे दुरावू शकतात. तुमच्या प्रेमजगताचं युद्धभूमीत रूपांतर होऊ

शकतं. इतकंच नव्हे तर आपण लवकर म्हातारेही होऊ शकतो, म्हणजे बाह्य रूपाने आणि गुणसूत्रांच्या अंतर्गत पातळीवरसुद्धा. थोडक्यात सांगायचं तर आपले विचार बऱ्याचदा आपला आपल्याच विचारांपासून 'बचाव' करत नाहीत. उलट ते आणखी एका विखारी गोष्टीला जन्म देतात.

ती म्हणजे वटवट :

ही वटवट म्हणजे गोलगोल घिरट्या घालणाऱ्या नकारात्मक विचार आणि भावनांची मालिका असते, जिच्यामुळे आपल्या एकमेवाद्वितीय अशा आत्मपरीक्षणाच्या वरदानाचं रूपांतर शापामध्ये होतं. परिणामी, आपली कार्यक्षमता, निर्णयक्षमता, नातेसंबंध, आनंद आणि आरोग्य वांध्यात पडतं. कामाच्या ठिकाणी झालेली गडबड किंवा प्रिय व्यक्तीशी झालेले गैरसमज याचाच विचार आपण करत राहतो आणि शेवटी आपल्याला किती वाईट वाटतं आहे या विचारात बुडून जातो. मग आपण पुन्हा तेच तेच विचार करतो. सतत करत राहतो. आपण आपल्यातला गुरू शोधण्यासाठी म्हणून आत्मपरीक्षण करतो, पण हाती लागतो तो टीकाकारच.

यात खरा प्रश्न आहे तो म्हणजे, अर्थात, हे सगळं असं का? मनावर ताण आला असता लोक 'अंतर्मनात जाण्याचा' प्रयत्न करतात. ते कधीतरी यशस्वी होत असले तरी बहुतेक वेळा मात्र अयशस्वीच राहतात. असं का होत असावं? आपली आत्मपरीक्षणाची शक्ती वाट सोडून भटकली आहे हे कळणं जितकं महत्त्वाचं आहे तितकंच तिला पुन्हा योग्य मार्गावर कसं आणावं हे कळणंही महत्त्वाचं आहे. मी माझी कारकिर्द याच प्रश्नांचा वेध घेण्यात घालवली आहे. त्यातनं मला कळलं ते हे की, या प्रश्नांची उत्तरं आपल्या आयुष्यातल्या सगळ्यात महत्त्वाच्या संवादाचं स्वरूप बदलण्यावर अवलंबून आहेत. तो संवाद म्हणजे दुसरं-तिसरं काही नसून 'आपुलाचि संवादु आपणांसि' होय.

आपली मूलावस्था :

'वर्तमानात जगा'- हा एकविसाव्या शतकाचा सांस्कृतिक नीतिमंत्र झाला आहे. मी या नीतिवचनामागच्या शहाणपणाचा आदर करतो. भूतकाळातल्या दुःखात गटांगळ्या खाणं किंवा भविष्याबद्दल चिंता वाहणं यापेक्षा आपण स्वतःशी आणि इतरांशी 'या चालू क्षणातच' जोडून घेण्यावर भर दिला

पाहिजे, असं हा मंत्र सुचवतो. तरीपण मानवी मनाचा शोध घेणारा एक शास्त्रज्ञ म्हणून हा सद्हेतुपूर्ण उपदेश आपल्या जीवशास्त्राशी कसा विसंगत आहे हे मला नमूद करावसं वाटतं. मानव हा सदासर्वकाळ वर्तमानाला कवटाळून बसण्यासाठी बनलेला नाही. आपला मेंदू त्या दृष्टीने खचितच उत्क्रांत झालेला नाही.

आपला मेंदू माहितीवर करत असलेल्या प्रक्रियेचा अभ्यास करण्याच्या आणि त्यावर आपल्याला रिअल टाइम देखरेख करू देणाऱ्या अत्याधुनिक तांत्रिक पद्धती गेल्या काही वर्षांत उपलब्ध झाल्या आहेत. त्यायोगे मानवी मेंदूच्या गुप्त रचनेचं कुलूप उघडू लागलं आहे. असं होताना मानवजातीबद्दल एक अतिशय उल्लेखनीय गोष्ट उघड झाली आहे ती म्हणजे आपल्या जागृत जगण्यातलं एक तृतीयांश ते निम्मं जगणं आपण वर्तमानात जगत नसतो.

श्वासोच्छ्वासाइतक्या सहजपणे, आपण 'आज आणि आता'पासून 'विलग' होतो आणि आपला मेंदू आपल्याला कधी भूतकाळातल्या घटनांपर्यंत, तर कधी एखाद्या काल्पनिक प्रसंगात, तर कधी एखाद्या इतर स्वप्नात घेऊन जातो. ही प्रवृत्ती इतकी मूलभूत स्वरूपाची आहे की त्यामुळे तिला म्हणतात– 'मूलावस्था'. इतर काही कामात गुंतला नसेल तर आपला मेंदू आपोआप जे काम करायला लागतो ते म्हणजे ही अवस्था. इतकंच नव्हे तर बऱ्याचदा आपण इतर कामांत असलो तरी मेंदू हेच काम करत असतो. जेव्हा तुम्हाला एखाद्या कामावर मन एकाग्र करण्याची गरज असते तेव्हा तुमचं मन जणू काही त्याच्या मर्जीप्रमाणे मुक्त संचार करतं आहे हा अनुभव तुम्ही नक्कीच घेतला असेल. आपण वर्तमानातून आपल्याच मनाच्या समांतर, असंबद्ध विश्वात आपोआप अविरत संचार करत असतो. जणू काही मिनिटागणिक आपल्याला कोणी 'मागे' खेचतं आहे. यामुळे 'मनोविश्व' या संज्ञेला एक नवा वाढीव अर्थ प्राप्त होतो तो म्हणजे आपलं मन हेच आपलं विश्व आहे. तर आपण असा मुक्त संचार करत असताना काय होतं माहीत आहे?

आपण स्वत:शीच बोलतो.

आणि स्वत:चंच ऐकत असतो.

नागरीकरणाच्या सुरुवातीपासूनच मानवजातीला या गोष्टीने आपल्या कह्यात घेतलं आहे. सुरुवातीचे ख्रिस्ती महंत त्यांच्या डोक्यातल्या आवाजाने होत असलेल्या आध्यात्मिक शांतताभंगाने पुरते वैतागले होते. त्यांपैकी

काहींच्या मते ते आवाज सैतानी होते. साधारणपणे त्याच काळात, सुदूर पूर्वेत चिनी बौद्ध महंत आपल्या भावनिक भूमीवर घोंघावणाऱ्या मानसिक वादळाचा सिद्धान्त मांडत होते. ते याला संभ्रमावस्था म्हणत. असं असलं तरी याच प्राचीन संस्कृतींच्या मते 'आतला आवाज' हा ज्ञानाचा स्रोत होता. हजारो वर्षांपासून चालत आलेल्या (आणि माझ्या वडिलांच्या खास आवडत्या) मूक प्रार्थना आणि ध्यानधारणेच्या पद्धती याच विचाराच्या पायावर उभ्या आहेत. आपल्या नाना प्रकारच्या आध्यात्मिक परंपरांनी एकाच वेळी आतल्या आवाजाबद्दल केलेली चिंता आणि त्याच वेळी त्याचं जाणलेलं महत्त्व हीच गोष्ट आजही आत्मसंवादाविषयी असलेल्या आपल्या द्विधा मन:स्थितीच्या मुळाशी आहे.

जेव्हा आपण आतल्या आवाजाबद्दल बोलतो तेव्हा साहजिकपणे त्याचा रोगनिदानशास्त्राच्या अंगाने विचार करतो. मी बरेच वेळा प्रेझेंटेशनची सुरुवातच श्रोत्यांना हा प्रश्न विचारून करतो की, ते स्वत:शी बोलताना त्यांच्या 'डोक्यात' बोलतात का? उत्तरादाखल क्वचितच, गर्दीतला एखादा हात फक्त उंचावलेला नसतो. दुर्दैवाने काही वेळा आपल्याला ऐकू येणारे हे साधारण आवाज (उदा., आपला स्वत:चा, कुटुंबीयांचा किंवा एखाद्या सहकाऱ्याचा आवाज) मानसिक आजारांच्या लक्षणांपैकी असलेल्या विशिष्ट आवाजात रूपांतरित होऊ शकतात. अशा वेळेला त्या व्यक्तीला हे आवाज आपल्याच मनातून येत आहेत यावर विश्वास नसतो. उलट ते बाहेरून कुठूनतरी येत आहेत असं तिला वाटतं. जसं की एखादा शत्रू, परग्रहवासी किंवा सरकारकडून. ही ध्वनिभ्रमाच्या सामान्य उदाहरणांपैकी काही आहेत. महत्त्वाचं म्हणजे आतल्या आवाजाविषयी विचार करताना मानसिक आजार आणि मानसिक सुदृढता यांतला फरक फक्त – रोगनिदानशास्त्र विरुद्ध निरामय आरोग्य – इतक्या साध्या वर्गीकरणापुरता सीमित नसून तो सांस्कृतिक आणि परिमाणात्मकही असतो, हे लक्षात घेतलं पाहिजे. मानवी मेंदूचा एक चमत्कारिकपणा म्हणजे प्रत्येक दहातला एक माणूस हे आतले आवाज ऐकतो आणि त्यांना 'बाहेरची बाधा' मानतो. आपण आजही हे असं का होतं हे समजून घेण्याचा प्रयत्न करत आहोत.

थोडक्यात सांगायचं म्हणजे आपला सर्वांच्या डोक्यात एक आवाज कोणत्या ना कोणत्या रूपात आणि आकारात असतोच. आपल्या आतल्या जगातून येणारा शब्दप्रवाह इतका अखंड असतो की स्वरयंत्र निकामी झालं

तरी तो येतच राहतो. अडखळत बोलणाऱ्या काही लोकांच्या मते ते तोंडाने जेवढ्या वेगाने बोलू शकतात त्यापेक्षा अधिक अस्खलितपणे मनात बोलत असतात. कर्णबधिर लोकांचीसुद्धा स्वत:शी बोलण्याची त्यांच्या नेहमीच्या चिन्हबोलीपेक्षा वेगळी भाषा असते. बोलक्या लोकांना जेव्हा कर्णबधिरांशी खासगीत बोलायचं असतं तेव्हा ते जसे सावकाश खाणाखुणा करत बोलतात त्याचप्रमाणे हे लोकही स्वत:शीच तसेच शांततेने खाणाखुणा करत बोलतात. 'आतला आवाज' हे आपल्या मनाचं एक व्यवच्छेदक लक्षण आहे.

तुम्ही जर कधी एखादा फोन नंबर लक्षात ठेवण्यासाठी तो मनातल्या मनात घोटून गिरवला असेल, एखाद्या प्रसंगी तुम्ही काय म्हणायला हवं होतं याची कल्पना असेल किंवा एखादं कौशल्य शिकताना वा एखादी समस्या सोडवताना स्वत:लाच तोंडाने सूचना दिल्या असतील तर तेव्हा तुम्ही तुमच्या आतल्या आवाजाचा विचार करत होता. बरेच लोक त्यांच्या आतल्या आवाजावर भिस्त ठेवून असतात आणि तसं केल्याचे फायदेही मिळवतात. आणि जेव्हा तुम्ही वर्तमानापासून दूर जाता तेव्हा खरं म्हणजे तुम्ही याच आवाजाशी बोलायला किंवा त्याचं ऐकायला तसं करत असता– कारण त्या आवाजाकडे सांगण्यासारखं खूप काही असतं.

आपला हा विचाप्रवाह एवढा जोरदार असतो की आपला स्वत:शी बोलण्याचा वेग आपण तोंडाने प्रतिमिनिट चार हजार शब्द बोलण्याइतका प्रचंड असतो, असं एका अभ्यासांती आढळलं आहे. तुलनाच करायची असेल तर हल्लीच्या एखाद्या अमेरिकन राष्ट्राध्यक्षांच्या संसदेतल्या वार्षिक बीजभाषणाशी करू. साधारण सहा हजार शब्दांचं हे भाषण एक तास चालतं. आपला मेंदू तेवढ्या शब्दांचा फापटपसारा साधारणत: जेमतेम साठ सेकंदांत गुंडाळतो. म्हणजे आपण जर एका दिवसात सोळा तास कार्यरत असू (जितके एरवीही आपल्यापैकी बरेच जण असतातच) आणि त्यातही फक्त निम्मा वेळच आपला आतला आवाज कार्यरत असतो, असा हिशेब मांडला तरीसुद्धा आपण दररोज अशी ३२० भाषणं देत असतो; असं म्हणायला हरकत नाही. तुमच्या मेंदूतला आवाज हा असा फारच बडबडधांदुल आहे.

आतला आवाज बहुतेक वेळा सुरळीत वागत असला तरी जेव्हा आपल्याला त्याची गरज असते तेव्हा मात्र तो बऱ्याचदा वटवट करू लागतो. उदाहरणार्थ, आपल्यावरचा ताण वाढलेला असतो, बऱ्याच गोष्टी पणाला

लागलेल्या असतात आणि भावनिक झोक्यांमध्ये आपल्याला आपला तोल सांभाळणं नितांत गरजेचं असतं. ही वटवट कधी दिशाहीन स्वगताचं रूप घेते तर कधी स्वत:शीच असलेल्या संवादाच्या रूपात असते. कधी आपोआप होणारी जुन्या घटनांची रवंथ असते, तर कधी भविष्यातल्या घटनांबद्दलची काल्पनिक चिडचिड असते. तर कधी नकारात्मक भावना आणि कल्पना यांदरम्यानचा मुक्त संचार असतो. कधी ते एखाद्या नावडत्या गोष्टीला सगळा दोष देणंही असतं. जेव्हा आपला आतला आवाज नाहीसा होतो आणि ही वटवट आपला मानसिक ध्वनिवर्धक ताब्यात घेते तेव्हा आपलं मन आपल्याला केवळ क्लेषच देत नाही, तर अधूही करून टाकतं- हे दिसून आलं आहे. त्यामुळे स्वत:ला दुखापत होईल अशा गोष्टी करायलाही आपण प्रवृत्त होऊ शकतो.

आणि मग तुम्ही रात्री उशिरा एखादी पिटुकली बेसबॉल बॅट घेऊन दिवाणखान्याच्या खिडकीत पहारासुद्धा द्यायला लागता!

कोडं :

माझ्या कारकिर्दीत मला कळलेली सगळ्यात महत्त्वाची गोष्ट म्हणजे ही वटवट कमी करायला किंवा आपल्या आतल्या आवाजाला काबूत ठेवण्याची साधनं शोधायला फार लांब जायची गरज नाही. ती आपल्या रोजच्याच जगण्यात 'काखेत कळसा आणि गावाला वळसा' म्हणावी तशी लपलेली असतात. ती आपल्या मानसिक सवयींत, चमत्कारिक वागण्यात, रोजच्या दिनक्रमात तसंच आपल्या संपर्कातील लोक, संस्था आणि वातावरणातही सापडू शकतात. या पुस्तकात मी ही साधनं कोणती ते उघड करणार आहे. तसंच ती कशी काम करतात; इतकंच नव्हे तर उत्क्रांतीने दिलेल्या या निरनिराळ्या अवजारांची टूलकिट तयार करून आपण आपले स्वत:शीच असणारे संवाद कसे हाताळू शकतो हेही सांगणार आहे.

पुढे येणाऱ्या प्रकरणात मी माझी प्रयोगशाळाच तुमच्यापर्यंत आणणार आहे, शिवाय या वटवटीचा मुकाबला करणाऱ्या लोकांच्या हकिकतीही सांगणार आहे. तुम्ही एक माजी एनएसए गुप्तहेर, टीव्ही निवेदक फ्रेड रॉजर्स, मलाला युसुफझाई, बास्केटबॉलपटू लीब्रॉन जेम्स, दक्षिण पॅसिफिक समुद्रातील ट्रोब्रायंडर्स नावाची आदिवासी जमात आणि

तुमच्या–माझ्यासारखे अनेक लोक यांच्याबद्दल जाणून घेणार आहात. परंतु पुस्तकाची सुरुवात करण्याआधी, आपण आतल्या आवाजाची व त्याच्या अफाट शक्तीची तोंडओळख करून घेऊ. त्यानंतर मी तुम्हाला ही वटवट आपल्या शरीराला इजा करण्याइतपत, आपलं सामाजिक आयुष्य उद्ध्वस्त करण्याइतपत आणि आपली कारकिर्द दिशाहीन होण्याइतपत कशी घातकी ठरू शकते हेही सांगेन. या आतल्या आवाजाची एकीकडे एक सकारात्मक महाशक्ती आणि दुसरीकडे एक धुसफुसता अग्निलोलक– अशी दोन रूपं असण्यातला अपरिहार्य तणाव हे माझ्या मते मानवी मनाचं सगळ्यात मोठं कोडं आहे. आपला सर्वांत चांगला गुरू असणारा हा आवाजच आपला सर्वांत वाईट टीकाकार कसा असू शकतो? उरलेल्या प्रकरणांमध्ये ही वटवट कमी करण्याच्या वैज्ञानिक तंत्रांचं वर्णन केलं आहे– अशी तंत्रं ज्यांमुळे आपल्याला आपल्या मनाचं हे कोडं वेगाने सोडवायला मदत होते आहे.

या वटवटीला हरवण्यातला कळीचा मुद्दा म्हणजे स्वत:शी चालू असलेली बातचीत न थांबवणे हा आहे. उलट तेच आपण अधिक चांगल्या प्रकारे कसं करू शकतो याचा शोध घेणे हे खरं आव्हान आहे. सुदैवाने आपलं मन आणि आपल्या भोवतालचं जग नेमकं हेच करण्यासाठी बनलं आहे. परंतु आपल्या डोक्यातल्या हा आवाज काबूत कसा आणावा याचा विचार करण्याआधी आपल्याला एका मूलभूत प्रश्नाचं उत्तर मिळवणं आवश्यक आहे– तो म्हणजे मुळात आपल्याला हा आतला आवाज असण्याचं कारणच काय?

प्रकरण एक

आपण स्वत:शी का बोलतो?

न्यू यॉर्क शहराचे पदपथ हे अनोळखी लोकांचे महासागर आहेत. या पदपथांवरून दिवसभरात लाखो लोक ये-जा करत असतात. अंतर्मन झाकणाऱ्या चेहऱ्यांचे मुखवटे पांघरून. जमिनीच्या खाली भुयारी मार्गातही अशाच चेहऱ्यांचं विश्व असतं. माणसं वाचत असतात, मोबाइलमध्ये डोकं घालून बसलेले असतात किंवा दूर कुठेतरी शून्यात बघत असतात, पण त्यांच्या चेहऱ्यांवरनं मात्र त्यांच्या मनात काय चाललं आहे ते कळत नाही.

ऐंशी लक्ष न्यू यॉर्कवासीयांनी त्यांच्या निर्विकार चेहऱ्याच्या कोऱ्या पडद्यामागे एक गजबजलेलं जग खुबीने लपवलेलं असतं. ज्यात अर्थात असतं समृद्ध आणि रसरशीत संभाषणं असलेलं आणि बऱ्याचदा वटवटीच्या वेढ्यात अडकलेलं एक 'विचारवन'. तसंही न्यू यॉर्ककर थोड्या विक्षिप्तपणासाठी आणि उद्धटपणासाठी प्रसिद्धच आहेत (एक गावकरी म्हणून मी हे प्रेमाने म्हणतोय बरं का). तेव्हा कल्पना करा की आपण त्यांचे मुखवटे किलकिले करून त्यांचा आतला आवाज चोरून ऐकू शकलो तर. ब्रिटिश मानववंशशास्त्रज्ञ ॲण्ड्र्यू आयर्विंग याने नेमकं हेच केलं- सुमारे शंभर न्यू यॉर्ककरांच्या मनातल्या गोष्टी ऐकायचं काम. २०१०च्या सुरुवातीपासून तब्बल चौदा महिने.

आयर्विंगला जरी मानवी मनाच्या अपरिपक्व शाब्दिक जगाची झलक मिळेल किंवा कदाचित ध्वनिस्वरूपात काही मिळेल अशी आशा होती, तरी मुळात त्याच्या अभ्यासाचा विषय वेगळा होता. आपण मृत्यूची जाणीव कशी हाताळतो हा होता. मँचेस्टर विद्यापीठात तो प्राध्यापक आहे. यापूर्वी त्याने आफ्रिकेत एचआयव्ही/एड्स झालेल्या रुग्णांच्या अंतर्मनात चालत

असलेल्या स्वगतांचं विश्लेषण केलेलं होतं. साहजिकच त्यांचे विचार त्यांच्या आजारामुळे आलेली अस्वस्थता, अनिश्चितता आणि भावनिक वेदना यांनी भारलेले असतात यात काही नवलाची बाब नव्हती.

आता आयर्विंगला त्याची ही निरीक्षणं अशा लोकांसोबत पडताळून बघायची होती ज्यांना काही ना काही समस्या तर आहेत; पण एवढ्याही तीव्र नाहीत की ते त्यामुळे अत्यंत त्रस्त झालेले आहेत. हे करण्यासाठी त्याने एक साधं (पण धाडसी) काम केलं. रस्त्यावर, बागेत, कॅफेत वावरणाऱ्या न्यू यॉर्ककरांना गाठलं, त्यांना स्वत:च्या अभ्यासाबद्दल सांगितलं आणि ते त्यांचे विचार मोठ्याने एका ध्वनिमुद्रित करू देण्यास तयार आहेत का याची विचारणा केली. आणि हे करताना तो दुरूनच त्यांचं चित्रणही करणार होता.

कधी पाच-दहा लोक तयार व्हायचे तर कधी एखादाच 'हो' म्हणायचा. बहुतेक न्यू यॉर्ककर एक तर अतिशय व्यग्र असतील किंवा साशंकपणामुळे तयारच होणार नाहीत हे अपेक्षितच होतं. अखेर, आयर्विंग याच्याच शब्दात सांगायचं तर शंभर लोकांचे 'अंतर्दर्शक भाषणाचे प्रवाह' गोळा करण्यात तो यशस्वी झाला. ही ध्वनिमुद्रणं पंधरा मिनिटे ते दीड तास लांबीची होती. अर्थात ही ध्वनिमुद्रणं म्हणजे मनाच्या रंगपटामागे काय चाललंय हे बघायला थेट जाऊ देणारा पास खचितच नव्हता. कारण काही लोकांनी तरी थोडाफार नाटकीपणा केला असणारच, ही शक्यता नाकारून चालणार नव्हतं. तरीसुद्धा, ही ध्वनिमुद्रणं म्हणजे माणसं रोजचं आयुष्य जगताना स्वत:शी काय बोलतात ते प्रांजळपणे दाखवणाऱ्या विरळाच खिडक्या होत्या हेही तितकंच खरं.

आयर्विंगच्या अभ्यासातील प्रत्येकाच्या मनात अत्यंत सर्वसाधारण विचारच भरलेले असणं हे स्वाभाविक होतं. बरेच लोक त्यांना रस्त्यावर दिसलेले इतर पादचारी, कारचालक आणि वाहतूक तसंच त्यांना करावयाची कामं यांबद्दल बोलत होते. पण याच साधारण गोष्टींच्या किनाऱ्याकिनाऱ्याने वैयक्तिक दु:खं, तणाव आणि चिंता याबाबतची स्वगतंही चालू होती. एखाद्या वळणावळणाच्या घाटदार रस्त्यावर समोर अचानक एखादा मोठा खड्डा यावा तशी ही बोलणी अचानक नकारात्मक गोष्टींवर घसरत. उदाहरणार्थ, आयर्विंगच्या अभ्यासातील मेरेडिथ या बाईचे विचार नेहमीच्या विषयांपासून अगदी शब्दश: जगण्या-मरण्याकडे कसे अचानक भरकटतात ते बघू.

''इथेच कुठेतरी ऑफिस स्टेशनरीचं एक दुकान होतं ना?'' असं म्हणता म्हणता मेरेडिथ हायवेवर कारने अचानक लेन बदलावी तशी तिच्या एका मैत्रिणीला नुकत्याच झालेल्या कॅन्सरच्या निदानाबद्दल बोलू लागली. ''मला काय वाटलं सांगू, ती आता तिचं मांजर मेलंय हे सांगतेय की काय? पण निघालं भलतंच.'' तिने रस्ता ओलांडला आणि म्हणाली, ''मी एक वेळ तिचं मांजर मेलेलं बघून दोन अश्रू ढाळू शकेन, पण जोआनबद्दल? नाही. जोआनशिवाय न्यू यॉर्क म्हणजे...छे:...कल्पनाच करवत नाही.'' ती रडू लागली. ''ती नक्कीच बरी होईल म्हणा. उपचारांनी बरं होण्याची २० टक्के शक्यता आहे हे वाचून थोडं बरं वाटलं. पण तुला ज्या विमानात चढायचं ते कोसळण्याची २० टक्के शक्यता आहे तर तू चढणारेय का हे तिच्या मैत्रिणीनंच कसं विचारावं? नाही, अजिबातच नाही. या सगळ्यातून बाहेर निघणं खूप कठीण आहे, खरंच, शब्दांचा कितीही मोठा फुलोरा उभा केला तरी.''

मेरेडिथ त्या वाईट बातमीत बुडून जाण्याऐवजी त्यासोबतच जगत होती असं वाटत होतं. दु:खभावनांसोबत येणारे विचार हे नेहमीच काही वटवट या प्रकारात येत नाहीत. इथे हाच मुद्दा आहे. ती काही अस्वस्थतेच्या वक्र गर्तेत कोसळली नाही. उलट काही मिनिटांनी दुसरा रस्ता ओलांडताना तिच्या आतला शब्दप्रवाह पुन्हा हातातल्या कामाकडे वळला, ''तर मग, इथे ऑफिस स्टेशनरीचं एक दुकान होतं ना? नक्कीच होतं.''

एकीकडे मेरेडिथला आपल्या प्रिय मैत्रिणीच्या विरहाची भीती होती, तर दुसरीकडे टोनी नामक एका माणसाला वेगळ्या प्रकारचं दु:ख होतं. नात्यातली जवळीक हरपण्याचं किंवा नातंच मोडण्याचं. गळ्यात ऑफिस बॅग लटकवून एका तुरळक गर्दीच्या पदपथावरून चालताना त्याचं मन स्वत:ला उद्देशून तोच तो राग आळवत होतं- ''बाहेर पड... बघ बुवा.. सहन कर नाही तर मागचं जाऊ देत पुढे चल. फार काही नाही, तुला फक्त दूर जायचं आहे या सगळ्यापासून. मला कळतंय की तुला हे कुणाला सांगायचं नव्हतं, पण मी म्हणजे 'कुणीही' थोडीच आहे. अरे तुम्हाला एक छान, गोंडस बाळ होणार आहे यार! साधा एक फोन कॉल करून सांगितलं असतं तर बरं वाटलं असतं.'' एकटं पडण्याच्या जाणिवेने त्याला साहजिकच खोलवर जखमी केलं होतं. एकीकडे समाधानाच्या शोधात असलेली एक समस्या, तर दुसरीकडे दु:खाच्या चिखलात वायफळ डुंबत

राहण्याची शक्यता- अशी अनेकविध पारडी असलेल्या तराजूमध्ये तो समतोल साधण्याचा प्रयत्न करत होता.

''ठरलं... अखेर ठरलं तर की पुढे चलायचं,'' तो म्हणाला. त्याची भाषा फक्त त्याच्या भावनांना आवाज देण्यासाठी नव्हती तर परिस्थितीला उत्तम प्रकारे कसं हाताळावं याचाही शोध घेणारी होती. ''खरं सांगायचं तर,'' तो पुढे बोलू लागला, ''चांगला बहाणा मिळाला हा. त्यांनी जेव्हा मला सांगितलं की त्यांना बाळ होणार आहे, मला एकदम परक्यासारखं वाटलं. एखाद्या उपऱ्याला हाकून लावल्यासारखं. पण आता असं वाटतं की कदाचित ते एखाद्या संकटकालीन खिडकीतून सुटका झाल्यासारखं होतं. आता कबूल करायला हरकत नाही की मी तेव्हा जाम वैतागलो होतो, पण आता मात्र नाहीये. याच गोष्टीचा आता मला फायदा करुन घेता येऊ शकतो.'' तो किंचितसा हसला व एक उसासा सोडत म्हणाला, ''बरंच झालं म्हणायचं... आता मी याकडे सकारात्मकतेनं पाहू शकतो... मी खरंच वैतागलो होतो तेव्हा. मला वाटायचं की तुम्ही दोघं माझं एक कुटुंब आहात... आणि आता तुम्ही दोघंच एक कुटुंब म्हणून उरले आहात. आणि मी... मी सुटलोय... ताठ मानेनं!''

आणि नंतर होती लॉरा.

लॉरा एका कॉफीशॉपमध्ये अस्वस्थपणे बसलेली होती. बोस्टनला गेलेल्या प्रियकराच्या कॉलची वाट बघत. खरं तर तिला नव्या घरात शिफ्ट व्हायला मदत करायला तो एव्हाना परतायला हवा होता. ती परवापासून त्याच्या फोनकॉलची वाट बघत होती. त्याला नक्कीच काहीतरी जबरदस्त अपघात वगैरे तर झाला असेल म्हणून तिने रात्रीचे चार तास संगणकावर 'बस अपघात' हे सर्च करण्यात आणि ते पेज वारंवार रिफ्रेश करण्यात घालवले होते. पण तिच्या अनावर नकारात्मक भावनांच्या भोवऱ्याच्या मुळाशी प्रियकराच्या बस अपघाताची शक्यता हेच एक कारण नव्हतं. ती त्याच्या सोबत एका 'ओपन रिलेशनशिप'मध्ये होती, जे तिला फारसं आवडत नव्हतं. आणि आता तेच तिला फार जड जात होतं. ''मला माहितेय की ओपन रिलेशनशिपमध्ये लैंगिक स्वातंत्र्य गृहीतच आहे,'' ती स्वत:शी बोलत होती, ''पण मला हे कधीच नको होतं... मला माहीत नाहीये की तो कुठे आहे... तो कुठेही असू शकतो. दुसऱ्या एखाद्या मुलीसोबतही.''

एकीकडे मेरेडिथने ती वाईट बातमी तसं पाहता बऱ्यापैकी समतोलपणे हाताळली असताना (मैत्रिणाला कॅन्सर झाल्याचं कळल्यावर रडू येणं अगदी स्वाभाविक आहे) आणि दुसरीकडे टोनीने स्वत:ला मागचं सोडून पुढे जाण्याचा सल्ला दिला असताना, लॉरा मात्र त्याच त्या नकारात्मक विचारांत अडकली होती. तिला पुढे काय करावं हे कळत नव्हतं. त्याच वेळी तिचं आतलं स्वगत तिला काळडोहात खोल खोल खेचत होतं, जिथे ती तिच्या नात्याच्या आजच्या स्थितीला कारणीभूत ठरलेल्या निर्णयांबद्दल चिंतन करत होती. टोनी आणि मेरेडिथप्रमाणेच तिच्यासाठीही तिचा भूतकाळ हाच वर्तमानकाळ झाला होता. त्यांच्यावरचे प्रसंग वेगवेगळे असल्यामुळे ते त्यांनी निरनिराळ्या पद्धतीने हाताळले असले तरीही ते सगळे कधीतरी घडून गेलेल्या घटनांशीच संबंधित होते. त्याच वेळी त्यांची स्वगतं आता पुढे काय होईल किंवा त्यांनी आता पुढे काय करावं अशा भविष्यातल्या प्रश्नांचाच वेध घेत होते. त्यांचं हे त्यांच्या आत्मसंवादामध्ये असं काल आणि अवकाश यांदरम्यान सतत तळ्यात-मळ्यात करत राहण्याने आपल्याला आपल्या मनाबद्दल एक गोष्ट तर नक्की कळते. ती म्हणजे आपलं मन हे एक पट्टीचा कालप्रवासी आहे.

आठवणींची ही वाट आपल्याला वटवटीच्या वाटेवरही नेऊ शकते हे खरं असलं तरी मुळात भूतकाळात जाणं किंवा भविष्याचा विचार करणं यांत तसं हानिकारक काही नाही. असा मानसिक कालप्रवास करता येणं हे मानवी मनाचं अत्यंत मौलिक वैशिष्ट्य आहे. त्यामुळे आपण आपल्या अनुभवांचा निराळ्या प्रकारे उपयोग करू शकतो जो इतर प्राण्यांना शक्य नाही. भविष्याचा आराखडा करणं आणि संकटांसाठी तयार राहणं हे तर यात ओघानेच आलं. आपण जसं एखाद्या मित्राशी केलेल्या कामांबद्दल किंवा करावयाच्या कामांबद्दल किंवा आपल्याला करायला आवडतील अशा कामांबद्दल बोलतो तसंच हे आहे. इथे आपण त्याच गोष्टींबद्दल स्वत:शीच बोलतो इतकाच काय तो फरक.

आयर्विंगच्या प्रयोगातील इतर स्वयंसेवकांनीसुद्धा, त्यांचेही पूर्वग्रह आतल्या आवाजाच्या अविरत बडबडीदरम्यान भूतकाळातून कसे मध्येच उसळी मारून येत होते हेच दाखवून दिलं. उदाहरणार्थ, एक वृद्ध बाई एक पूल ओलांडत असताना तिला बालपणी पाहिलेलं एक दृश्य आठवलं जेव्हा ती वडिलांसोबत तो पूल ओलांडत होती. ते तिथून जात असतानाच

स्वत:ला पुलावरून झोकून देऊन एका माणसाने आत्महत्या केली होती. ती गोष्ट अविस्मरणीय होण्यामागे काही अंशी कारणीभूत ठरलं होतं, त्या प्रसंगाचं तिच्या वडिलांनी घेतलेलं व स्थानिक वृत्तपत्रांत छापून आलेलं त्या प्रसंगाचं छायाचित्र. तिचे वडील एक व्यावसायिक छायाचित्रकार होते. दुसरीकडे, तिशीच्या मध्यावर असलेला एक माणूस ब्रुकलिन पूल ओलांडत होता आणि तो पूल बांधायला किती मजूर लागले असतील याचा विचार करत होता. त्याच वेळी तो लवकरच सुरू करणार असलेल्या नव्या नोकरीत तो यशस्वी होणार हे स्वत:लाच सांगत होता. दुसरी एक बाई, वॉशिंग्टन स्केअर पार्कमध्ये एका ब्लाइंड डेटवर कुणाचीतरी वाट बघत बसली होती. तेव्हा तिला तिची फसवणूक केलेल्या एका जुन्या प्रियकराची आठवण आली. या विचाराची अखेर, सहवासाची गरज की आध्यात्मिक उन्नती महत्त्वाची- अशा विचारद्वंद्वात झाली होती. इतर काही सहभागी त्यांच्या समोर कोणते आर्थिक प्रश्न येऊ शकतात याबाबत बोलत होते; तर काहींच्या मनात ९/११ सारख्या दशकभरापूर्वी घडून गेलेल्या घटनेबद्दल अस्वस्थता अद्यापही रेंगाळत होती.

अ‍ॅण्ड्र्यू आयर्विंगशी उदारपणे विचार शेअर करणारे न्यू यॉर्ककर आपली 'मूलभूत अवस्था' ही किती प्रचंड वैविध्यपूर्ण आणि भरजरी पोताची आहे हे दाखवून देतात. हे आत्मसंवाद त्यांना शाब्दिक विचारांच्या असंख्य प्रवाहांसोबत विविध मार्गांनी 'आत' घेऊन जात होते. त्यांच्या खाजगी संभाषणाचे तपशीलही त्यांच्या वैयक्तिक आयुष्याइतकेच वैचित्र्यपूर्ण होते. तरी रचनेच्या दृष्टीने त्यांच्या मनातल्या घटना या परस्परांसारख्याच होत्या. बऱ्याचदा त्या नकारात्मक 'कंटेट'भोवतीच घुटमळत होत्या. त्यापैकी बराचसा कंटेट हा कधी या तर कधी त्या विचारांच्या जोडणीमुळे फुलून येत होता. त्यांचे शाब्दिक विचार कधी रचनात्मक असत तर कधी नसत. त्यांचा बराच वेळ स्वत:बद्दलच विचार करण्यात खर्च होत होता. तसं करताना त्यांचं मन स्वत:चेच अनुभव, भावना, इच्छा आणि गरजा यांच्याच गर्तेत जात होतं. 'मूलभूत अवस्थे'चं असं स्व-केंद्रित असणं हे अर्थातच तिचं एक प्राथमिक वैशिष्ट्य आहे.

न्यू यॉर्ककरांमध्ये वरील गोष्टी जरी सारख्याच असल्या तरी त्यांची स्वगतं एका आणखी 'मानवी' गोष्टीकडे लक्ष वेधून घेतात. ती म्हणजे त्यांचा आतला आवाज सतत काहीतरी सांगत असतो ज्यामुळे आपल्या

अनुभवांचा अर्थ लावण्यासाठी आपल्या मनाचा वापर करण्याची आपली निकड आणि तसं करताना भाषेची महत्त्वपूर्ण भूमिकाही अधोरेखित होते.

आपल्या अनेक भावना आणि विचार शब्दांत व्यक्त करण्यासारख्या नसतात यात काही दुमत नाही. उदाहरणार्थ, दृश्यकलाकार आणि संगीतकार त्यांच्या भावना कशा पद्धतीने व्यक्त करतात ते बघा. तरीसुद्धा माणसं शब्दांच्याच जगात जगत असतात हेही तितकंच खरं आहे. शरीरभाषा आणि हावभाव ही साधनं जरी आपण वापरत असलो तरी आपला इतरांशी आणि स्वत:शीसुद्धा चाललेला संवाद बहुतकरून शब्दांनीच चाललेला असतो.

आपल्या मेंदूला भोवतालात चालू असलेल्या गोष्टींपासून स्वत:ला तोडून घेण्याची आवड उपजतच आहे. त्यामुळेच मग हे आत्मसंवाद निर्माण होतात ज्यात आपण आपल्या जागृतावस्थेतला बराचसा काळ गुंतलेले असतो. पण यामुळे प्रश्न पडतो की, असं का? उत्क्रांतीच्या प्रक्रियेत, टिकून राहण्यासाठी साहाय्य करणारेच गुण निवडले जातात. या नियमाचा विचार केला तर लक्षात येतं की जर या स्व-संवादांमुळे आपल्याला टिकून राहण्यासाठीच्या 'तंदुरुस्त'पणाला हातभार लागत नसता तर आपण इतके कुशल स्व-संवादी झालो नसतो. परंतु आतल्या आवाजाचा प्रभाव बऱ्याचदा इतका हळुवार आणि मूलगामी असतो की तो आपल्यासाठी काय काय करत असतो याचीसुद्धा जाणीव आपल्याला नसते.

उत्कृष्ट हरकाम्या :

चेतावैज्ञानिक मेंदूच्या कामकाजाबद्दल बोलताना अनेकदा चेताव्यवस्थेचा पुनर्वापर या संकल्पनेचा उल्लेख करतात. याचा अर्थ वेगवेगळ्या प्रकारची कामे करण्यासाठी आपण मेंदूची तीच ती मंडलं (सर्किट) वापरत असतो ज्यामुळे आपल्याला चेतासंस्थेच्या मर्यादित साधनांचा पुरेपूर वापर करता येतो. उदाहरणार्थ, मेंदूत खोलवर हिप्पोकॅम्पस नावाचा समुद्री घोड्याच्या आकाराचा भाग असतो जो आपली दीर्घ स्मृती तयार तर करतोच; शिवाय आपल्याला भोवतालातील अवकाशात दिशा दाखवण्याच्या आणि हालचाल करण्याच्या कामात मदत करतो. मेंदू हा एक उत्कृष्ट हरकाम्या आहे. अन्यथा त्याची अगणित कामे करण्यासाठी एका बसएवढी जागा लागली असती. आपला आतला आवाजही तसाच एक अफाट हरकाम्या आहे.

मेंदूच्या महत्त्वाच्या कामांपैकी एक म्हणजे जिला कार्यस्मृती म्हणतात तिला चलनात ठेवणे हे आहे. स्मृतीबद्दल, ती रम्य, लांब पल्ल्याची, स्मरणरंजनाशी संबंधित आहे अशीच माणसांची साहजिक कल्पना असते. आपण तिचा भूतकाळाची एक भूमी म्हणून विचार करतो. जी भूमी आपल्या बरोबर शेवटपर्यंत राहणाऱ्या घटना, प्रतिमा आणि भावनांनी गजबजलेली व आपल्या आयुष्याची गोष्ट सांगणारी असते असं आपल्याला वाटतं. परंतु हेसुद्धा सत्य आहे की, दिवसाचा प्रत्येक मिनिट, भोवती आवाज, दृश्ये, गंध अशा सतत व्यत्यय आणणाऱ्या गोष्टी असताना आपल्याला काम करण्यासाठी सतत काहीतरी आठवावं लागतं. उपयुक्तता संपल्यावर आपण बरीचशी माहिती विसरून जाणार हे जरी खरं असलं तरी थोडा काळ का होईना ही माहिती कार्यरत असणं आपल्याला काम करण्यासाठी गरजेचं असतं.

या कार्यस्मृतीमुळेच आपण कामाच्या ठिकाणी चर्चा करू शकतो किंवा रात्रीच्या जेवणावेळी उत्स्फूर्तपणे गप्पा मारू शकतो. तिच्यामुळे आपण दुसऱ्याने काही सेकंदांपूर्वी काय म्हटलं हे लक्षात ठेवून त्यानंतरच्या संवादात याचा उपयुक्त वापर करू शकतो. कार्यस्मृतीमुळेच आपल्याला मेन्यूकार्ड वाचून खाण्याची ऑर्डर देता येते (आणि सोबतच गप्पाही सुरू ठेवता येतात). तिच्यामुळे आपल्याला एखादी अशी ईमेल लिहिता येते जी तातडीची तर असते, पण जी दीर्घ काळासाठी जतन करून ठेवण्याची गरज नसते. थोडक्यात, कार्यस्मृतीमुळे आपल्याला बाहेरच्या जगात लोकांसारखं वावरता येतं. जेव्हा ही स्मृती काम करायचं बंद करते किंवा रडतखडत काम करते तेव्हा अगदी मामुली कामं करण्याची (जसं एकीकडे मुलांचा डबा बांधून देताना ती नीट दात घासत आहेत की नाहीत हे चोरून बघणं आणि त्याच वेळी दिवसभरात करावयाच्या बैठकांबद्दल विचार करणं) आपली क्षमतासुद्धा मार खाते. आणि याच कार्यस्मृतीशी आपला आतला आवाज जोडलेला असतो.

शाब्दिक माहितीवर काम करणारी एक चेताव्यवस्था ही या कार्यस्मृतीचा एक महत्त्वाचा भाग असते. तिला 'उच्चारशास्त्रीय मंडल' असं म्हणतात. सोप्या भाषेत सांगायचं तर ती वर्तमानात आपल्या भोवतालात घडणाऱ्या शब्दांशी संबंधित सर्व गोष्टींचा निचरा करणारी व्यवस्था असते. तिचे दोन भाग असतात. पहिला भाग म्हणजे 'आतला कान' ज्यामुळे

आपण काही सेकंदांपूर्वी ऐकलेले शब्द लक्षात ठेवू शकतो. तर दुसरा भाग म्हणजे 'आतला आवाज' ज्यामुळे आपण डोक्यात शब्दांची पुनरावृत्ती करू शकतो; जसं एखादं भाषण पाठ करताना, एखादा फोन नंबर लक्षात ठेवताना किंवा एखादा मंत्र जपताना आपण करत असतो. बाहेरच्या जगात वावरताना आपले भाषिक चेतापथ चालू स्थितीत ठेवण्यासाठी आणि त्याच वेळी अंतर्गत स्व-संवाद चालू ठेवण्यासाठी आपली कार्यस्मृती या उच्चारशास्त्रीय मंडलावर अवलंबून असते. आपलं मन आणि बाहेरचं जग यांतला हा शब्दांचा दरवाजा आपण तान्हं असतानाचा विकसित होतो. तो एकदा 'तयार' झाला की मग मानसिक प्रगतीचे इतर मैलाचे दगड गाठणं सुकर होतं. अर्थातच मग फक्त हे उच्चारशास्त्रीय मंडल त्याच्या मूळ तात्कालिक उपयोगाच्या प्रयोजनापुढे निघून जातं.

आपला शाब्दिक विकास आपल्या भावनिक विकासाच्या हातात हात घालूनच सुरू असतो. रांगतं बाळ असताना स्वत:शी मोठ्याने बोलण्याने आपण स्वत:वर नियंत्रण ठेवायला शिकत असतो. विसाव्या शतकाच्या सुरुवातीला झालेला सोव्हिएत मनोवैज्ञानिक लेव वेगॉत्स्की हा भाषेचा विकास आणि स्व-नियंत्रण यांतल्या परस्परसंबंधाचा अभ्यास करणाऱ्या पहिल्या काही लोकांपैकी एक होता. लहान मुलांच्या स्वत:शीच मोठ्याने चाललेल्या रोचक संभाषणात त्याला रस होता. मुलं एकाच वेळी स्वत:ला शिकवतही असतात आणि चुकाही दाखवत असतात. लहान मुलांसोबत बराच काळ घालवलेला कोणीही सांगू शकतो की ते बऱ्याचदा उत्स्फूर्तपणे स्वत:शी मोकळेपणाने बोलत असतात. हा केवळ खेळ किंवा कल्पना नसते, तर चेतासंस्था आणि भावनाविश्व यांच्या विकासाचं एक लक्षण असतं.

त्या काळच्या इतर बुद्धिमंताच्या मते बालकांचं असं वागणं हे त्यांच्या अनियंत्रित, सहज वाढीचंच लक्षण होतं. परंतु या मताच्या उलट वेगॉत्स्कीच्या मते आपण स्व-नियंत्रण कसं शिकतो यात भाषेचा मोठा वाटा होता. या सिद्धान्ताला नंतर डेटाचाही आधार मिळाला. त्याच्या मते आपण आपल्या भावना कशा हाताळतो याची सुरुवात आपल्या प्राथमिक सांभाळकर्त्यांबरोबर असलेल्या नात्यापासून (म्हणजे सहसा पालकांपासून) होते. हे मोठे लोक आपल्याला सूचना देत असतात आणि आपण त्याच मोठ्यांना पुन्हा म्हणत असतो. बऱ्याचदा तर त्यांची नक्कलही करत असतो.

सुरुवातीला आपण हे काम ध्वनिरूपात करतो. नंतर काळासोबत आपण त्यांचं म्हणणं आपल्या आत्मसंवादात समाविष्ट करायला शिकतो. आणखी काही काळ गेल्यानंतर, जसजसा आपला विकास होत जातो तसं मग उरलेलं आयुष्य आपण आपल्याच शब्दांनी स्वत:वर नियंत्रण करायला लागतो. याचा अर्थ असा नव्हे की सदासर्वकाळ आपण फक्त आपल्या पालकांचंच 'ऐकत' असतो. आपले हे शब्दप्रवाह शेवटी आपली अशी स्वतंत्र रचना विकसित करतात ज्यामुळे आपण सर्जनात्मक पद्धतीने वागू लागतो. परंतु सुरुवातीचे हे मोठं होतानाचे अनुभव आपल्यावर मोठा प्रभाव टाकत असतात हेही खरं.

स्व-नियंत्रणासाठी आपण आपला आवाज वापरायला कसं शिकतो, एवढ्यापुरता वेगॉत्स्कीचा दृष्टिकोन मर्यादित नाही. किंबहुना आपली जडणघडण होताना आपले आत्मसंवादही कसे 'घडवले' जातात हेही हा दृष्टिकोन दाखवून देतो. समाजीकरणाबाबत कैक दशकं चालू असलेलं संशोधन हेच दर्शवतं की आपण जगाकडे कसं पाहतो आणि स्व-नियंत्रण कसं करतो, यावर आपल्या भोवतालाचा परिणाम होत असतो. आपल्या कुटुंबात आपण लहान असताना स्व-नियंत्रणाचे धडे आपल्याला आई-वडिलांकडूनच मिळतात. त्यांच्या पद्धती आपल्यात झिरपून आपला आतला आवाज विकसित होत जातो. आपले वडील कदाचित वाद सोडवायला मारामारी करू नये हे नेहमी सांगत असतील. आई कदाचित निराशा पदरी पडल्यावर हातपाय न गाळण्याविषयी सांगत असेल. कालांतराने याच गोष्टी आपण स्वत:ला सांगू लागतो आणि अशा तऱ्हेने आपले स्वत:चे शब्दप्रवाह आकार घेऊ लागतात.

आपल्या पालकांची ही अधिकारवाणीसुद्धा अर्थातच व्यापक सांस्कृतिक संचितातूनच आकाराला आलेली असते. उदाहरणार्थ, बहुतेक आशियाई देशांमध्ये स्वतंत्र राहणं फारसं पसंत केलं जात नाही कारण त्याने सामाजिक वीण कमजोर होण्याचा धोका असतो. याउलट, अमेरिकेसारख्या पाश्चात्त्य देशांत मात्र स्वातंत्र्याला अधिक महत्त्व आहे. तिथे मुलांनी स्वतंत्र मार्ग चोखाळणं पालकांना कौतुकास्पद वाटतं. त्याप्रमाणेच धर्म आणि त्यांची मूल्ये हीसुद्धा आपल्या घरगुती आदर्शांचा एक भाग बनतात. थोडक्यात, हे सांस्कृतिक आवाज आपल्या पालकांच्या आतल्या आवाजावर प्रभाव टाकत असतात ज्यांचा साहजिकच आपल्यावरही

प्रभाव पडतो. हे असंच कित्येक संस्कृतींतून पिढ्यान्‌पिढ्या सुरू असतं, ज्याचा एकत्रित परिणाम आपल्या मनाच्या जडणघडणीत होतो. आपल्या आतले मानसिक संवाद जणू एकात एक लपलेल्या रशियन बाहुल्यांप्रमाणे असतात असं म्हणता येईल.

असं असलं तरी संस्कृती, पालक आणि मुलं यांचा परस्परांवरील प्रभाव एकाच दिशेचा असतो असंही नाही. मुलं कशी वागतात यावरून त्यांच्या पालकांच्यासुद्धा आतल्या आवाजावर परिणाम होत असतो. अशा तऱ्हेने आपण एक मनुष्यप्राणी म्हणून आपल्या व्यापक संस्कृतीला आकार देण्यात व तिचा आकार बदलण्यात आपली भूमिका बजावतो. वेगळ्या प्रकारे सांगायचं तर आपण लहान असताना आपला आवाज बाहेरून आत वस्तीला येतो आणि जेव्हा आपण बोलायला लागून भोवतालच्या लोकांवर प्रभाव टाकू लागतो तेव्हा तो आतून बाहेर येत असतो.

वेगॉत्स्कीच्या पश्चात झालेल्या संशोधनाने त्याचे सिद्धान्त आणखी पुढे नेले आहेत. चांगला सुसंवाद असलेल्या घरातील मुलांमध्ये आतल्या आवाजाची वाढ लवकर होते, असं या नव्या अभ्यासाने दाखवून दिलं आहे. तसंच, मुलांना काल्पनिक मित्र असतील तर आतल्या आवाजाला आणखी प्रोत्साहन मिळतं. किंबहुना, सध्या चालू असलेल्या संशोधनातून समजते आहे की काल्पनिक खेळांमुळे स्व-नियंत्रणाला उत्तेजन तर मिळतंच; पण सर्जनात्मक विचार, आत्मविश्वास आणि चांगली संभाषणकला अशा सद्गुणांनाही प्रेरणा मिळते.

आपण आपल्या ध्येयाकडे आगेकूच करत असताना आपलं मूल्यमापन करायला आतल्या आवाजाची मदत होते, हा त्याचा आणखी एक उपयोग. हे अगदी स्मार्ट फोनवरच्या ट्रॅकिंग ॲपसारखं असतं. उदाहरणार्थ, आपण कामाच्या ठिकाणी वार्षिक वेतनवाढ मिळण्यायोग्य टार्गेट्स साधतोय की नाही, आपलं स्वप्न असलेला रेस्टॉरेंटचा जोडधंदा उभारण्याच्या दिशेने काही प्रगती झालीय का नाही किंवा आपल्याला आवडत असलेल्या व्यक्तीसोबतची आपली 'मैत्री' अपेक्षित 'गती'ने पुढे जातेय की नाही अशा गोष्टींवर आपली मूलभूत अवस्था लक्ष ठेवून असते. मोबाइल स्क्रीनवर एखाद्या बैठकीचं रिमाइंडर येत राहावं तसं हे मनात येणाऱ्या शब्दस्वरूपातल्या विचारांद्वारे वारंवार होत असतं. किंबहुना, आपल्या मनात भरलेल्या गोष्टींमध्ये आपल्या उद्दिष्टांबाबत येणारे हे आगंतुक विचारच

मोठ्या प्रमाणात असतात. आपला आतला आवाजच आपल्याला आपल्या उद्दिष्टांप्रति सतत सावध करत असतो.

ध्येयप्राप्तीमधला एक भाग म्हणजे वाटेवर आर की पार असा प्रसंग आला की योग्य निर्णय करता येणे. त्यासाठीचं आवश्यक सिम्युलेशन आपल्या आतल्या आवाजामुळे करता येतं. उदाहरणार्थ, जेव्हा आपण एखाद्या सादरीकरणासाठी चाललेल्या विचारमंथनात सहभागी होतो किंवा आपण लिहीत असलेलं गाणं लयीत, छंदात बसतंय की नाही हे अजमावून पाहत असतो तेव्हा आपण मनातच वेगवेगळ्या वाटा चोखाळून पाहत असतो. किंबहुना बऱ्याचदा सादरीकरणासाठी काही शब्द खरडायच्या आधीच किंवा आपल्या वाद्याची तार छेडण्याआधीच आपण आपल्या आत्मचिंतनाच्या शक्तींचा वापर करून शब्दांची वा सुरांची सर्वोत्तम क्रमवारी काय असेल याचा हिशेब मांडलेला असतो. दोन व्यक्तींमधील प्रश्नांबाबतही हेच होत असतं; जसं टोनी न्यू यॉर्कच्या रस्त्यावरून चालताना आपल्या मित्रांबद्दल विचार करत होता ज्यांनी त्यांच्या गरोदरपणाची बातमी त्याला सांगितली नव्हती. त्यांच्यापासून आता दूर राहावं वा पूर्वीसारखं जवळंच राहावं याचं तो 'सिम्युलेशन' करून पाहत होता. हे बहुवास्तवी विचारमंथन झोपेतही चालू असतं, आपल्या स्वप्नांमध्ये.

पारंपरिकपणे, स्वप्नं ही एखाद्या स्वतंत्र दालनासारखी असतात आणि त्यांचा आपल्या जागत्या आयुष्यात घडणाऱ्या घटनांशी काही संबंध नसतो असंच मनोवैज्ञानिकांचं मत होतं. पण अर्थातच फ्रॉईडच्या मते स्वप्ने ही अचेतनावस्थेकडे जाण्याचा राजमार्ग होती; आपल्या दबून राहिलेल्या इच्छांची एक कुलूपबंद संदूक होती आणि मनोचिकित्सा ही ती संदूक उघडण्याची गुरुकिल्ली होती. त्याच्या मते, झोपेमध्ये जेव्हा आपले सगळे बचाव-बहाणे दूर असतात आणि जगरहाटीच्या जोखडातून आपण मुक्त असतो तेव्हा आपल्यातले सैतान बाहेर येऊन धिंगाणा घालत आपल्या खऱ्या इच्छा उघड करत असतात. त्यानंतर आलं ते प्राथमिक चेताविज्ञान ज्याने मनोचिकित्सेभोवतालचं अंधारं आणि गूढरम्य मळभ बाजूला सारून मेंदूतील प्रत्यक्ष बदलांच्या, हालचालींच्या तर्ककठोर अभ्यासावर भर दिला. या मतानुसार स्वप्नं म्हणजे दुसरंतिसरं काही नसून गाढ झोपेत (आरईएम अवस्था) असताना मेंदू स्कंधातून झाडल्या जाणाऱ्या संदेशांचा अर्थ लावण्याची मेंदूची एक पद्धत असते. यामुळे झालं असं की मनोरंजक

असला तरी काहीसा विचित्र वाटणारा लैंगिक प्रतीकवाद मागे पडला आणि त्याची जागा भक्कम वैज्ञानिक पायावर उभ्या असलेल्या चेतापेशींच्या यांत्रिकीने घेतली (आणि जे अजिबातच चावट नव्हतं).

अत्याधुनिक तंत्रज्ञानाचा वापर करून चालू असलेल्या ताज्या संशोधनातून असं आढळलं आहे की आपली स्वप्नं आणि जागेपणी आपण उत्स्फूर्तपणे करत असलेले शाब्दिक विचार यांत बरंच साधर्म्य असतं. आपलं जागृतावस्थेतलं शाब्दिक मनच जणू झोपलेल्या मनाशी बोलत असतं. सुदैवाने, यामुळे ईडिपस कॉम्प्लेक्ससारख्या विचित्र इच्छांची पूर्ती होत नसते.

उलट आपली मदतच होते.

हाती येणाऱ्या नव्या पुराव्यांनुसार स्वप्ने बव्हंशी व्यावहारिक आणि आपल्या गरजांशी जोडलेली असतात. एखाद्या गमतीशीर विमान सिम्युलेटरसारखी. अद्याप प्रत्यक्षात घडावयाच्या घटनांची काल्पनिक तालीम करून ती आपल्याला भविष्याचा सामना करायला तयार व्हावयास मदत करतात. त्यायोगे ती प्रत्यक्षात येऊ शकणाऱ्या घटनांकडे आणि एवढंच नव्हे तर होऊ शकणाऱ्या धोक्यांकडे आपलं लक्ष वेधतात. स्वप्नांचा आपल्यावर नक्की कसा परिणाम होतो हे जरी आपल्याला अजून पूर्ण कळायचं असलं तरी एक साधी गोष्ट स्पष्ट आहे की त्या दुसरं काही नसून आपल्या मनातल्या गोष्टी असतात. तसंच हेही खरं की जागेपणी आपला आतला आवाज एकच मूलभूत अशी मनोवैज्ञानिक गोष्ट जोर देऊन सांगत असतो, ती म्हणजे आपल्या स्वत:च्या ओळखीबद्दलची.

आपल्या शब्दप्रवाहांची आपल्या घडवणुकीत महत्त्वाची भूमिका असते. मेंदू स्वकेंद्रित कारणमीमांसेतून अर्थपूर्ण कथावस्तू घडवतो. वेगळ्या शब्दांत सांगायचं तर, आपण आपल्या मनाचा वापर आपल्याच आयुष्याची कथा लिहिण्यास करतो, जिचे नायक आपणच असतो. त्यामुळे आपल्याला परिपक्व होण्यास, आपली मूल्ये व आकांक्षा ओळखण्यास मदत होते. शिवाय आपलं वातावरण बदलून आणि थोड्या प्रतिकूल परिस्थितीशी काल्पनिक सामना करून आपल्या स्व-ओळखीची मुळे अधिक घट्ट होतात. भाषा ही या सर्व प्रक्रियेचा एक अविभाज्य भाग आहे, कारण तिच्यामुळे रोजच्या जगण्यातील तुकड्यातुकड्याने येणारे दातेरी संदर्भ गुळगुळीत व एकसंध होऊन त्याची एक सलग रेघ तयार होते. भाषेमुळे आपल्याला आयुष्याचं

'गोष्टीकरण' करता येतं. मनातले शब्द भूतकाळाला आकार देतात आणि भविष्यासाठी एक कथानक रचतात. निरनिराळ्या स्मृतींमध्ये हिंदकळून आपली स्वगतं आठवणींचं एक चेता-कथानक विणतात. भाषा आपल्या मेंदूच्या स्व-ओळखीच्या भागाच्या शिवणीवर भूतकाळाचे टाके घालते.

एका वेळेस अनेक कामे करण्याची मेंदूची क्षमता आतल्या आवाजाइतकीच वैविध्यपूर्ण आणि महत्त्वाची आहे. पण तिची खरी किंमत जाणून घ्यायची असेल तर आपले शाब्दिक विचार नाहीसे झाले तर काय होईल याची कल्पना करून बघावी लागेल. हे कितीही अशक्य कोटीतलं वाटलं तरी ही केवळ कल्पना नाही, कारण काही वेळेस असं खरोखरंच होत असतं.

स्वप्नांच्या नंदनवनात जाताना :

१० डिसेंबर १९९६ची गोष्ट, जिल बोल्ट टेलर रोजच्यासारखी पहाटे झोपेतून उठली होती. ही सदतीस वर्षांची चेतारचनाशास्त्रज्ञ हार्वर्ड विद्यापीठाच्या मनोचिकित्सा प्रयोगशाळेत मेंदूच्या रचनेचा अभ्यास करत असे. मोठ्या मेंदूच्या बाह्यांगाचा नकाशा तयार करून त्यातील पेशीय देवाणघेवाणीचा व त्यातून निर्माण होणाऱ्या वर्तणुकीचा अभ्यास करण्यामागची मुळं तिच्या घरातच होती. तिच्या भावाला स्किझोफ्रेनिया होता. तो दूर करणं शक्य नाही हे तिला माहीत असलं तरी त्यामुळेच मनाची रहस्यं उलगडण्याची प्रेरणा तिला मिळाली होती. तिची त्या मार्गावरची वाटचाल व्यवस्थित सुरू असतानाच, त्या दिवशी, तिच्या मेंदूने नीट काम करणं बंद केलं.

बोल्ट टेलर आपल्या कार्डिओ यंत्रावर व्यायाम करण्यासाठी बिछान्यातून बाहेर पडली तर खरं, पण तिला स्वत:पासून स्वत:च वेगळं झाल्यासारखं वाटत होतं. तिला डोळ्यामागे ठसठसणारी वेदना जाणवत होती, गार आइसक्रीम खाल्ल्याने लागणाऱ्या क्षणिक कळेसारखी. मग जशी तिने व्यायाम करायला सुरुवात केली, आणखीनच विचित्र गोष्टी घडू लागल्या. मशीनवर असताना आपली गती धिमी होत असून स्वत:च्या अस्तित्वाची जाणीव कमी-कमी होत चालली आहे असं तिला वाटू लागलं. ''मला माझ्या शरीराचं आकारमानच ठरवता येत नव्हतं'', नंतर ती सांगत होती, ''इतकंच काय मी कुठे सुरू होते आणि कुठे संपते हेही मला कळत नव्हतं.''

तिने केवळ भौतिक जगातली आपल्या शरीराची जाणीव गमावली नव्हती, तर ती स्वत:चं स्वत्वही गमावू लागली होती. घर सोडून दुसरीकडे वस्तीला जावं तशा आपल्या भावना आणि आठवणी आपल्याला सोडून जात आहेत असं तिला वाटू लागलं. साधारण मानसिक जागृतावस्थेत लखलखणाऱ्या तिच्या खास अशा जाणिवा आणि प्रतिक्रिया क्षणाक्षणाला धूसर होऊ लागल्या. आपले विचार त्यांचं रूप हरवत असून त्याबरोबर तिचे शब्दही हरवत आहेत असं तिला वाटलं. तिचा शब्दप्रवाह एखाद्या आटत चाललेल्या नदीसारखा आटत गेला. तिच्या मेंदूची भाषिक यंत्रसामग्री ठप्प पडली.

तिच्या मेंदूच्या डावीकडे एक रक्तनलिका तडतडली. तिला मस्तिष्काघात झाला होता.

तिच्या शारिरीक हालचाली आणि भाषिक क्षमता जरी खूप मंदावल्या होत्या तरी तिने कसाबसा एका सहकाऱ्याला फोन केला, ज्याला लगेच काहीतरी गडबड आहे याचा अंदाज आला. थोड्याच वेळात बोल्ट टेलर एका ॲम्ब्युलन्समध्ये मॅसॅच्युसेट्स सार्वजनिक इस्पितळाकडे रवाना झाली होती. ''मला माझा आत्माच गळपटून गेला की काय असं वाटलं होतं,'' ती सांगत होती. ''माझ्या जीवनाने माझ्या तालावर नाचणं बंद केलं होतं.'' ती जवळपास मरणारच होती आणि तिने आयुष्याला अलविदाही केलेला होता.

पण ती जिवंत राहिली. त्याच दिवशी दुपारी इस्पितळात तिला जाग आली तेव्हा आपण अद्याप जिवंत आहोत याचंच तिला नवल वाटत होतं. पण तिचं आयुष्य मात्र दीर्घ काळ पूर्ववत होणार नव्हतं. तिचा आतला आवाज जवळपास नाहीसा झाला होता. ''माझे शाब्दिक विचार आता अनियमित, तुटक झाले होते. मध्येच कधीही येणाऱ्या शांततेने त्यात व्यत्यय येत होता,'' ती नंतर सांगत होती; ''मी एकटी होते. त्या विवक्षित क्षणी मी पूर्णपणे एकटी होते, सोबतीला फक्त माझ्या हृदयाचे ठोके.'' तिच्या सोबत तिचे विचारसुद्धा नव्हते, कारण तिला आता पूर्वीसारखे विचारच 'होत' नव्हते.

तिची कार्यस्मृती निकामी झाली होती ज्यामुळे तिला साधीसाधी कामं करणंही अशक्य झालं होतं. भाषाशास्त्रीय मंडल उसवल्यासारखं वाटत होतं. स्वसंवाद गप्प झाला होता. ती आता भूतकाळात संचार करणारी किंवा भविष्यातील मनोराज्ये रंगवणारी मनस्वी कालप्रवासी राहिलेली

नव्हती. तिला कधी नव्हे इतकं असुरक्षित वाटत होतं, जणू काही ती बाह्य अवकाशात गिरक्या घेतेय. तिच्या मनोव्यापारात शब्द कधी फिरून परततील की नाही याचाच ती 'नि:शब्द'पणे विचार करत होती. शब्दांच्या माध्यमातून आत्मपरीक्षण करता येत नसल्याने आता ती पूर्वीच्या परिभाषेतली माणूस म्हणून उरली नव्हती. ''भाषा आणि सरळ विचार करण्याच्या क्षमतेच्या अभावी मला माझ्या पूर्वीच्या आयुष्यापासून तुटल्याची जाणीव होत होती,'' तिने नंतर लिहिलं.

या सगळ्यात सर्वांत महत्त्वाचं म्हणजे ती तिची 'ओळख' विसरली होती. जवळपास चार दशकं तिच्या आतल्या आवाजाने रचलेलं कथानक आपोआपच पुसल्या गेलं होतं. तिच्या डोक्यातले छोटे छोटे आवाज, जे तिच्या मते, तिला 'ती' बनवण्यास कारक होते, आता मूक झाले होते. ''मी खरंच अद्यापही 'मी'च होते का? मी अजूनही डॉ. जिल बोल्ट टेलर कशी असू शकेन जेव्हा तिच्या अनुभवांशी, विचारांशी आणि भावबंधांशी माझा संबंधच राहिलेला नाहीये?''

जेव्हा मी जिल बोल्टवर गुदरलेल्या परिस्थितीची कल्पना करतो तेव्हा अंगावर शहारे येतात. स्वत:शी बोलता न येणं, स्वत:ला सूचना द्यायला भाषेचा वापर करता न येणं, अनुभवांची सुसंगत वीण घालता न येणं किंवा भविष्याचं नियोजन करता न येणं हे एखाद्या माथेफिरूने पाठवलेल्या पत्रापेक्षा नक्कीच फार वाईट होतं. पण तरीही यापुढे तिची कथा आणखी विचित्र आणि अधिक रंगतदार होत गेली.

मी जितका घाबरलो किंवा तिच्या जागी दुसऱ्या कुणालाही जसं वाटेल तेवढी काही बोल्ट टेलर घाबरलेली नव्हती. उलट, तिची आयुष्यभराची संभाषणं नाहीशी झाल्याने तिला एका अभूतपूर्व सुखाची अनुभूती होत होती. ''माझ्या आजारी मेंदूतली वाढती पोकळी फार आकर्षक होती,'' तिने नंतर लिहिलं, ''सतत चाललेल्या वटवटीपासून झालेल्या सुटकेचं मी स्वागतच केलं.''

तिच्याच शब्दांत सांगायचं तर ती स्वप्नांतल्या नंदनवनात बागडत होती.

एकीकडे भाषा आणि स्मृती चोरीला जाण्यानं तिला भयभीत आणि एकाकी वाटत होतं, तर दुसरीकडे मुक्त झाल्याची अत्यानंदाची भावना होती. जुनी ओळखच आता नसल्यामुळे त्यापासून पुन्हापुन्हा येणाऱ्या

दुखऱ्या आठवणी, चालू ताणतणाव आणि घोंघावणाऱ्या अस्वस्थतांपासून ती मोकळी झाली होती. आतला आवाजच नसल्याने वटवटही नव्हती. तिच्या मते हा एक फायद्याचा सौदा ठरला होता. याचं कारण म्हणजे मस्तिष्काघात होण्यापूर्वी आपण आपलं गजबजलेलं अंतर्जगत हाताळायला शिकलो नव्हतो, असं तिला नंतर वाटलं. नकारात्मक विचारांच्या गर्तेत बुडताना आपल्या सगळ्यांसारखंच तिलाही स्वत:च्या भावनांना आवर घालणं अवघड होतं.

मस्तिष्काघात झाल्यानंतर अडीच आठवड्यांनी बोल्ट टेलरच्या मेंदूतून गोल्फ चेंडूच्या आकाराचा रक्ताचा गोळा शस्त्रक्रिया करून काढण्यात आला. तिला पूर्णपणे तंदुरुस्त व्हावयास तब्बल आठ वर्षे लागली. ती आजही मेंदूसंदर्भातलं संशोधन करत असते आणि सोबतच आपली कहाणीसुद्धा जगाला सांगत असते. ती सांगताना आतला आवाज मूक झाल्यावर स्वभावात आलेली कमालीची उदारता आणि समाधानाची भावना यांवर तिचा भर असतो. तिच्या मते, मानसिक आरोग्यासाठी स्व-संवादावर लक्ष ठेवणं फार महत्त्वाचं आहे या मताची ती आता मोठी पुरस्कर्ती बनली आहे.

तिचे वेगवेगळे अनुभव आपल्याला एकच महत्त्वाची गोष्ट सांगतात ती म्हणजे आपला आपल्या आतल्या आवाजाशी कसा सतत संघर्ष चालू असतो. तो इतका टोकाचा असतो की ज्यामुळे आपल्याला व्यवहार करता येतात, विचार करता येतात आणि ज्यामुळे आपण 'आपण' असतो तो शाब्दिक विचार प्रवाह लुप्त झाल्यावर आपल्याला अत्यानंद होतो. आपला आतला आवाज किती प्रभावी असतो याचा हा ढळढळीत पुरावा आहे. संशोधनाने हेच तत्त्व जरा कमी अपवादात्मक परिस्थितीत सिद्ध करता येतं. आपले विचार केवळ आपल्या अनुभवांनाच नासवू शकतात असं नव्हे, तर जवळपास सगळ्याच गोष्टी डागाळू शकतात.

२०१० साली प्रसिद्ध झालेल्या एका संशोधानात हेच अधोरेखित झालंय. आतले अनुभव सतत बाहेरच्या अनुभवानांना खुजं ठरवण्याचा प्रयत्न करत असतात, असं शास्त्रज्ञांना आढळलं. प्रयोगात सहभागींचा आनंद ते प्रत्यक्ष काय 'करत' आहेत यापेक्षा ते कशाचा विचार करत आहेत यावर जास्त अवलंबून होता असं दिसून आलं. बऱ्याच लोकांना जे जीभ आंबट करणारे अनुभव येतात, त्याचं बीज इथे दडलेलं आहे. उदाहरणार्थ, तुम्ही अशा एका परिस्थितीत आहात जिथे वास्तविक पाहता तुम्ही आनंदी

असावयास हवं (जसं मित्रांसोबत वेळ घालवणं किंवा एखादं यश साजरं करणं) परंतु नेमका तेव्हाच एखादा जुना विचार रवंथ केल्यासारखा वर येऊन तुमचं मन खट्टू करतो. तुमचा मूड तुम्ही काय केलं यावर अवलंबून नसून तुम्ही कोणता विचार करता यावर अवलंबून असतो.

आतला आवाज शांत असताना लोकांना जो आराम मिळतो त्याचा अर्थ असा नव्हे की आतला आवाज म्हणजे उत्क्रांतीने आपल्याला दिलेला एक शाप आहे. आपण आतापर्यंत पाहिलं त्याप्रमाणे न्यू यॉर्कचे रस्ते असो की आपली झोपेतेली स्वप्नं, डोक्यातल्या आवाज सतत आपल्या सोबत असतो; कारण ही केवळ आपल्यालाच मिळालेली एकमेवाद्वितीय देणगी आहे. त्यायोगे आपण व्यावहारिक जगात वावरणं, उद्दिष्टं साध्य करणं, नवनिर्माण करणं, इतरांशी जोडलं जाणं आणि स्वत:ला परिभाषित करणं या गोष्टी उत्तमरीत्या करू शकतो. परंतु तोच जेव्हा वटवटीचं रूप घेतो तेव्हा मात्र आपल्याला या सगळ्या गोष्टी दिसेनाश्या होऊ शकतात आणि हा आतला आवाज नसताच तर किती बरं झालं असतं, असंही आपल्याला वाटू शकतं.

आपल्या मानसिक शब्दप्रवाहांना काबूत कसं ठेवायचं याबाबत विज्ञान काय म्हणतं हे बघण्याआधी मुळात अशा हस्तक्षेपाची गरज निर्माण व्हावी इतके या वटवटीचे वाईट परिणाम कोणते असतात हे जाणून घेणं गरजेचं आहे. हे विध्वंसक शब्दप्रवाह आपल्या मनाला, शरीराला आणि नात्यांना काय इजा पोहोचवू शकतात हे जेव्हा तुम्ही जवळून बघाल तेव्हा न्यू यॉर्कच्या रस्त्यावर कोणी दोन आसवं गाळणं ही किती स्वस्तातली सुटका आहे हे तुम्हाला पटेल.

प्रकरण दोन

स्वत:शी बोलणं जेव्हा उलटतं

पहिली वाइल्ड पिच तर अपघातानेच पडल्यासारखी वाटली होती.

तो ३ ऑक्टोबर २०००चा दिवस होता. सेंट लुईस कार्डिनल आणि ॲटलांटा ब्रेव्ह्ज दरम्यान नॅशनल लीग बेसबॉलच्या प्ले ऑफ राउंडमधला पहिला सामना सुरू होता. कार्डिनलचा पिचर रिक ॲन्किलला त्याने टाकलेला चेंडू त्याच्या कॅचरच्या दूरून टप्पे खात सीमारेषेकडे गेलेला दिसला. रनरने पहिल्या स्थानाकडून दुसऱ्या स्थानाकडे धाव घेतली तसा प्रेक्षकांनी थोडा 'आ' वासला. तरीही त्यांचा सूर पाठराखणीचाच होता; कारण शेवटी सेंट लुईससाठी बुश स्टेडिअम म्हणजे घरचं मैदान होतं आणि त्याच्या एखाद्या वाइल्ड थ्रोमुळे काही डाव बिघडणार नव्हता. बेसबॉलमध्ये महान पिचर्सचे चेंडूसुद्धा कधीकधी बहकतात आणि ॲन्किलसुद्धा काही सर्वसाधारण पिचर थोडेच होता.

वयाच्या सतराव्या वर्षी शाळा सोडलेल्या आणि ९४ मैल प्रतितास वेगाने चेंडू फेकणाऱ्या या मुलात गेल्या कित्येक दशकांतला सर्वोत्तम पिचर बनण्याची प्रतिभा दडलेली आहे असं निवड समिती व निरीक्षकांचं मत होतं. दोन वर्षांनंतरचं त्याचं वयस्कांच्या सामन्यातलं पदार्पण तर खचितच निराशाजनक नव्हतं. २००० सालचा हंगाम हा त्याने खेळलेला पहिला पूर्ण हंगाम. त्यात त्याने तब्बल १९४ बॅटर्सना तंबूत पाठवलं आणि आपल्या संघाला अकरा सामन्यांत विजय मिळवून देत प्ले ऑफपर्यंत पोहोचण्याचा मार्ग सुकर केला. ही सगळी एका उत्तुंग कारकिर्दीचीच लक्षणं होती. त्यामुळे ब्रेव्ह्जविरुद्धच्या प्ले ऑफच्या त्या सामन्यात त्याला सलामीचा पिचर म्हणून

निवडलं गेलं यात काहीच नवल नव्हतं. आतापर्यंत तो जे करत आला तेच त्याला आताही करायचं होतं, ते म्हणजे बेसबॉल फेकणं.

ॲन्किलने ती वाइल्ड पिच विसरण्याचा प्रयत्न केला. तो केवळ एक अपघात होता ज्यात फारसं काळजी करण्यासारखं काही नव्हतं. अजून फक्त तिसराच डाव चालू होता आणि त्याच्या संघाने आधीच ६-० अशी नाट्यमय आघाडी घेतलेली होती. शिवाय त्याची वाइल्ड पिच काही तितकीशी वाईट नव्हती. चेंडू थोडा भरकटत त्याच्या कॅचरपासून लांबून निघून गेला होता इतकंच. खरं म्हणजे अधिक चांगलं खेळून सामना चटकन संपवण्याचाच त्याचा विचार होता. तरी तो माउंडवर उभा झाला तेव्हा विचारांची एक खाजखुजरी त्याच्या मनात उगवलीच. ''अरे बाप रे,'' तो स्वत:शीच म्हणाला, ''हे काय केलं मी? टीव्हीवर सगळ्या देशादेखत मी चक्क एक वाइल्ड पिच टाकली.'' या व्यतिरिक्तही काळजी करण्यासारखी आणखी एक गोष्ट त्याच्याकडे होती हे मात्र त्याला माहीत नव्हतं.

काही क्षणांतच, कॅचरचे इशारे ओळखून ॲन्किलने आपला डावा हात घुमवला आणि... पुन्हा एक वाइल्ड पिच टाकली.

या वेळी गर्दीने थोडा मोठा आणि लांब उसासा सोडला. जणू काही काहीतरी गडबड झाली असावी; दुसऱ्या बेसवरचा रनर तिसऱ्या बेसकडे धावत असताना काळ्याशार डोळ्यांचा, एकवीस वर्षीय ॲन्किल च्युइंग-गम चघळत निर्विकार चेहऱ्याने उभा होता. हरवलेला. कॅचरने चेंडू पुन्हा हस्तगत केला आणि दुपारचा सूर्य जसा अंशाअंशांनी कलतोय तसा आपलाही मनावरचा ताबा सुटत चाललाय आणि ते - त्याच्याच शब्दांत सांगायचं तर - एका 'राक्षसा'च्या ताब्यात जातंय, असं त्याला वाटलं. हा राक्षस म्हणजेच त्याचा तो अंतर्यामी क्रूर टीकाकार असलेला शाब्दिक विचारप्रवाह. त्याच्या वर्षानुवर्षांच्या मेहनतीवर पाणी फेरू शकेल इतका विषारी आणि प्रेक्षागारातल्या बावन्न हजार चाहत्यांच्या गोंगाटापेक्षाही मोठ्याने बोलणारा.

अस्वथता. धास्ती. भीती.

सगळी दानं योग्य ठिकाणी पडलेला एक युवा ख़ेळाडू होता तो जो स्वत:च्या असुरक्षिततेकडे दुर्लक्ष करू शकत नव्हता.

ॲन्किल अमेरिकन स्वप्नाचं एक मूर्तिमंत उदाहरणच होता. फ्लोरिडातल्या एका छोट्या शहरातून आलेला, आपल्या निसर्गदत्त कौशल्याचा पुरेपूर वापर करणारा एक मुलगा. परंतु त्याचं बालपण काही

तितकं रम्य नव्हतं. त्याचा बाप होता एक भुरटा गुन्हेगार आणि व्यसनी इसम. शाब्दिक आणि शारीरिक छळ करणारा. त्यामुळे इतक्या वर्षांतल्या भावनिक दु:खाची त्याला खोलवर जाण होती. साहजिकच बेसबॉल हा त्याच्याकरता केवळ एक व्यवसाय नव्हता तर एक त्याचा एक कोश होता जिथे त्याला चांगलं वाटत होतं. आयुष्य सोपं वाटत होतं कारण त्या खेळात एक विशेष आनंद अनुस्यूत होता जो त्याला कुटुंबात कधीच मिळाला नव्हता. आता मात्र प्रथमच काहीतरी विचित्र आणि वरवर पाहता त्याच्या हाताबाहेरचं असं काही घडायला सुरुवात झाली होती. तो गलितगात्र झाला होता. भीतीने त्याला ग्रासून टाकलं होतं.

तरीही त्याने पुन्हा उचल खाण्याचा निश्चय केला. त्याने त्याचं लक्ष त्याच्या वजनावर, पवित्र्यावर, हातावर केंद्रित केलं. चेंडू योग्य ठिकाणी फेकण्यासाठी एक पाय वर करून, हात उगारून सुयोग्य असा 'वाइंड अप' पवित्रा फक्त त्याला घ्यायचा होता. तसा तो त्याने घेतला.

आणि त्याने पुन्हा एक वाइल्ड पिच टाकली.

त्यानंतर आणखी एक.

त्यानंतर आणखी एक.

कार्डिनल संघाने आणखी काही धावा द्यायचा आत ॲन्किलला बंद करण्यात आलं. तो त्याच्या 'राक्षसा'सकट तंबूत गडप झाला.

त्या दिवशीचं माउंडवरचं त्याचं प्रदर्शन लाजिरवाणं आणि अनपेक्षित, दोन्ही होतं. एखाद्या पिचरने एका डावात सलग पाच वाइल्ड पिच टाकायला शंभरांहून जास्त वर्षं होऊन गेली होती. तो वेदनादायक खेळही कालांतराने विस्मरणात गेलाच असता जर त्यानंतर जे घडलं ते घडलं नसतं तर.

नऊ दिवसांनतर न्यू यॉर्क मेट्स संघाविरुद्ध पिच करायला ॲन्किलला बोलावण्यात आलं, तेव्हाही तेच झालं. राक्षस परत आला आणि ॲन्किलने आणखी जास्त वाइल्ड पिच टाकल्या. या वेळेस तर त्याला डाव संपण्याआधीच बंद करण्यात आलं. ही नामुष्की तर काही तिथे संपली नाही, परंतु वयस्कांच्या लीगमधला पिचर म्हणून त्याची छोटीशी कारकिर्द मात्र संपली.

पुढच्या हंगामात ॲन्किलने काही सामन्यांत पिचिंग केलं. या वेळेस मात्र मैदानात उतरण्याआधी स्वत:वर ताबा ठेवण्यासाठी त्याला मद्याचा सहारा घ्यावा लागला. परंतु दारूसुद्धा त्याचं मन शांत ठेवू शकली नाही.

त्याचं पिचिंग सुधारलं नाही. त्याला पुन्हा अल्पवयीन संघात पाठवण्यात आलं. तिथे कशीबशी रडतखडत तीन वर्षं काढल्यावर २००५ साली अवघ्या पंचविसाव्या वर्षी तो बेसबॉलमधून दुर्दैवीपणे निवृत्त झाला.

''मला आता हे कधीच जमणार नाही,'' तो त्याच्या प्रशिक्षकाला म्हणाला होता.

रिक ॲन्किल आता पुन्हा कधीच व्यावसायिकपणे पिचिंग करू शकणार नव्हता.

निखळणं आणि चारचा जादूई आकडा :

एखाद्या विद्येत आपण पारंगत असताना एकाएकी कुठलीच विद्या न येण्यापर्यंत घसरत आपली 'महाशक्ती' गमावणारा रिक ॲन्किल हा काही पहिलाच अव्वल दर्जाचा खेळाडू नव्हे. वर्षानुवर्षं एखाद्या कौशल्यात प्रावीण्य मिळवण्यात घालवल्यानंतर एके दिवशी अचानक ते एखाद्या भंगार जराजर्जर शेवरलेट मोटारीसारखं मोडीत निघताना पाहण्याची वेळ अनेकांवर येते, हे वारंवार दिसून आलं आहे. हे केवळ मैदानी खेळाडूंपुरतंच मर्यादित नाही. एखादं विशेष कौशल्य आत्मसात केलेल्या कुणाबद्दलही ते खरं आहे. जसं तास घेण्यासाठी धडे गिरवून येणारे शिक्षक असोत, संभाव्य गुंतवणूकदारांना पटवण्यासाठी भाषण पाठ करून आलेले स्टार्ट-अप कंपन्यांचे मालक असोत किंवा अनेक वर्षांच्या सरावानंतर गुंतागुंतीच्या शस्त्रक्रियेत निष्णात झालेले शल्यविशारद असोत. ही कौशल्यं नाहीशी होण्याचं मूळ कारण आपले स्वत:शी असलेले संवाद आपल्या 'अवधाना'वर कसा परिणाम करतात यात दडलेलं आहे.

प्रत्येक क्षणी आपल्यावर माहितीचा मारा होत असतो. उदाहरणार्थ, अगणित दृश्यं आणि आवाज आणि त्यांद्वारे प्रज्वलित होणारे विचार आणि भावना. अवधानामुळे अनावश्यक वस्तूंना चाळणी लावून कामाच्या गोष्टींवर लक्ष केंद्रित करणं आपल्याला शक्य होतं. या अवधानाचा बराचसा भाग हा प्रतिक्षिप्त असतो. जसं एखाद्या मोठ्या आवाजाकडे आपोआप कान टवकारले जाणं. असं असलं तरी ज्या गोष्टीबद्दल अवधान बाळगणं गरजेचं आहे अशा कामावर जाणीवपूर्वक मन एकाग्र करता येणं हे मानवप्राण्याचं एक खास वैशिष्ट्य आहे.

जेव्हा आपण भावनावेगात वाहवत जातो, जसं २००० सालच्या एका शारदीय दिवशी रिक ॲन्किलचं झालं, तेव्हा आपला आतला आवाज कोणतं एक काम न चुकता करत असेल तर ते म्हणजे आपलं अवधान काबूत ठेवणं. त्यामुळे इतर सर्व गोष्टी सोडून आपल्या मार्गात येऊ शकणाऱ्या प्रत्येक बारीकसारीक अडथळ्याचाच आपण विचार करत राहतो. इतर वेळी हे उपयोगी असलं तरी ॲन्किलच्या पिचिंगसारख्या कामात, जिथे आपण आत्मसात केलेलं कौशल्य 'आपोआप' प्रकट होणं आवश्यक आहे तिथे मात्र हे उपयोगाचं नसतं. हे समजण्यासाठी, खेळाडूंच्या 'स्वयंचलित' हालचालींचा त्यांना यशाची शिखरे गाठण्यात कसा उपयोग होतो हे पाहणं उपयुक्त ठरेल.

११ ऑगस्ट २०१९ रोजी सिमोन बाइल्स या अमेरिकन महिला जिम्नॅस्टने अमेरिकन जिम्नॅस्टिक्स अजिंक्यपद स्पर्धेत फ्लोअर रूटीनवर शरीर एकाच वेळी दोन वेगवेगळ्या अक्षांवर फिरवत ट्रिपल-डबल फ्लिप मारणारी पहिला महिला बनून इतिहास घडवला. एका भाष्यकाराच्या मते, ''अशा कलाबाजीसाठी अचाट किंबहुना अ-मानवी म्हणावी अशी ताकद, ताळमेळ आणि प्रशिक्षणाची गरज असते.'' प्रत्यक्षात ते करताना प्रत्येक हालचालीचा सुटा सुटा विचार करणं अशक्य असतं, कारण जे काही घडतं ते हवेत, जिथे भौतिकशास्त्राचे नियम ताबडतोब रंग दाखवत असतात. शरीर विरुद्ध गुरुत्वाकर्षण.

जवळपास अशक्य कोटीतली ही मूव्ह करताना बाइल्सला तिचं शरीरं एकाच वेळी दोन अक्षांभोवती फिरवायचं होतं अधिक दोन बॅकफ्लिप मारायच्या होत्या आणि हे करताना तीन गिरक्याही मारायच्या होत्या. म्हणूनच त्याला म्हणतात ट्रिपल-डबल. तिची ही मूव्ह म्हणजे तिच्या मेंदूने वर्षानुवर्षांच्या सरावाने आजवर आत्मसात केलेल्या सगळ्या हालचालींचा आपोआप होणारा परिपाक म्हणता येईल. त्यात धावणं, उड्या मारणं, कोलांट्या उड्या, उलट्या कोलांट्या, गिरक्या आणि जमिनीवर उतरणं हे आलं. ही ट्रिपल-डबल साध्य करण्यामध्ये तिने अनेक मूव्हमेंट्सना एकत्र जोडलं होतं आणि अनेक वर्षं सराव केला. तो इतका की तिला मेंदूच्या जागृत नियंत्रणाचीही गरज उरली नाही. बाइल्सचा आतला आवाज तिची प्रत्येक कृती नियंत्रित करत नव्हता, अर्थात प्रेक्षक बेधुंद झाल्यावर त्याने आनंदाने उड्या मारल्या असतील हे मात्र निश्चित.

इतर सर्व मैदानी खेळाडूंप्रमाणेच बाइल्सनेसुद्धा आपल्या सुट्या सुट्या कृतींना एकत्र सांधून सराव करतच ट्रिपल-डबलची बांधणी केली होती. अखेरीस त्या हालचालींच्या साखळीतली निरनिराळी कडी एकत्र येऊन एकच एकसंध कृती तयार झाली. शरीराची 'स्वयंचलित' यांत्रिकी, ती एकमेकांना जोडण्याची मेंदूची क्षमता (आणि अर्थातच उत्कृष्ट गुणसूत्रे) यामुळे बाइल्स क्रीडा इतिहासात अढळ स्थानी जाऊन पोहोचली. ॲन्किलचा शक्तिपात होईस्तोवर तोसुद्धा अशाच मार्गावर होता. बिनचूक हालचाली आणि शक्तिशाली दंड घेऊन. पण मग त्या दिवशी माउंडवर नक्की काय झालं होतं?

तर तो 'निखळला' होता.

ॲन्किलचा शब्दप्रवाह हा एका प्रखर प्रकाशझोतात परावर्तित झाला. या झोताने पिचिंग करताना करावयाच्या प्रत्येक बारीकसारीक हालचालीवर त्याचं लक्ष केंद्रित केलं, इतकं की न कळतच त्या कृतीचे तुकडे-तुकडे झाले. सुरुवातीच्या काही वाइल्ड पिचेसनंतर त्याने मानसिक माघार घेतली. आता तो चेंडू फेकण्यात सामील कंबर, पाय, हात यांच्या नीट 'बसवलेल्या' हालचालींच्या गतिकीचा विचार करू लागला. वरवर पाहता हे शहाणपणाचं आणि अंत:प्रेरणेचं दर्शन वाटू शकेल. ज्या गोष्टी त्याने आजवर अक्षरश: हजार-हजारदा घासून यशस्वीरीत्या पक्क्या केल्या होत्या त्याच गोष्टी दुरुस्त करण्यासाठी तो आता मेंदूवर खेकसत होता. नेमकी इथेच गडबड झाली.

तुम्ही एक तज्ज्ञ लेखापाल असलात तरी जेव्हा टॅक्स रिटर्न भरायची वेळ येते तेव्हा मात्र तुमचा हिशोब तीन-तीनदा ताडून बघत असता. त्याने फायदाच होतो. परंतु काही वेळेला पिचिंगसारखी बांधीव कामं आपल्याला दबावाखाली करायची असतात. ती स्वयंचलितपणे होणं अपेक्षित असतं. कामं करताना विचारही करण्याची गरज भासू नये इतकी ती आपण आत्मसात केलेली असतात. अशा वेळी या प्रवृतीमुळे त्या कष्टसाध्य क्लिष्ट विद्येचं विच्छेदन होत असतं. आपल्याला एखाद्या प्रश्नाच्या विचारात बुडवून टाकण्याच्या आतल्या आवाजाच्या प्रवृत्तीमुळे नेमकं हेच होत असतं. त्यामुळे आपल्या वर्तणुकीच्या एखाद्या भागाकडे आपलं नको तितकं लक्ष जातं. परिणामी, तो भाग म्हणजेच आपलं पूर्ण काम आहे असं वाटू लागतं. याचा परिणाम म्हणजे अति विश्लेषणाने येणारं अधूपण.

या वटवटीमुळे ॲन्किलची पिचर म्हणून असलेली कारकिर्द धुळीस मिळाली. पण आपला आतल्या आवाजाने धोका दिल्यावर फक्त स्वयंचलित

कौशल्यंच बिघडतात, असं नव्हे. किंबहुना, आपल्याला इतर प्राण्यांपासून वेगळं करणाऱ्या अनेक गोष्टींपैकी एक गोष्ट म्हणजे केवळ स्वयंचलित कामं करण्याची आपली क्षमता तर आहेच; पण त्यासोबतच एखाद्या गोष्टीवर जाणीवपूर्वक लक्ष एकाग्र करण्याची आपल्या मनाची क्षमतासुद्धा आहे.

तार्किक कारणमीमांसा करता येणं, प्रश्न सोडवणं, एका वेळी अनेक कामं करणं, स्वत:वर नियंत्रण ठेवता येणं या आपल्या इतर क्षमता. त्यामुळे आपल्याला कामाच्या ठिकाणी, कुटुंबात आणि आयुष्यातल्या इतर महत्त्वाच्या प्रसंगी शहाणपणाने, सर्जकतेने आणि अक्कलहुशारीने गोष्टी सांभाळता येतात. हे करण्यासाठी आपण नेमकं, सजग आणि लवचीक असणं आवश्यक आहे आणि त्यासाठी आपण आपल्या मेंदूच्या मुख्य कार्यकारी अधिकाऱ्याचे म्हणजे मेंदूच्या कार्यकारी गुणधर्मांचे आभार मानायला हवेत. अर्थात हे गुणधर्मसुद्धा आपल्या आडमुठ्या आतल्या आवाजाच्या लहरींवर अवलंबून असतात.

आपल्या इच्छेप्रमाणे आपले विचार आणि वर्तणूक बदलण्याच्या क्षमतेचा पाया याच कार्यकारी गुणधर्मांनी बनलेला आहे. आपल्या कपाळामागे असलेल्या मेंदूच्या अति पुढच्या प्रदेशातले भाग त्यांना बव्हंशी कारक असतात. आपल्या अंत:प्रेरणा जेव्हा कमी पडतात आणि आपल्या वर्तणुकीला सजगपणे दिशा देण्याची गरज असते तेव्हा हस्तक्षेप करणं हे त्यांचं काम असतं. मनात सुसंगत तेवढीच माहिती वापरात ठेवणं (कार्यकारी स्मृती ही कार्यकारी गुणधर्मांचाच एक भाग असते), अतिरिक्त माहिती चाळून टाकणं, बाहेरच्या व्यत्ययांकडे दुर्लक्ष करता येणं, कल्पनांशी खेळता येणं, जिथे गरज आहे त्याकडेच लक्ष देता येणं आणि स्वनियंत्रण करता येणं (उदाहरणार्थ, नवी ब्राउजर विंडो उघडण्याची किंवा निरर्थकपणे विकीपिडिया चिवडत बसण्याची खुमखुमी टाळता येणं), हे सगळं या गुणधर्मांमुळेच शक्य होतं. थोडक्यात, आपल्या कार्यकारी गुणधर्मांशिवाय आपल्याला जगात वावरणं मुश्किल आहे.

मेंदूला अशा चेताशास्त्रीय नेतेपणाची गरज का असते? कारण एखाद्या गोष्टीकडे लक्ष देणं, शहाणपणाने कारणमीमांसा करणं, सर्जनशील विचार करणं आणि विविध कामं करणं यांसाठी तुम्हाला बरेचदा स्वयंचलित भूमिकेतून बाहेर पडून जाणीवपूर्वक काही प्रयत्न करणं आवश्यक असतं. आणि हे सगळं करताना तुमच्या कार्यकारी गुणांची फार दमछाक होते,

कारण त्यांचीही क्षमता शेवटी मर्यादितच असते. अनेक प्रोग्राम एकाच वेळी उघडल्यावर एखादा संगणक जसा हळूहळू चालू लागतो तसंच तुमचे कार्यकारी गुणधर्म त्यांच्याकडून असलेल्या मागण्या वाढल्या की निकृष्टपणे काम करू लागतात.

या मर्यादित क्षमतेचं प्रसिद्ध उदाहरण म्हणजे चारचा जादूई आकडा. म्हणजेच एकाच वेळी माहितीचे तीन किंवा पाच एकक धारण करण्याची आपल्या मनाची क्षमता. उदा., एक अमेरिकन फोन क्रमांक घेऊ. २००३५०२७६५ यापेक्षा २००-३५०-२७६५ हे लक्षात ठेवणं खूपच सोपं आहे, नाही? दुसऱ्या प्रकारात तुम्ही या फोन क्रमांकाचे गट पाडले आहेत. म्हणजे तुम्ही माहितीचे तीन तुकडे लक्षात ठेवण्याचा प्रयत्न करत असता. दर पहिल्या प्रकारात तुम्ही सलग दहा तुकड्यांत असलेली माहिती ध्यानात ठेवण्याचा प्रयत्न करत असता ज्यामुळे तुमच्या व्यवस्थेवर अतिरिक्त ताण येतो.

तुमच्या मेहनती कार्यकारी गुणधर्मांना मिळणारी प्रत्येक चेतापेशी हवीच असते. पण आतला नकारात्मक आवाज आपल्या चेताक्षमतेला जखडून ठेवतो. आपल्या शाब्दिक रवंथामुळे आपलं ध्यान आपल्या भावनिक दु:खाभोवती केंद्रित होतं असतं. त्यामुळे आपल्याला अधिक उपयोगी होतील अशा चेतापेशी या प्रक्रियेत वाया जातात. थोडक्यात, आपण आपल्या कार्यकारी गुणांना दुहेरी कामाला जुंपतो. एक म्हणजे आपल्याला जे काम करायचं आहे ते आणि दुसरं म्हणजे आतल्या आवाजचं रडगाणं ऐकणं. चेताविज्ञानानुसार अशा प्रकारे वटवट आपलं ध्यान भरकटवते आणि धूसर करते.

नकारात्मक शब्दप्रवाहामुळे येणाऱ्या व्यत्ययाशी आपण परिचित आहोत. जवळच्या व्यक्तीशी कडाक्याचं भांडण झाल्यावर तुम्ही कधी एखादं पुस्तक वाचण्याचा किंवा खूप काळजीपूर्वक लक्ष देऊन पार पाडावं लागतं असं काम करण्याचा प्रयत्न केला आहे का? किती अवघड असतं ना ते. कारण तुमच्या या अंतर्गत टीकाकारामुळे येणारे सगळे नकारात्मक विचार, त्यांची सततची कटकट आणि त्यामुळे चेतासंस्थेवर पडणाऱ्या धाडीने तुमचं कॉर्पोरेट मुख्यालय अगदी जेरीस आलेलं असतं. पण आपल्यातल्या बहुतेकांसाठी खरी समस्या ही असते की आपली कामं एखादी गोष्ट वहीत टिपून ठेवली की झालं, इतकी सोपी नसतात. आपण आपली नोकरी करत असतो, आपल्या स्वप्नांचा पिच्छा पुरवत असतो, इतरांशी संवाद साधत असतो आणि आपली सतत कसोटी घेतली जात असते.

लक्ष्यवेधी कामांच्या बाबतीत सततच्या अस्वस्थ विचारांची ही वटवट एखाद्या तरबेज गारद्यासारखी वागत असते. तिच्या घातक परिणामांसंबंधी असंख्य शोधनिबंध उपलब्ध आहेत. तिच्यामुळे विद्यार्थी परीक्षेत चुकतात, कुणाला मंचभय उत्पन्न होतं, रंगमंचीय कलाकार सादरीकरणात भावुक होत नको तितके वाहवत जातात आणि व्यवसायातील वाटाघाटींवरही तिचा प्रतिकूल परिणाम होतो. एका अभ्यासानुसार काही लोक कामाची सुरुवातच मुळी अपुऱ्या प्रयत्नांनी करतात, चर्चांमधून पळ काढतात आणि तुटपुंजा पैसा कमावतात. चांगल्या भाषेत सांगायचं तर अपयशी होतात. अर्थातच या वटवटीमुळे.

आपल्या आतल्या आवाजचं हे जहाज अगणित गोष्टींच्या धक्क्याने कधीही उलटू शकतं. असं झाल्यावर आपल्याला रोजची साधी कामं करतानाही मन एकाग्र करणं अवघड होतं. परिणामी, आपल्या आत्मसंवादात अधिकच खळबळ माजते. अशा प्रकारे गटांगळ्या खाऊ लागल्यावर आपण त्यातून बाहेर येण्याची वाट शोधू लागतो. पण म्हणजे आपण नक्की काय करत असतो?

याच प्रश्नाने एका मध्यम वयीन, मितभाषी मनोवैज्ञानिकाला सुमारे तीस वर्षांपूर्वी पछाडून टाकलं होतं. आपल्या लक्ष केंद्रित करण्याच्या क्षमतेव्यतिरिक्तही या वटवटीची आपल्याला किती मोठी किंमत मोजावी लागते, याबद्दल त्याच्या संशोधनाने प्रश्न उभे केले. आपल्या आतल्या आवाजाने आपल्या सामाजिक जीवनावरसुद्धा परिणाम होत असतो.

एक सामाजिक बुजगावणं :

१९८०च्या दशकाच्या उत्तरार्धातली घटना. बर्नार्ड रिमे नावाच्या एक चश्मिश बेल्जिअन मनोवैज्ञानिकाने एका गोष्टीचा तपास करायचं ठरवलं. ती म्हणजे या वटवटीचे व्यवच्छेदक लक्षण असलेल्या तीव्र नकारात्मक भावना अनुभवताना लोक न कळत एका सामाजिक प्रक्रियेच्या तर आहारी जात नाहीत ना? ही प्रक्रिया होती बोलणं.

अनेक गोष्टींचा अभ्यास करताना रिमे आपल्या प्रयोगशाळेत लोकांना बोलावून विचारत असे की, ते आपल्या भूतकाळातल्या नकारात्मक अनुभवांबद्दल इतर कोणाशी कधी बोलले आहेत का? त्यानंतर

तो वर्तमानाकडे वळून त्या लोकांना पुढचे कित्येक आठवडे करावयाचे एक काम देई. ते म्हणजे पुन्हा एखादी निराशाजनक परिस्थिती आली की तिची आणि त्यांनी त्याबाबत आपल्या सामाजिक वर्तुळात चर्चा केली का, याची नोंद डायरीत करणे. लोकांना मुद्दाम उचकवून ते त्यावरची त्यांची प्रतिक्रिया इतरांसोबत 'शेअर' करतात का हे बघणारे प्रयोगसुद्धा तो आपल्या प्रयोगशाळेत करी.

रिमे पुन्हापुन्हा एकच निरीक्षण नोंदवी : लोकांना त्यांच्या नकारात्मक अनुभवांबद्दल कोणाशीतरी बोलावं असं प्रबळपणे वाटतं. पण हे एवढंच नव्हतं. जितकी भावना तीव्र तेवढी बोलण्याची ऊर्मी प्रबळ. शिवाय, ज्या गोष्टी वारंवार घडतात त्यांबद्दल लोक पुन्हापुन्हा बोलत असतात आणि हे तासन्तास, दिवसेंदिवस, आठवडेच्या आठवडे, महिनोन्महिने आणि कधीतरी उरलेल्या आयुष्यभर चालत असतं.

रिमेची निरीक्षणं लोकांचं वय आणि शैक्षणिक पातळीनिरपेक्ष होती. हे पुरुषांचं तसंच स्त्रियांचंही वैशिष्ट्य होतं. ती भौगोलिक आणि सांस्कृतिक सीमांच्याही पलीकडे होती. आशिया असो की अमेरिका, की युरोप– त्याला एकच गोष्ट आढळत होती; तीव्र भावना या जेट विमानाच्या इंधनासारख्या असतात. त्या धडाडून पेटल्या की लोक आपलं दु:ख इतरांसोबत वाटायला बाध्य होतात. हा जणू मानवी स्वभावाचा नियमच होता. त्याला एकमेव अपवाद म्हणजे जेव्हा लोकांना लाज, शरम वाटते जी ते लपवून ठेवण्याचा प्रयत्न करतात किंवा काही प्रकारचे मानसिक आघात ज्यांचा जास्त विचार करणं लोक टाळतात.

जी गोष्ट अगदी उघड होती तिचीच पुष्टी करणारी ही निरीक्षणं असली तरी त्यामधलं सातत्य अपूर्व होतं. आपल्या तीव्र भावनांबद्दल लोक केवढं बोलत असतात हे तर आपण जाणतोच. "अरे, आज मला किनई खूप ठीकठाक वाटतंय," असं काही आपण कोणाला जाऊन सांगत नसतो. आपल्या मनातल्या शब्दप्रवाहातल्या भरती–ओहोटीच आपल्या तोंडून शब्दरूपात बाहेर पडतात.

हे कितीही साधारण आणि निरुपद्रवी वाटत असलं तरी वारंवार आपले नकारात्मक विचार इतरांसोबत वाटत राहिल्याने या वटवटीच्या आणि सामाजिक जीवनातील एका नव्या विरोधाभासाचा जन्म होतो. तो म्हणजे आपण आपले विचार सहानुभूतिपूर्वक ऐकून आपल्याला आधार देतील

अशा कनवाळू श्रोत्यांचा शोध घेऊ लागतो. पण याचा अतिरेक झाला की ज्या लोकांची आपल्याला आत्यंतिक गरज असते तेच आपल्यापासून दूर ढकलले जातात. जणू काही या वटवटीच्या वेदनेमुळे आपल्या संवेदना इतक्या क्षीण होतात की समोरच्याने केलेला 'पुरे आता', हा साधा इशाराही आपल्याला कळेनासा होतो. याचा अर्थ आपल्या समस्यांबाबत इतरांशी बोलणं हानिकारक असतं असं अजिबात नव्हे. पण तसा एरवी एक उपयुक्त असलेला अनुभव वटवटीमुळे कसा नकारात्मक होतो यावर प्रकाश पडतो.

आपल्यापैकी अनेकांची, समोरच्याला 'मोकळं होत' असताना ऐकण्याची एक ठरावीक मर्यादा असते. मग ती व्यक्ती अगदी जवळची का असेना. शिवाय, आपलं बोलणं ऐकून घेत नसताना दुसऱ्याचंच 'मोकळं होणं' किती वेळा सहन करायचं याचीही आपली एक कुवत असते. नाती देवाणघेवाणीने मजबूत होतात. याच कारणामुळे समुपदेशक आपल्याकडून त्यांच्या वेळेचे पैसे वसूल करतात, पण आपले मित्र नव्हे. जेव्हा संवादांचा हा लंबक एकाच बाजूने झुकू लागतो तेव्हा सामाजिक संबंध जिरू लागतात.

यात आणखी वाईट म्हणजे जेव्हा असं होतं तेव्हा हे अति मोकळे होणारे आणि न कळतपणे इतरांना दूर ढकलणारे लोक त्यांच्या समस्या सोडवायला अक्षम झालेले असतात. त्यामुळे नात्यांमधले तुटलेले दुवे सांधणं त्यांना अधिकच दुर्धर होऊन बसतं. या सगळ्याचा शेवट एकटेपणा आणि विलगीकरणाच्या एका विषवर्तुळाची निर्मिती होण्यात होतो.

हे वाढतं सामाजिक विलगीकरण कसं काम करतं याचं थोडं अतिशयोक्त उदाहरण म्हणून आपण माध्यमिक शिक्षण नावाच्या एका सार्वत्रिक भावनिक बजबजाटाचा विचार करू. एका अभ्यासामध्ये हजारांहून अधिक माध्यमिक विद्यार्थ्यांचा सात महिने मागोवा घेण्यात आला. अधिक वैचारिक रवंथ करणाऱ्या मुलांना कमी वैचारिक रवंथ करणाऱ्या मुलांपेक्षा आपल्या सवंगड्यांशी बोलण्याची जास्त ऊर्मी असते असं यात आढळलं. तरी यामुळे फायदा होण्यापेक्षा नुकसानच अधिक झालेलं दिसलं. त्याचे अनेक वेदनादायी परिणाम होतात असं दिसून आलं. जसं सामाज़िकदृष्ट्या वाळीत टाकलं जाणं आणि नावडतं असणं, सहकाऱ्यांकडून गावगप्पांचा आणि अफवांचा विषय होणं आणि कधीकधी मारहाणीच्यासुद्धा धमक्या मिळणं.

दुर्दैवाने या प्रकरणात किशोर आणि कुमारांबाबत जे खरं होतं तेच त्यांची जाणतेपणातही साथ देताना दिसलं. शिवाय, तुमच्याकडे 'मोकळं

होण्याचं' कितीही सबळ कारण असो, वटवटीला अधिक मुखर केल्याने लोक दूर जाऊ शकतात. पीडित वयस्कांच्या एका अभ्यासानुसार ज्या लोकांना रवंथ करायची सवय पडली होती त्यांनी त्यांची हानी झाल्यानंतर जास्तीचा सामाजिक आधार शोधण्यासाठी अधिक लोकांपर्यंत पोहोचण्याचा प्रयत्न केला, जे अगदी स्वाभाविक होतं. पण यातली नकोशी कलाटणी म्हणजे त्यांना त्यांच्या नात्यांमध्ये अधिक सामाजिक घर्षण आणि कमी भावनिक आधाराचा अनुभव आला.

वटवटीमुळे तयार होणारं अनियंत्रित भावनिक शेअरिंग हे काही एकमेव सामाजिक बुजगावणं नव्हे. एखाद्या समस्येचा चिकाटीने सामना करणारे लोक आक्रमकपणे वागण्याची शक्यता अधिक असते. एका प्रयोगामध्ये लोकांना निबंध लिहिण्यास सांगण्यात आला. त्यावर मग एका प्रयोगकर्त्याने मुद्दामच अर्वाच्य शब्दात टीका केली. यातील काही लोकांना या अपमानामुळे काय वाटलं, याबद्दल वैचारिक रवंथ करण्यास उद्युक्त करण्यात आलं; तेव्हा आपला अपमान करणाऱ्या व्यक्तीबाबत हे लोक अधिक शत्रुत्व बाळगून आहेत असं दिसलं. जेव्हा त्या प्रयोगकर्त्यावर आरडाओरडा करण्याची संधी देण्यात आली तेव्हा रवंथ करणाऱ्यांनी रवंथ न करणाऱ्यांपेक्षा अधिक त्वेषाने आरडाओरडा केला. दुसऱ्या शब्दांत सांगायचं तर तुम्ही माझ्याशी कसं वागलात हे मी जेवढं अधिक चघळत राहीन, तेवढं माझ्यातल्या नकारात्मक भावना मी जिवंत ठेवीन आणि परिणामस्वरूप मी तुमच्या विरुद्ध अधिक आक्रमकपणे वागण्याची शक्यता राहील. या वटवटीमुळे आपली आक्रमकता भलत्याच लोकांकडे वळवण्याची प्रवृत्ती होते. उदाहरणार्थ, आपला बॉस आपल्याला नाराज करतो आणि त्याचा राग आपण आपल्या मुलांवर काढतो.

परंतु यातल्या कुठल्याही अभ्यासात आपल्या डिजिटल जीवनाचा विचार केलेला नव्हता. ऑनलाइन शेअरिंगच्या जमान्यात रिमेच्या भावना आणि सामाजिक जीवनावरच्या कामाचा पुन्हा एकदा विचार करण्याची तातडी निर्माण झाली आहे. फेसबुक आणि तत्सम समाजमाध्यमांनी आपल्याला एक अतिरिक्त व्यासपीठ उपलब्ध करून दिले आहे जिथे आपण आपला आतला आवाज शेअर करू शकतो आणि इतरांचे आतले आवाज (किंवा निदान जे त्यांचे विचार म्हणून आपल्याला भासवू पाहतात ते विचार तरी) ऐकू शकतो. अर्थात, फेसबुक उघडल्यावर पहिली गोष्ट

दिसते ती एक चौकट- जिच्यात एका प्रश्नाचं उत्तर देऊन ते जगजाहीर करण्यास आपल्याला सांगण्यात येतं. तो प्रश्न म्हणजे- ''कसला विचार करत आहात?''

आणि आपण ते जगजाहीर करतो.

२०२०मध्ये सुमारे अडीच अब्ज म्हणजे जगातल्या जवळपास एक तृतीयांश लोकांनी फेसबुक आणि ट्विटर वापरलं आणि ते वारंवार वापरत असतात ते आपलं खासगी चर्वितचर्वण सार्वजनिक करण्यासाठी. समाजमाध्यमांवर काही शेअर करण्यात मुळातून काही वाईट नाही, हे इथे मुद्दाम स्पष्ट करणं आवश्यक आहे. आपल्या जमातीच्या दीर्घ इतिहासाचा विचार केला तर ज्या ठिकाणी आपण बराच वेळ घालवतो असा हा नवा भोवताल आहे इतकंच. आणि भोवतालामध्ये मुळात चांगलं आणि वाईट असं काही नसतं. त्यामुळे आपला फायदा होतो की नुकसान, हे आपण त्यांचा वापर कसा करतो यावर अवलंबून आहे. असं असलं तरी जेव्हा आपल्याला आपला शब्दरूपी विचारप्रवाह मोकळा करण्याची उबळ येते तेव्हा समाजमाध्यांच्या दोन वैशिष्ट्यांमुळे चिंता वाटते. ती आहेत कणव आणि काळ.

वैयक्तिक आणि सामाईक अशा दोन्ही स्तरांवर कणव येण्याचं महत्त्व काही वेगळं सांगण्याची गरज नाही. तिच्यामुळेच आपल्याला इतरांशी अर्थपूर्ण संबंध प्रस्थापित करता येतात. याच गुणामुळे आपण इतरांशी मोकळं होऊ शकतो (म्हणजे त्यांच्या सहानुभूतीची अपेक्षा करत असतो) आणि समूहांना एकत्र बांधून ठेवायला जबाबदार घटकांपैकी ती एक असते. ही क्षमता आपल्यात उत्क्रांत झाली; कारण आपल्याला 'टिकून' राहण्यास तिची मदत होते.

संशोधनातून असं दिसून आलं आहे की, इतरांना भावनिक प्रतिसाद देताना बघणं - जसं एखाद्याचा मलूल चेहरा बघणं किंवा कोणाला भीतीने थरथरताना पाहणं - हा मनात कणव निर्माण होण्याचा स्वाभाविक मार्ग आहे. पण ऑनलाइन असताना मात्र ही कणव जन्माला घालणाऱ्या छोट्यामोठ्या लकबी, सूक्ष्म हावभाव आणि बोलताना होणारे आवाजाचे चढउतार अनुपस्थित असतात. परिणामी, आपल्या मेंदूला इतर सामाजिक गुणांसाठी आवश्यक असलेल्या माहितीची टंचाई भासू लागते. हे इतर गुण म्हणजे स्वत:मधल्या क्रौर्याला आणि असामाजिक वर्तणुकीला काबूत ठेवणं.

दुसऱ्या शब्दांत, सहानुभूतीच्या कमतरतेमुळे आपल्याला बरेचदा ट्रोलिंग आणि सायबर बुलिंगला तोंड द्यावं लागतं, ज्यांचे परिणाम फार घातक असतात. उदाहरणार्थ, सायबर बुलिंगचा संबंध दीर्घ काळ चालणारं नैराश्य, अस्वस्थता, छळ झाल्याची भावना यांशिवाय इतर शारीरिक लक्षणं- जसं डोकेदुखी, निद्रानाश, पोटाचे विकार आणि तणावाचा सामना करण्याची आपली कार्यक्षमता या सर्वांशी जोडलेला असतो.

आपल्या भावनिक आयुष्याला हाताळताना आणि त्यातही नकोसे अनुभव भोगताना काही काळ जाऊ देणं फार गरजेचं असतं. ऑफलाइन असताना ज्या व्यक्तीशी आपल्याला बोलायचं असतं ती प्रत्यक्ष भेटेपर्यंत किंवा चॅटिंगसाठी उपलब्ध होईपर्यंत आपल्याला वाट बघावी लागते. जेव्हा आपण त्या व्यक्तीची वाट बघत बसतो तेव्हा एक नवलाची गोष्ट होते बरं का? काळ व्यतीत होत असतो, ज्यादरम्यान आपण आपल्याला काय वाटतंय आणि आपण कसला विचार करतोय याबाबत आत्मचिंतन करतो. याचा परिणाम बऱ्याचदा आपल्या भावनांवर होतो. अर्थात, 'यावर काळ हेच औषध आहे', ही सर्वसाधारण संकल्पना किंवा 'थोडा वेळ जाऊ द्या', अशा सल्ल्यांना या संशोधनामुळे पुष्टी मिळालीच आहे.

आता आपण आपल्या समांतर चालणाऱ्या डिजिटल दुनियेत उडी मारू जिथे स्मार्ट फोनच्या कृपेने आपण ती कधीही जगू शकतो. एखादा नकारात्मक प्रतिसाद मिळाला रे मिळाला की आपल्याला नक्की काय वाटतंय किंवा आता आपण काय करणार आहोत याचा विचार करण्यात थोडाही वेळ जाऊ न देता आपण लगेच इतरांशी जोडून घेतो ते समाजमाध्यमांद्वारे. एकविसाव्या शतकातील सुसाट कनेक्टिव्हिटीची कृपा म्हणजे जेव्हा जेव्हा आपल्या आतल्या आवाजाला मोठ्याने बोंब मारायची असते तेव्हा तेव्हा तो ती मारू शकतो.

म्हणून मग आपण काहीतरी पोस्ट करतो, ट्विट करतो किंवा कमेंट करतो.

काळाचं व्यतीत होणं आणि कणव उत्पन्न करणारे शारिरीक संकेत नाहीसे झाल्यावर समाजमाध्यमं ही आतल्या आवाजाच्या अनुचित वर्तनासाठी आवडती जागा बनतात. यामुळे संघर्ष, असुरक्षितता आणि वटवट वाढत जाऊ शकते. हे व्यक्तींना आणि किंबहुना सगळ्या समाजालाच लागू आहे. याचाच दुसरा अर्थ असा की आपण आता आजवर कधीच केलं नाही इतकं अति शेअर करतो आहे.

आपल्या समस्यांबाबत इतरांशी लांबलचक आणि वारंवार बोलण्याने जसे इतर लोक वैतागतात आणि दूर जाऊ लागतात, तसंच अति भावनिक पोस्ट्सनी पण होतं. यामुळे काही शिष्टाचारांचा भंग होतो आणि जे लोक ऑनलाइन अति शेअर करत असतात त्यांना कोणीतरी ऑफलाइन आधार देणारा मिळो, अशी युझर्सची भावना होते. नैराश्यग्रस्त लोक शाब्दिक विचारप्रवाहाने आणखी पेटले जाऊन, अधिकाधिक नकारात्मक खाजगी मजकूर समाजमाध्यमांवर शेअर करू लागतात आणि इतर अ-नैराश्यग्रस्त लोकांच्या तुलनेत त्यांना स्वत:चं नेटवर्क अधिकाधिक बिनकामी वाटू लागतं यात काही नवल नाही.

समाजमाध्यमांमुळे आपल्या डोक्यातून येणारे विचार आणि भावना (अति) व्यक्त करायला एक मंच आणि आपले आत्मसंवाद भरकटवणारे नवे मार्ग मिळाले आहे हे तर खरंच; पण त्याशिवायही समाजमाध्यमांमुळे आपल्याला लोकांच्या मनात आपल्या आयुष्यात काय चाललंय याबद्दलच्या समजुतीला हवा तसा आकार देता येणं शक्य होते आहे. तसंच आपण काय पोस्ट करतो याने इतर लोकांच्या मनातल्या वटवटीला खतपाणी मिळतं ते वेगळंच.

माणसाला स्वत:ला सादर करण्याची मोठी भारी निकड वाटते. लोक आपल्याबद्दल कसा विचार करतील याचा विचार करूनच आपण नेहमी आपलं बाह्य रूप ठरवत असतो. हे कायमचं होत आलं आहे. परंतु समाजमाध्यमांच्या येण्याने यावर आपलं अधिक उत्तम नियंत्रण आलं आहे. त्यामुळे आपल्याला आपल्या आयुष्याचा देखावा काळजीपूर्वक रंगवता येतो. आयुष्याचं एक फोटोशॉप व्हर्जन ज्यात आपल्या उण्या बाजू आणि तितक्याशा लोभस नसलेल्या क्षणांना गाळून टाकलेलं असतं. या स्व-सादरीकरण्याच्या व्यापामुळे आपल्याला छान वाटू शकतं, इतरांच्या नजरेत आपली प्रतिमा सकारात्मक झाल्याचं समाधान मिळू शकतं आणि आपला आतला आवाज हर्षातिरेकानं उड्या मारायला लागू शकतो.

पण इथे एक गोची आहे. आपल्या आयुष्यातले चंदेरी क्षण पोस्ट केल्याने आपल्याला जरी छान वाटत असलं तरी आपल्या पोस्ट पाहणाऱ्याला वाईट वाटू शकतं. कारण आपल्याला जेव्हा आपलं चांगलं चित्र सादर करण्याची हौस असते तेव्हा आपल्याला इतरांशी तुलनाही करावीशी

वाटते. अशा प्रकारे समाजमाध्यमं मेंदूतल्या सामाजिक तुलनेच्या यंत्रणेला 'दे धक्का' मारतात. उदाहरणार्थ, मी व माझ्या सहकाऱ्यांनी २०१५ साली प्रसिद्ध केलेल्या एका संशोधनात दिसून आलं की लोक जितका अधिक वेळ फेसबुकवर निरुद्देश स्क्रोलिंग करत, इतरांच्या आयुष्यात डोकावत घालवतात तेवढी त्यांची असूया वाढत जाते आणि शेवटी त्यांना फारच वाईट वाटू लागतं.

जर समाजमाध्यमांवर आपल्या भावना प्रसारित केल्याचे आणि तिथल्या देखावा संस्कृतीचे पाईक होण्याचे पर्यवसान वटवट निर्माण करणाऱ्या लक्षणांमध्ये होत असेल तर आपण मुळात काही शेअर का करतो- हा प्रश्न विचारणं औचित्यपूर्ण होईल. या प्रश्नाच्या एका उत्तराचा संबंध एका समझोत्याशी आहे. ज्यामुळे आपल्याला तात्पुरतं बरं तर वाटतं पण ज्यांचे नकारात्मक परिणाम दूरगामी असतात; अशा गोष्टी करताना आपल्याला असा समझोता नेहमीच करावा लागतो. संशोधनात असं आढळून आलं आहे की आपल्याला एखाद्याप्रति आकर्षण वाटल्यावर किंवा आवडत्या गोष्टीचं सेवन करण्याची इच्छा झाल्यावर (यात चॉकलेटपासून कोकेनपर्यंत सगळं आलं) मेंदूतली जी मंडळं कार्यरत होतात तीच मंडळं आपण आपली माहिती इतरांसोबत शेअर करतानाही कार्यरत होत असतात. याचा एक तगडा दाखला हार्वर्ड विद्यापीठाच्या चेतावैज्ञानिकांनी २०१२मध्ये केलेल्या एका अभ्यासात मिळाला. लोक पैशापेक्षा इतरांशी आपली माहिती शेअर करण्याला प्राधान्य देतात असं त्यात आढळलं. वेगळ्या शब्दांत सांगायचं, तर ही सामाजिक नशा एका चेतासंस्थेच्या नशेसारखीच असते. आपल्या डोपामाइन संग्राहकांसाठी एक मेजवानीच जणू!

हे सगळं सांगण्याचा उद्देश म्हणजे, ऑनलाइन असो वा ऑफलाइन; जेव्हा आपण आपल्या वटवटीला आपली सामाजिक वागणूक ठरवण्याची मुभा देतो तेव्हा बऱ्याचदा आपण नकारात्मक परिणामांच्या दरीत कोसळतो. संवाद आतला असो वा बाहेरचा, दोन्हींच्या दृष्टीने सर्वांत घातक बाब ती ही की, अनेक वेळा आपल्याला हवा तेवढा आधार मिळत नाही. ही सामाजिक विलगीकरणाच्या एका घातचक्राची सुरुवात असते ज्यात आपण पुढेपुढे अधिकाधिक गुरफटत जातो. जर तुम्ही थोडं थांबून लक्षपूर्वक ऐकलंत तर अनेक लोक नाकारल्या गेल्यावर त्यांच्या भावनांचं वर्णन करताना शारिरिक वेदनांची भाषा वापरतात, ही वस्तुस्थिती आहे.

जगभराच्या भाषांमध्ये, इनुक्टिकटपासून जर्मनपर्यंत, हिब्रूपासून हंगेरियनपर्यंत, कॅन्टोनिजपासून भूतानीपर्यंत लोक भावनिक वेदनांबद्दल बोलताना शारीरिक दुखापतीशी संबंधितच शब्द वापरतात. जसं 'तुटलो', 'जखमी झालो' किंवा 'दुखापत झाली', इत्यादी. याचं कारण म्हणजे त्यांना काही फार आलंकारिक भाषा वापरण्याची हौस असते असं नव्हे. माझ्या कारकिर्दीतला सगळ्यात जबरदस्त शोध म्हणजे वटवटीमुळे लोक फक्त भावनिकदृष्ट्याच दुखावले जातात असं नव्हे; तर त्याचे आपल्या शरीरावरही परिणाम होत असतात. आपण शारिरीक वेदना कशी अनुभवतो यापासून ते आपल्या पेशींमध्ये आपली जनुकं कशी काम करतात इथपर्यंत त्यांची व्याप्ती असते.

आपल्या पेशींमधला पियानो :

एक-एक करून 'ते' आमच्या बेसमेंटमधल्या प्रयोगशाळेत येत होते. 'ते' म्हणजे न्यू यॉर्क शहरातले प्रेमभंग झालेले प्रेमरोगी.

ही २००७ सालची गोष्ट आहे. मी आणि माझ्या सहकाऱ्यांनी मेंदूतल्या भावनिक वेदना नक्की कशा दिसतात याबद्दल अधिक जाणून घेण्यासाठी अभ्यास सुरू केला होता. तसं पाहिलं तर आम्हाला कुठलेही स्वयंसेवक चालणार होते. पण मग त्यांना प्रयोगशाळेत 'उत्तमरीत्या' वाईट वाटेल अशा बऱ्या-वाईट पद्धती आम्हाला शोधाव्या लागल्या असत्या. असं करण्यापेक्षा आम्ही आधीच दुखावलेल्या चाळीस स्वयंसेवकांना घ्यायचं ठरवलं. ते म्हणजे नुकताच प्रेमभंग झालेले लोक. प्रेमभंग ही भावनिक यातनांची उत्तम पैदास करणारी गोष्ट आहे, हे तर आपण जाणतोच. आम्ही भुयारी मार्गात आणि उद्यानांमध्ये जाहिराती चिकटवल्या. ज्यांची एकगामी प्रेमप्रकरणं किमान सहा महिने चालली होती आणि मग ज्यांना त्यातून बेदखल करण्यात आलं असे लोक आम्हाला हवे होते. आमची जाहिरात अशी होती :

तुमचा नुकताच एक अवघड आणि अवांछित
प्रेमभंग झाला आहे का?

तरी तुम्हाला तुमच्या पूर्व-प्रियकराबद्दल अजूनही

काही भावना आहेत का?

तर मग आपला मेंदू भावनिक आणि शारीरिक वेदना कशा हाताळतो यावरच्या एका प्रयोगात सामील व्हा!

ऐंशी लाख लोकवस्तीच्या शहरात थोडेफार स्वयंसेवक मिळवणं काही फार अवघड नव्हतं.

आम्ही एक थोडी उचकवणारी कृती जरूर केली होती हे मान्य करायला हवं. त्यांना धोका देणाऱ्या व्यक्तीचा फोटो आणायला आम्ही त्यांना सांगितलं. हे अजिबातच सभ्यपणाचं नव्हतं. स्वयंसेवकांना आम्ही एमआरआय स्कॅनरमध्ये झोपवणार होतो. त्यांना त्यांच्या हातातल्या नावडत्या प्रेमाकडे बघतच, प्रेमभंग झाला त्या नेमक्या क्षणी त्यांना कसं वाटत होतं हे आठवायचं होतं. यातून वटवटीचं चेतापेशीय छायाचित्र घेता आलं तर बघावं असा आमचा हेतू होता. पण त्यासोबतच आणखी एक गोष्ट जाणून घेण्यात आम्हाला रस होता ती ही की मेंदू ज्या पद्धतीने शारीरिक वेदना हाताळतो त्याचप्रमाणे भावनिक वेदनांचा अनुभवसुद्धा हाताळतो का. शारीरिक वेदनेच्या अनुभवासाठी आम्ही स्वयंसेवकांच्या दंडाला गरम कॉफीच्या स्पर्शासारखी वाटावी इतकी उष्णता दिली.

नंतर आम्ही दोन एमआरआयच्या निकालांची तुलना केली. एक- जेव्हा ते त्यांच्या दुरावलेल्या प्रेमाच्या फोटोकडे पाहत होते आणि दुसरा- जेव्हा त्यांना गरम कॉफीसारखा चटका बसत होता. नवलाची गोष्ट म्हणजे दोन्हींकडे मेंदूच्या शारीरिक वेदनांच्या संवेदनांशी संबंधित भागात झालेल्या बदलात बरंच साम्य होतं. थोडक्यात, आमच्या निष्कर्षांनुसार भावनिक वेदनेत शारीरिक वेदनेचाही एक घटक समाविष्ट होता.

यासोबतच त्याच सुमाराला इतर प्रयोगशाळांमधूनही डेटा येत होता. त्याद्वारे, वरवर पाहता अस्पष्ट वाटणाऱ्या सामाजिक वेदनेसारख्या संकल्पनाचा विशेषत: ताणतणावाचा आपल्या शरीरातील घटनांवर कसा प्रभाव पडतो हे समजायला सुरुवात झाली होती.

ताण तुमच्या स्वास्थ्यासारखी हानिकारक आहे हे तर एकविसाव्या शतकातलं जणू घोषवाक्यच झालं आहे. हा साथीचा एक आधुनिक आजार आहे ज्यामुळे निव्वळ अमेरिकेतच दरवर्षी सुमारे ५०० अब्ज डॉलर्सच्या उत्पादकतेचं नुकसान होतं. तरी ताण ही एक प्रकारची बदलती प्रतिक्रिया

असते ही वस्तुस्थिती आपण बऱ्याचदा नजरेआड करतो. त्यामुळेच आपल्या धोकादायक ठरू शकणाऱ्या प्रसंगामध्ये आपल्या शरीराला त्वरित आणि उत्तमरीत्या प्रतिसाद द्यायला मदत होत असते.

पण हा ताण 'जुनाट' झाल्यावर आपली लवचिकता गमावून बसतो. तेव्हा लढावे का पळावे याबद्दलचा सिग्नल मिळणं बंद होतं. या ताणाला जिवंत ठेवण्यासाठी आपला नकारात्मक शब्दप्रवाहच जबाबदार असतो यात तर शंका घेण्याचं काही कारणच नाही.

धोका या संकल्पनेत शारीरिक इजेची शक्यता तर गृहीत आहेच, पण तीत काही इतर अनुभवांचासुद्धा समावेश होतो. उदाहरणार्थ, असे प्रसंग जे आपण कसे निभावून नेऊ याबद्दल आपल्या मनाला खात्री नसते; जसं नोकरी सुटणं वा नवी नोकरी धरणं, मित्र किंवा कुटुंबातील सदस्याशी वाद होणं, नव्या शहरात राहायला जाणं, एखाद्या जवळच्या व्यक्तीचा दु:खदायक मृत्यू, घटस्फोट होणं किंवा असुरक्षित वस्तीत राहणं. आपण प्रत्यक्ष शारीरिक धोकादायक परिस्थितीत असताना जसा प्रतिसाद उमटत असतो तसाच प्रतिसाद या सगळ्या नकोशा गोष्टींमुळेही निर्माण होतो. जेव्हा आपल्या मेंदूतल्या धोक्याच्या तारा 'फ्यूज' होतात तेव्हा आपलं शरीर ताबडतोब स्वत:च्या सुरक्षेसाठी सज्ज होतं; जणू काही एखादा देश आपल्यावर आलेल्या परचक्राचा सामना करण्यासाठी आपली सेना तयार करतो.

पहिला टप्पा मेंदूच्या 'हिप्टोथालामस' नावाच्या शंकूकार भागात अगदी लगेच सुरू होतो. 'पुढे धोका आहे', असा इशारा मेंदूच्या इतर भागांकडून मिळाला की हा हिप्टोथालामस एका रासानयिक साखळी प्रक्रियेला चावी देतो, ज्यामुळे रक्तामध्ये अॅड्रेनलिन नावाचं संप्रेरक सोडलं जातं. या अॅड्रेनलिनमुळे तुमचं हृदय जोरजोरात धडधडू लागतं, रक्तदाब आणि ऊर्जापातळी वाढते आणि संवेदना टोकदार होतात. तुमचं जेट इंजीन तसंच धडाडत ठेवण्यासाठी व ऊर्जापातळी कायम ठेवण्यासाठी कॉर्टिसॉल नावाचं ताण-संप्रेरकही काही क्षणांतच स्रवतं. हे सगळं चालू असतानाच धोक्याला प्रतिसाद देण्यासाठी फारशा महत्त्वाच्या नसलेल्या इतर यंत्रणांना ताब्यात ठेवण्याचं कामंही रासायनिक निरोपे करत असतात. उदाहरणार्थ, तुमची पचनसंस्था आणि पुनरुत्पादन संस्था. एखाद्या संकटात असताना भूक न लागणं किंवा समागमाची इच्छा न होणं तुम्ही अनुभवलं आहे का? हे रासायनिक निरोपेच त्यासाठी जबाबदार असतात. या सगळ्या

बदलांचं एकमेव उद्दिष्ट म्हणजे या ताणकांना त्वरित प्रतिसाद देण्याची तुमची क्षमता वाढवणं होय; मग भलेही तुम्ही या ताणकांचा प्रत्यक्ष सामना करत असाल (जसं घरात एखादा चोर घुसलेला पाहणं) किंवा मग मनातच त्यांचं कल्पनाचित्र रंगवत असाल.

नुसता विचार करकरूनच आपल्यात जुनाट शारीरिक ताण असल्यासारखा प्रतिक्रिया उमटू शकते. आणि जेव्हा आपला आतला आवाज या ताणाच्या आगीत तेल ओतायचं काम करतो तेव्हा ते आपल्या आरोग्यासाठी विनाशकारीही ठरू शकतं.

आपल्या ताण-प्रतिसादक व्यवस्थेच्या अधिक काळ कार्यरत असण्याचा संबंध हृदयविकारांपासून ते निद्राविकार, ते अनेक प्रकारच्या कर्करोगांपर्यंत विविध आजारांशी आहे असं अगणित अभ्यासांमधून सिद्ध झालं आहे. बऱ्याच काळापासून होत असलेली एकटं पडल्याची भावना हा किती ताण देणारा अनुभव असतो आणि केवळ या एका गोष्टीचे आपल्या तब्येतीवर किती घातक परिणाम होतात, हे यावरून लक्षात येतं. एका मजबूत सामाजिक आधारव्यवस्थेच्या अभावाने येणारी जीवाची जोखीम दिवसाला पंधराहून अधिक सिगरेटी ओढण्याएवढी किंवा अति मद्यपान, व्यायामाचा अभाव, लठ्ठपणा वा एखाद्या प्रदूषित शहरात राहण्यापेक्षाही अधिक असते.

जुनाट नकारात्मक विचार आपल्याला मानसिक आजारपणाकडेही ढकलू शकतात. अर्थात वटवट आणि वैद्यकीय परिभाषेतलं नैराश्य, अस्वस्थता किंवा धक्क्यानंतरचे ताण-विकार ही एकच गोष्ट आहे असा याचा अर्थ नव्हे. सततचे नकारात्मक विचार हे या सर्व विकारांचं सामाईक वैशिष्ट्य असलं तरी ते दोन्ही एकच आहेत असं नव्हे. किंबहुना, शास्त्रज्ञ या जुनाट नकारात्मक विचारांना अनेक आजारांमधला आंतर्निदान जोखीम घटक म्हणतात, म्हणजे वटवट ही विविध प्रकारच्या मानसिक आजारांच्या मुळाशी असते.

पण इथेच वटवट तणावाला कुठकुठल्या प्रकारे खतपाणी घालते यातली सर्वांत भयंकर बाब आपल्या समोर येते. जेव्हा आपला संकटरोधक प्रतिसाद वाजवीपेक्षा अधिक काळ खेचला जातो तेव्हा त्यामुळे हळूहळू होणाऱ्या शारीरिक झिजेने होणारी दुखापत आपल्या शरीराच्या आजाराचा सामना करण्याच्या आणि शरीरयंत्र सुरळीत चालू ठेवण्याच्या क्षमतेपेक्षा

अधिक होऊ शकते. त्यामुळे आपला डीएनए आपल्या आरोग्यावर कसा प्रभाव टाकतो यातही बदल होऊ शकतो.

महाविद्यालयात असताना आम्हाला एक सोपं सूत्र शिकवण्यात आलं होतं. 'जनुकं+ भोवताल=आपण कसे आहोत.' प्रत्येक तासाला आमचे प्राध्यापक हेच सांगायचे की, मानवी आयुष्याला आकार देण्याचा जेव्हा प्रश्न असतो तेव्हा जनुकं आणि भोवताल यांचे प्रभाव एकमेकांपासून वेगळे असतात. ते एकत्र येत नाहीत. एका पारड्यात संस्कृती, तर दुसऱ्या पारड्यात प्रकृती असते. हे चालत आलेलं पारंपरिक ज्ञान होतं. मग एकाएकी ते बदललं. नव्या संशोधनाने या ज्ञानात काहीच सत्यांश नसल्याचं सांगितल्यावर वैज्ञानिकांनाही नवल वाटलं. तुमची गुणसूत्रे एका विशिष्ट प्रकारची आहेत म्हणून त्यांचा तुमच्यावर नेहमीच प्रभाव पडेलच असं नाही. आपण कसे आहोत हे ती जनुकं चालू किंवा बंद आहेत की नाहीत यावर अवलंबून असतं.

कल्पना करा की तुमचा डीएनए म्हणजे पेशींमध्ये खोलवर पुरलेला एक पियानो आहे. या पियानोची बटणं म्हणजे तुमची जनुकं, जी वेगवेगळ्या प्रकारे दाबली जाऊ शकतात. काही बटणं कधीच दाबल्या जाणार नाहीत. तर इतर वारंवार दाबली जातील आणि तेही एका विशिष्ट क्रमाने. मला तुमच्यापासून आणि तुम्हाला जगातल्या इतर प्रत्येकापासून वेगळं ठरवणाऱ्या ज्या गोष्टी आहेत त्यांतली एक म्हणजे ही बटणं कशी दाबली जातात ते. यालाच जनुकीय अभिव्यक्ती म्हणतात. तुमच्या पेशींमध्ये चालणारं हे जनुकीय गाणंच असतं जे तुमच्या शरीराला आणि मनाला घडवण्यात भूमिका बजावतं.

आपल्या जनुकीय हस्तिदंती मनोऱ्यांना हलवणं आपल्या आतल्या आवाजाला आवडतं, असं आढळून आलं आहे. आपण स्वत:शी कसं बोलतो याने कुठली बटणं दाबली जाणार यावर प्रभाव पडू शकतो. लॉस एंजल्सस्थित कॅलिफोर्निया विद्यापीठातील वैद्यकशास्त्राचे प्राध्यापक स्टीव कोल याने आपली कारकिर्द प्रकृती आणि संस्कृती पेशींच्या आत एकमेकांना कसे भिडतात याचा अभ्यास करत घालवली आहे. तो आणि त्याच्या सहकाऱ्यांनी केलेल्या अनेक अभ्यासांमधून त्यांनी शोधून काढलं की वटवट-प्रेरित भावनिक संकटाच्या सततच्या अनुभवाचा प्रभाव आपली जनुकं कशी व्यक्त होतात, यावर होतो.

संकटाच्या जुनाट भावनेने पछाडलेल्या लोकांमध्ये एकाच प्रकारची प्रज्वलक जनुकं व्यक्त होतात, असं कोल आणि सहकाऱ्यांना आढळलं. मग त्या भावना एकटेपणातून येणाऱ्या असोत, गरिबीला तोंड देताना येणाऱ्या ताणातून उत्पन्न होणाऱ्या असाते वा एखाद्या रोगाच्या निदानामुळे येणाऱ्या असो. याचं कारण म्हणजे आपल्या पेशी जुनाट मनोवैज्ञानिक धोक्याचा अर्थ शारीरिक आक्रमणासारख्या अचानक येणाऱ्या आणीबाणीच्या प्रसंगासारखा लावतात.

जेव्हा आपले आत्मसंवाद आपली संकटरोधक प्रणाली वारंवार कार्यान्वित करू लागतात तेव्हा आपल्या पेशींना प्रज्वलक जनुकं अभिव्यक्त करण्याचे संदेश मिळतात; ज्यांचं काम वास्तविक पाहता आपलं तातडीचं संरक्षण पाहणं असतं आणि जे लांब पल्ल्यासाठी हानिकारक असतात. त्याच वेळेला व्हायरल सूक्ष्म जंतूंना हुसकावून लावण्यासारखी रोजची साधारण कामं करणाऱ्या पेशी मात्र दाबल्या जातात. परिणामी, आजारपणांना आणि संसर्गांना रस्ता खुला होतो. कोल वटवटीच्या या परिणामाला, 'रेण्वीय पातळीवरचा मृत्यू,' असं म्हणतो.

मालमत्ता की ओझं?:

आपल्या नकारात्मक विचारांचा आपलं मन, नातेसंबंध आणि शरीरावर असणाऱ्या प्रभावाबद्दल जाणून घेणं हे आतून हलवून टाकू शकणारं असू शकतं. याचा अभ्यास करणारा एक शास्त्रज्ञ म्हणून हे संशोधन माझ्या स्वत:च्या आणि माझ्या आप्तेष्टांच्या आयुष्याला कसं लागू होतं याचा फक्त विचार करण्याखेरीज माझ्या हाती बऱ्याचदा काही नसतं. माझी कुठलीही मुलगी एखाद्या गोष्टीवरून चिडचिड करत असेल तर मला त्याची चिंता नसते, असं म्हणणं स्वत:शीच खोटं बोलल्यासारखं होईल.

तरीसुद्धा, जेव्हा मी माझ्या आजूबाजूला पाहतो तेव्हा मला आशेचा किरण दाखवणारी उदाहरणं दिसतात. मला स्वत:विषयीच्या शंकेत चाचपडणारे नवखे विद्यार्थी दिसतात ज्यांचं आता जगाला काहीतरी योगदान द्यायला तयार असणाऱ्या आत्मविश्वासाने भारलेल्या वरिष्ठांमध्ये रूपांतर झालं आहे. इतरांशी जोडून घेण्यात ज्यांना अनंत अडचणी येत होत्या असे लोक समाजमाध्यमांवर सहारा मिळवताना मी बघतो. आणि जुनाट तणावासोबत आजवरचं आयुष्य कंठलेले लोकसुद्धा आनंदी जीवन जगताना मला बघायला

मिळतात. माझी आजी डोरा तरुण असताना पोलंडमध्ये नाझींना गुंगारा देउन तब्बल एक भयानक वर्ष जंगलात लपून राहिली आणि त्यानंतर अमेरिकेमध्ये उरलेली सत्तर वर्षं एक आनंदी, रसरशीत जीवन जगू शकली.

ही महत्त्वाची विरोधाभासी उदाहरणं मला मानवी मनाच्या त्याच कोड्यापाशी पुन्हा आणून सोडतात की, आपला आतला आवाज एक मालमत्ता आणि एक ओझं, दोन्ही कसं असू शकतो. आपल्या डोक्यात वाहणारा हा शब्दांचा झरा आपल्याला उसवूनही टाकू शकतो आणि आपल्याला त्याला काबूत कसं ठेवायचं हे माहीत असेल तर तो आपल्याला अर्थपूर्ण यश गाठायला उद्युक्तही करू शकतो. एकीकडे जेव्हा आपल्या जमातीत प्रसंगी आपल्याला वटवटीकडे नेणारा आतला आवाज उत्क्रांत झाला त्याच वेळी आपली एक महान शक्ती म्हणून त्याचा वापर करता येण्याजोगी अवजारंही त्यासोबतच उत्क्रांत झाली. आता जरा रिक ॲन्किलकडे पुन्हा वळू या ज्याने २००७मध्ये वयस्कांच्या लीगमध्ये पुनरागमन केलं. एक पिचर म्हणून नव्हे तर एक क्षेत्ररक्षक म्हणून, हजारो चाहत्यांसमोर खेळण्याच्या दबावाशी सामना करतच.

क्षेत्ररक्षणातला एक 'बाहु'बली म्हणून आणि विस्फोटक स्विंगसाठी लौकिक मिळवत ॲन्किल पुढची आणखी सात वर्षं खेळला. तो एक अपयशी पिचर होता. तो लिहितो, ''त्या सर्वांत वाईट काळात, मी सुमारे पाच वर्षं वेड्यासारखा त्या गोष्टीचा सामना केला आणि शेवटी प्रेक्षागारापार चेंडू फटवणारा हिटर आणि एक बलदंड क्षेत्ररक्षक म्हणून मी त्यातून बाहेर पडलो. हे खूपच जबरदस्त आणि आश्चर्यकारक होतं.''

याहूनही आश्चर्यकारक आणि जबदरस्त म्हणजे निवृत्त झाल्यावर चार वर्षांनी, २०१८ मध्ये, पूर्वाश्रमीच्या व्यावसायिक खेळाडूंच्या एका प्रदर्शनीय सामन्यात तो लोकांसमोर पुन्हा एकदा पिचिंग माउंडवर उभा ठाकला. ॲटलांटा ब्रेव्ह्‌जच्या विरुद्धच्या सामन्यात घडलेल्या 'त्या' घटनेनंतर सुमारे वीस वर्षांनी.

त्याने एका बॅटरला पिच केलं आणि बादही केलं.

असो, आपल्या आतल्या आवाजाला काबूत ठेवण्याची गुप्त विद्या शिकण्यासाठी आपल्याला फार दूर जाण्याची गरज नाही. माझ्या शिकवण्यात आलेल्या अविस्मरणीय विद्यार्थ्यांपैकी होती, ती एक होएते. पश्चिम फिलाडेल्फियातली एक गुप्त पोलीस.

प्रकरण तीन

दुरून पाहताना

''तुम्ही कधी कुणाचा खून केलाय का?'' प्रश्नकर्त्याने विचारलं.

जर ती इतर कुठे असती, इतर कोणासोबतही असती आणि तिचं भविष्य या वरवर पाहता विचित्र पण महत्त्वाच्या प्रश्नावर अवलंबून नसतं तर तिने नक्कीच ''काय हे?'' असं म्हटलं असतं.

''मी तुम्हाला मागेच सांगितलंय ना,'' ट्रेसी म्हणाली, ''मी कधीही कुणाचा खून केलेला नाही म्हणजे नाही.''

''अर्थातच नाही. अरे, मी फक्त सतरा वर्षांची आहे, मी काही खुनी नाही.'' तिने विचार केला.

अमेरिकेच्या अतिगुप्त गुप्तचर संस्थेतर्फे, नॅशनल सिक्युरिटी एजन्सीतर्फे तिची ही दुसरी पॉलिग्राफ चाचणी चालू होती. प्रथम चाचणीत तिला हा प्रश्न विचारला गेला तेव्हा तिच्या शरीराने म्हणजे तिच्या हृदयगतीने व श्वसनाने तिला दगा दिला होता आणि त्याच्या वक्र आलेखाने ती खोटं बोलतेय हे दाखवून दिलेलं होतं. आता दोन महिन्यांनंतर मध्य मॅरीलॅण्डमधल्या त्या एका सामान्य कार्यालयात बसून ती दुसरी पॉलिग्राफ चाचणी देत होती.

''त्यांनी पुन्हा माझ्यावर अविश्वास दाखवला तर?'' प्रश्नकर्ता तिच्याकडे निर्विकार चेहऱ्याने बघत होता आणि तिचा आतला आवाज धावतं समालोचन करत होता. तिला तिच्या प्रश्नाचं उत्तर ठाऊक होतं. त्यांनी तिचा विश्वासघात केला नाही. तिने बघितलेलं स्वप्न धुळीस मिळणार होतं.

जिथवर तिला आठवतं, त्यानुसार ट्रेसीला ती ज्यात जन्मली त्या आयुष्यापेक्षा काहीतरी अधिक पाहिजे होतं. शाळा आणि अभ्यास करणं तिला इतर

गोष्टींपेक्षा सुकरच ठरलं होतं. ती पश्चिम फिलाडेल्फियातल्या एका सामान्य वस्तीत वाढली. तिचं कुटंब अगदीच गरीब नसलं तरी पैशाच्या चणचणीने तिच्या भविष्यावर मर्यादा पडल्या होत्या.

महाविद्यालयाच्या पहिल्याच वर्षी तिला ईशान्येकडच्या एका निवासी शाळेबद्दल आणि तिथल्या एका योजनेबद्दल कळलं. त्यानुसार देशभरातल्या निवडक होतकरू विद्यार्थ्यांना महाविद्यालयाची उरलेली दोन वर्षं तिथे मुदतीच्या आधी पूर्ण करता येणार होती, जेणेकरून त्यांना पुढे प्रतिष्ठित संस्थांत प्रवेश घेता येईल. एकीकडे कुटुंबापासून दूर जाण्याच्या आणि आपली मुळं सोडून नव्या वातावरणात रुजवण्याच्या विचाराने तिला थोडं दडपण आलं असलं तरी दुसरीकडे नव्या लोकांना भेटण्याची, बौद्धिक आवाहन मिळण्याची आणि आजवर जगलो त्या जगण्यातून मुक्त होण्याची संधी तिला खुणावत होती. तिने त्यासाठी कठोर परिश्रम घेतले आणि तिची निवड झाली.

निवासी शाळेमुळे ट्रेसीला एका नव्या जगाला सामोरं जाता आलं. या जगात तिच्या आयुष्यात पहिल्यांदाच येणारे नवे मित्र होते, नव्या गोष्टी होत्या; ज्यांनी तिची प्रथमच खऱ्या अर्थाने परीक्षा घेतली. तरीही तिला चांगल्या घरातून आलेल्या बहुतांश गोऱ्या सहकाऱ्यांमध्ये कधीकधी उपरं वाटे, पण तरीही ती खूश होती.

तिच्या अभ्यासक्रमातल्या मोजक्या आफ्रिकन-अमेरिकनांपैकी ती एक असल्यामुळे तिला बरेच वेळा संस्थेसाठी देणगी गोळा करण्याचं काम मिळे. तिच्यासारख्यांच्या कहाणीमुळे श्रीमंत दानशूर लोक हात मोकळा करत असत. अशाच एका कार्यक्रमात तिची भेट बॉबी इन्मॅन या व्यक्तीशी झाली जो अमेरिकी नॅशनल सिक्युरिटी एजन्सीचा एक माजी संचालक होता.

बोलताबोलता इन्मॅनने तिला देशातल्या अतिशय तल्लख आणि देशभक्त विद्यार्थ्यांसाठी एनएसए चालवत असलेल्या एका अति गोपनीय पदवी अभ्यासक्रमाबाबत सांगितलं. त्याने तिला त्यासाठी अर्ज करण्यास प्रेरित केलं. तिने तो केला आणि एनएसएने तिला मुलाखतीसाठी बोलावलं जिथल्या पॉलिग्राफ चाचणीत ती नापास झाली होती आणि तिची स्वप्नं वास्तवात उतरणार की नाहीत यावर प्रश्नचिन्ह लागलं होतं. दुसऱ्यांदा मात्र ती स्वत:वर काबू ठेवू शकली आणि एनएसएनेही तिच्यावर खुनाचा आळ घेणं बंद केलं (पहिल्या वेळेस त्यांनी तो खरोखरच घेतला असला होता

की काय माहीत नाही!) तिचं जीवन आता नाट्यमयरीत्या बदलणार होतं. किंबहुना तिची पॉलिग्राफ चाचणी पुढे होणाऱ्या गोष्टींची नांदीच होती असं म्हणता येईल. त्या म्हणजे तिला आतला आवाज हाताळताना येणाऱ्या अडचणी.

पहिल्या नजरेत तर शिष्यवृत्तीच्या अटी तिच्या मनासारख्याच होत्या. एनएसए तिच्या शिक्षणाचा संपूर्ण खर्च उचलणार होतं आणि वर एक घसघशीत विद्यावेतनही दरमहा तिला मिळणार होतं. पण अर्थातच काही शर्तीही होत्या. तिला उन्हाळी सुट्ट्यात एक अति गुप्त विश्लेषक म्हणून प्रशिक्षण घ्यावं लागणार होतं आणि पदवी पूर्ण झाल्यावर किमान सहा वर्षं तरी एनएसएसाठी काम करावं लागणार होतं. तरीही तिच्याकरता ती एक अपूर्व संधी होती विशेषत: जेव्हा वसंतात तिला हार्वर्डमध्ये प्रवेश मिळाला तेव्हा. ट्रेसीने आयव्ही लीगमधल्या प्रतिष्ठित संस्थेतलं विनामूल्य शिक्षण आणि एक थरारक भविष्य स्वत: कमावलं होतं.

हार्वर्डमधले वर्ग सुरू होण्याला काही आठवडे शिल्लक असताना तिला एनएसएसाठी काम करणं म्हणजे काय याची चुणूक मिळाली. आठवडाभर चाललेल्या प्रवेशप्रक्रियेत तिला काही अति गोपनीय माहिती मिळवण्याचा परवाना मिळाला. तिला तिच्या शिष्यवृत्तीसोबतच आलेल्या बंधनांचीही माहिती देण्यात आली. एनएसएला रस असलेल्या विद्युत अभियांत्रिकी, संगणकशास्त्र आणि गणित यांसारख्या मोजक्या विषयांतच पदवी-शिक्षण घेण्याची मुभा होती. तिला इतर देशांतून आलेल्या विद्यार्थ्यांसोबत घनिष्ठ संबंध किंवा प्रेमप्रकरणं करता येणार नव्हती. तिला परदेशी जाऊन शिक्षण घेण्यास मनाई होती. तिने शक्यतो विद्यापीठाच्या क्रीडास्पर्धांत भाग घेणं टाळायचं होतं. ट्रेसीसाठी सोनेरी स्वप्नांचं तिकिट असलेली शिष्यवृत्ती आता एक सोनेरी पिंजरा बनत होती हे मात्र निश्चित.

तिच्या बरोबरचे इतर नवे विद्यार्थी वसतिगृहात मुक्त संचार करत असताना ट्रेसी मात्र सदैव सावध असे. एके काळी तिचं चित्रचरित्र रंगवण्यात आलं होतं. आता तीसुद्धा विद्यार्थ्यांच्या घोळक्यात असताना तेच काम करू लागली. लोकांचे चेहरे आणि बोलण्याचे लहजे पटकन न्याहाळणं. हे सर्व एका भीतीतून की न जाणो ती ज्याच्याशी मैत्री करेल – किंवा आणखी वाईट म्हणजे ज्याच्याकडे आकर्षित होईल – तो कुण्या दूरदेशीचा न निघो. त्याप्रमाणे तिचे इतर अनेक सहाध्यायी विविध प्रकारचे अभ्यासक्रम

करत असताना तिला मात्र गणित आणि अभियांत्रिकीच्या वर्गात जखडून गेल्यासारखं वाटे. हार्वर्डच्या परिसरातील दुतर्फा वृक्षांनी वेढलेल्या सडकेवरून चालताना, या सोनेरी संधीतल्या फारशा सोनेरी नसलेल्या गोष्टींबद्दलचेच विचार तिच्या मनात उमटत होते. आपण ही चूक तर केली नाही ना, असंही तिला वाटून गेलं.

काळ पुढे सरकला. जसजशी ती प्रथम वर्षांतून दुसऱ्यात आणि मग तिसऱ्यात प्रवेशकर्ती झाली, तसतसं ट्रेसीला अधिकाधिक एकाकी वाटू लागलं. तिच्याच शब्दांत सांगायचं तर ती तिच्या 'आतल्या संवादात' बुडू लागली. तिने उन्हाळ्यात क्रिप्टोग्राफी आणि इलेक्ट्रॉनिक सर्किट बनवण्याचं काय प्रशिक्षण घेतलं किंवा छतावर चढून अँन्टेने जोडण्याबद्दल ती काय शिकली याविषयी ती कोणाशीही बोलू शकत नव्हती. पण तिची एकाकीपणाची जाणीव हा तिच्या ताणाचा केवळ एक स्रोत होता. दुसरा म्हणजे अभियांत्रिकी हा हार्वर्डमधल्या सगळ्यात अवघड अभ्यासक्रमांपैकी एक तिच्या दृष्टीने आजवरचं सगळ्यात मोठं शैक्षणिक आव्हान ठरत होता. तिचे गुण ३.० जीपीएपेक्षा खाली घसरले तर तिला एनएसए योजनेतून बाहेर काढल्या जाणार होतं आणि तिच्यावर शासनाने आजवर केलेला खर्चसुद्धा परत करावा लागणार होता. ही एक भयप्रद शक्यता होती.

आतल्या आवाजाच्या आजवरच्या सर्वांत मोठ्या नकारात्मक प्रवाहाने तिला पुरतं ग्रासून टाकलं होतं. आपल्याला पुरेसे गुण मिळाले नाहीत तर काय होईल याचे विचार नेमके परीक्षांच्या आधी डोकं वर काढू लागले. अशा अस्वस्थतेच्या आहारी गेलेल्या अवस्थेत तिला परीक्षेदरम्यान पेन्सिलचं टोक चघळायची आणि केसांतून हात फिरवायची सवय लागली. तिच्या या नैराश्यपूर्ण चाळ्यांमुळे तिला एक विचित्र प्रकारचं समाधान मिळत असे. वरवर ती सगळं छान आहे असं दाखवण्याचा प्रत्यत्न करत असली तरी तिचं शरीर पुन्हा एकदा तिला दगा देत होतं. पहिल्या पॉलिग्राफ चाचणीपेक्षा निराळ्या तऱ्हेने. जेव्हा ती आपल्या निकालाविषयी तणावात असायची तेव्हा तेव्हा तिच्या चेहऱ्यावर वांग यायचे, वरच्या त्वचेखाली 'पू'ने भरलेले मुरूम यायला लागायचे ज्यासाठी तिला कॉर्टिसॉनची इंजेक्शन्स घ्यावी लागायची. जणू काही तिच्या त्वचेखाली फसफसणारी वटवट काबूत ठेवणं फार अवघड होतं. ती आणखी किती सहन करू शकेल हे तिचं तिलाच माहीत नव्हतं.

तिच्या मते, तिच्यापुढे आता दोनच पर्याय होते : नापास होणे किंवा शिक्षण सोडून देणे.

दुरून तमाशा पाहताना :

ज्यांचे आतले संवाद हे नकारात्मतेचे आगार होतात अशा इतर बहुतांश लोकांप्रमाणे ट्रेसीची कथाही एक अंतराची गोष्ट आहे. आपल्याला आपल्या समस्यांपासून ठेवता वा न ठेवता येणाऱ्या अंतराबाबतची गोष्ट.

कल्पना करा की आपलं मन हे एक भिंग असून आपला आतला आवाज हे या भिंगाला 'झूम इन' किंवा 'झूम आउट' करणारं एक बटण आहे. सोप्या भाषेत सांगायचं तर वटवट म्हणजे आपण एखाद्या गोष्टीवर झूम इन केल्यावर जे होतं ते. ते आपल्या भावनांना एवढं प्रज्वलित करतं की आपल्याला शांत करू शकणाऱ्या इतर सर्व गोष्टी नजरेआड होतात. दुसऱ्या शब्दांत आपण आपला दृष्टिकोन गमावून बसतो. स्वत:कडे पाहण्याच्या या नाट्यमयरीत्या संकुचित झालेल्या नजरेमुळे विषमता मोठी दिसायला लागते. आतल्या आवाजाच्या नकारात्मकतेला आपला खेळ सुरू करण्याची संधी मिळते आणि वैचारिक चर्वितचर्वणासोबतच ताण, अस्वस्थता आणि नैराश्य हे त्याचे सवंगडीही कार्यान्वित होतात. अर्थात, तुम्ही लक्ष केंद्रित करणं ही काही मूळ समस्या नाही. याउलट बरेच वेळा आव्हानात्मक परिस्थितींना आणि त्यामुळे निर्माण होणाऱ्या भावनांना हाताळायला हे आवश्यकच असतं. पण आपण एखाद्या समस्येवर अटकून बसलो आणि लवचिकतेने झूम आउट करण्याची म्हणजे व्यापक दृष्टिकोनातून बघण्याची क्षमता गमावून बसलो की आपला आतला आवाज चर्वितचर्वणाचं रूप घेतो.

जेव्हा आपले आतले संवाद त्यांचा व्यापक दृष्टिकोन गमावतात व तीव्र नकारात्मक भावनांना जन्म देतात, तेव्हा स्वत:बद्दलच्या विचारासंबंधी असलेले मेंदूचे भाग कार्यरत होऊन भावनिक प्रतिसाद देऊ लागतात. वेगळ्या शब्दांत सांगायचं तर आपली संकटरोधक यंत्रणा धडाडू लागते आणि अॅड्रेनलिन आणि कॉर्टिसॉल स्रवू लागतात. नकारात्मक भावनांचा पूर येतो ज्यामुळे नकारात्मक शब्दप्रवाह वाढण्यापलीकडे आणि अधिक झूम इन होण्यापलीकडे काही साध्य होत नाही. परिणामी, आपल्या पुढ्यातला भावनात्मक प्रसंगांचा सामना करण्यासाठी आपल्याला उपयुक्त ठरतील असे मार्ग दाखवणारा वाइड अँगल व्ह्यू आपल्याला मिळवता येत नाही.

परंतु आपले मेंदू आव्हानांना सामोरं जाताना केवळ झूम इन करण्यासाठीच उत्क्रांत झाले आहेत असं नव्हे, तर झूम आउट करण्यासाठीही झालेले आहेत. अर्थात, तणावाखाली असताना झूम आउट करणं खूप अवघड असतं हे खरं. जर आपल्याला मनाला कसं वाकवायचं हे नीट माहीत असेल तर मन फार लवचीकपणे वागू शकतं. तुम्हाला ताप आला असेल तर तो कमी करण्यासाठी तुम्ही काहीतरी औषध घेता. तसंच मनाचीही एक मनोवैज्ञानिक रोगप्रतिकारक व्यवस्था असते; आपण आपल्याच विचारांचा उपयोग आपलेच विचार बदलायला करू शकतो; थोडं अंतर वाढवून.

अर्थातच, हे मनोवैज्ञानिक अंतर काही समस्येचा समूळ नायनाट करू शकत नसतं. वानगीदाखल, जर समजा ट्रेसीला तिच्या उच्च दाबाच्या भीतीपासून एक पाऊल मागे सरकता आलं असतं आणि थोड्या कमी वैतागलेल्या अवस्थेत जाता आलं असतं तरी ती एनएसएच्या कर्जातच राहिली असती आणि तिचं भविष्य अधांतरीच राहिलं असतं. रिक ॲन्किललासुद्धा जरी आपली पिच सांभाळता आली असती तरी तो आजही राष्ट्रीय टीव्हीवर प्ले ऑफ सामन्यात माउंडवर उभं राहून पिचिंग करतानाच दिसला असता. अंतरामुळे काही आपल्या समस्या सुटत नाहीत, पण त्या सुटू शकतील याची शक्यता वाढते. त्यामुळे आपल्या शब्दप्रवाहाचा गढूळपणा कमी होतो.

तर मग आता कळीचा प्रश्न हा, की वटवटीने हल्ला केला असताना हे मनोवैज्ञानिक अंतर वाढवायचं तरी कसं?

हार्वर्डच्या प्रथम वर्षात वसतिगृहातल्या एका खोलीत बसलेल्या ट्रेसीबाबत हे असं सगळं होत असताना त्याच सुमारास तिथून साडेतीन तास दूर अंतरावर मॅनहटनमध्ये कोलंबिया विद्यापीठाच्या बेसमेंटमधल्या अस्वच्छ शेरमेरहॉन हॉलमध्ये मी, एक पदवीचा विद्यार्थी, बसलो होतो आणि जवळपास ट्रेसीसारख्याच स्थितीबाबत विचार करत होतो. चर्वितचर्वणाच्या भोवऱ्यात न बुडता लोक त्यांच्या नकारात्मक अनुभवांबद्दल कुठल्या प्रकारे आत्मचिंतन करत असतील याचं मला नवल वाटत होतं. याच प्रश्नाच्या उत्तराच्या शोधात मी कोलंबिया विद्यापीठात माझे सल्लागार आणि एक महान वैज्ञानिक वाल्टर मिशेल, ज्यांना लोक 'मार्शमेलो मॅन' म्हणून ओळखातात, त्यांच्या हाताखाली प्रशिक्षण घ्यायचं ठरवलं होतं.

वाल्टर म्हणजे मानसशास्त्रातलं एक बडं प्रस्थ. याला कारण म्हणजे त्यांनी विकसित केलेली एक पद्धत जिला आता लोक 'मार्शमेलो चाचणी' म्हणून संबोधतात. ती स्व-नियमनाचा अभ्यास करण्यासाठीचा एक आदर्श नमुना बनली. यातील एका प्रयोगात लहान मुलांना प्रयोगशाळेत बोलावून एक साधी निवड करण्यास सांगण्यात येई. मुलांपुढे आता ताबडतोब हवी असेल तर एकच मार्शमेलो कॅण्डी उचलणं किंवा प्रयोग करणारा परत येईस्तोवर ते कळ काढू शकले तर त्यांना दोन मार्शमेलो मिळतील असे पर्याय होते. जी मुलं अधिक काळ वाट पाहू शकली ती मार्शमेलोवर ताबडतोब झडप घालणाऱ्या मुलांपेक्षा कुमार वयात शालान्त एसएटी चाचणीत उत्तम कामगिरी करू शकली; मोठं होताना मजबूत बांध्याची होत गेली आणि मोठं झाल्यावर तणावाला चांगल्या प्रकारे हाताळू शकली. परंतु दीर्घ मुदतीतल्या परिणामांचं नुसतं दस्तऐवजीकरण करण्यापलीकडे जाऊन या कथित मार्शमेलो चाचणीने (जिचं खरं नाव विलंबित समाधान चाचणी असं होतं), लोक स्व-नियमनासाठी वापरत असलेल्या साधनांबद्दलची विज्ञानाची समजूत आमूलाग्र बदलायला मदत केली.

मी कोलंबिया विद्यापीठात दाखल होईपर्यंत वाल्टर आणि त्यांचा तेव्हाचा पोस्टडॉक्टोरल विद्यार्थी ओझलेम आयडुक यांना वटवटीला बळी न पडता वेदनादायी अनुभवांचा विचार करण्याबाबत लोकांना मदत कशी करावी, यात आधीच रस निर्माण झालेला होता. त्या वेळी आतल्या आवाजाच्या चर्वितचर्वणाचा मुकाबला करण्याचा लक्ष विचलित करणे हा मुख्य मार्ग होता. अनेक अभ्यासांत दिसून आलं होतं की, लोक जेव्हा नकारात्मक विचारांच्या गर्तेत सापडले असतात तेव्हा त्यांचं लक्ष त्यांच्या समस्यांपासून इतरत्र वळवल्याने त्यांना बरंच बरं वाटू लागतं. या पद्धतीची एक मर्यादा म्हणजे लक्ष विचलित करणं हा एक तात्पुरता उपाय होता. जखमेवर बॅण्ड-एड लावण्यासारखा म्हणजे त्यामुळे जखम झाकली तर जाते पण भरून येत नसते. खऱ्या आयुष्यातल्या प्रश्नांपासून दूर जायला म्हणून तुम्ही चित्रपटगृहात गेलात तरी तिथून परतल्यावर मात्र ते प्रश्न तुमची वाटच पाहत असतात. एखादी गोष्ट नजरेआड होणं म्हणजे मनाआड होणं नव्हे; कारण नकारात्मक विचार पुन्हा उसळी मारण्याची आतुरतेने वाट बघत असतात.

आता मात्र अंतर राखून ठेवण्याची संकल्पना मानसशास्त्राच्या फॅशनमधून निघून गेलेली आहे. १९७० साली मनोचिकित्सा उपचारपद्धतीचा

एक जनक आणि मानसिक आरोग्यक्षेत्रातली एक प्रभावी व्यक्ती असलेल्या ॲरोन बेक याच्या मते, उपचारकांनी त्यांच्या रुग्णांना स्वतःच्या विचारांचं वस्तुनिष्ठ परीक्षण करण्यास शिकवणं हे उपचाराच्या केंद्रस्थानी असलं पाहिजे. या प्रकियेला तो 'दूरत्व' म्हणत असे. नंतरच्या काळात मात्र या दूरत्वाचा अर्थ एखादी गोष्ट टाळणं म्हणजे त्याबद्दल अजिबातच विचार न करणं असा होऊन गेला. पण माझ्या मते, दूरत्वामध्ये टाळणं हे कधीच अंगभूत नव्हतं. सैध्दान्तिकदृष्ट्या, तुम्ही तुमच्या मनाचा उपयोग करून झूम आउट करत तुमच्या समस्यांचा वेध घेऊ शकता.

हा एक वेगळा विचार आहे. ध्यानधारणेतल्या पद्धतीप्रमाणे पूर्ण लक्ष एका ठिकाणी केंद्रित करून विचारांमध्ये न गुंतता, त्यांच्यापासून दूर राहून ते कसे भरकटत जातात हे पाहण्यासारखा तो नाही. मुद्दा सहभागी होण्याचा आहे पण एका दूरच्या कोनातून. याचा अर्थ भावनिक टाळाटाळ नव्हे. माझ्या वडिलांच्या शिकवणीचा आणि जे करण्यात मी मोठं होतानाचा बराच वेळ घालवला होता त्याचा अर्क हाच होता. तर म्हणून वाल्टर, ओझलेम आणि मी, आम्ही लोकांना त्यांच्या अनुभवांपासून 'एक पाऊल मागे' कसं सरकता येईल जेणेकरून ते त्यांचं अधिक प्रभावीपणे चिंतन करू शकतील अशा मार्गांचा विचार करण्यास सुरुवात केली. अखेरीस आम्हाला ते साधन गवसलं; ते म्हणजे कल्पनाचित्र रंगवण्याची आपली क्षमता.

आपल्या मनाकडे एक बहूपयोगी प्रकाशयंत्र असतं. स्वतःला लांबून बघू शकण्याची क्षमता. आपण भूतकाळातल्या क्लेषकारक अनुभवांबद्दल विचार करत असताना किंवा संभाव्य अस्वस्थतेला जन्म देऊ शकणाऱ्या भविष्यातील प्रसंगाची कल्पना करत असताना; हे आपलं मानसिक होम थिएटर दृश्ये प्रोजेक्ट करतं, हे दिसून आलं आहे. ती फोनमध्ये स्टोअर केलेल्या चित्रफितीसारखीच असतात. तरी ही दृश्यं कायमची कोरल्यासारखी नसतात. अभ्यास सांगतो की आपल्याला आपल्या आठवणी आणि दिवास्वप्ने कायम एकाच कोनातून दिसत नसतात. आपण त्यांना विविध कोनांतून बघू शकतो. उदाहरणार्थ, कधीकधी आपण एखादं दृश्य आपल्या स्वतःच्या डोळ्यांनी बघत असल्यासारखं पाहतो. जणू काही ते घडताना आपण तेथे आपण म्हणूनच हजर आहोत. शिवाय आपण स्वतःला 'बाहेरूनही' बघू शकतो, जणू काही आपल्याला उचलून दुसऱ्या कोपऱ्यात रोवण्यात आलं आहे. आपण भिंतींवरची एक माशी होतो, काय चाललं आहे हे पाहणारी,

पण जिच्याकडे कोणाचं लक्ष जात नाही अशी; दुरून तमाशा बघत. आपण या क्षमतेला लगाम लावून आपल्या आतल्या आवाजाला अधिक चांगल्या प्रकारे नियंत्रित करू शकतो का?

हेच शोधण्यासाठी ऑझलेम, वाल्टर आणि मी– यांनी स्वयंसेवकांना प्रयोगशाळेत आणलं होतं. एका गटाला आम्ही त्यांच्या दृष्टीतून त्यांच्या दुःखद आठवणींकडे बघायला सांगितलं. दुसऱ्या गटालाही आम्ही हेच करायला सांगितलं, फक्त भिंतीवरल्या माशीसारखं, दुरून तमाशा बघत. मग आम्ही स्वयंसेवकांना त्यांना सांगण्यात आलेल्या दृष्टिकोनातून त्यांच्या भावनांना हाताळायला सांगितलं. दोन्ही गटांच्या शब्दप्रवाहांमध्ये कमालीचा फरक होता.

गुरफटणारे, म्हणजे घटनांना प्रथम पुरुषी दृष्टिकोनातून पाहणारे लोक, त्यांच्या भावनांच्या आणि त्यांनीच निर्माण केलेल्या शाब्दिक पुराच्या जंजाळात फसले होते. त्यांनी मांडलेल्या विचारप्रवाहाच्या लेखाजोख्यात दुःखद गोष्टींवरच भर दिलेला होता. ''ॲण्ड्रेनलिन टोचल्यासारखं वाटतंय. वैताग आलाय. दगा झालाय.'' एकानं लिहिलं होतं, ''राग येतोय. त्रास देण्यात आलाय. दुखापत झालीय. शरम वाटते. कोणीतरी अंगावर चढलंय, थुंकलंय. अपमान झालाय. वाळीत टाकलंय. दुर्लक्ष केलंय. दूर ढकललंय. सगळ्या मर्यादांना पायदळी तुडवण्यात आलंय.'' त्यांच्या 'आत जाण्या'च्या आणि आतल्या संवादाला हाताळण्याच्या प्रयत्नांनी आणखी जास्त नकारात्मक भावनांना जन्म दिला होता.

एकीकडे गुरफटणारे लोक भावनिक तणावामध्ये फसत होते, 'दूरक' मात्र व्यापक झाले होते ज्यामुळे त्यांना अधिक बरं वाटत होतं. ''मला त्या वादाकडे आता अधिक स्वच्छ नजरेने बघता येत होतं,'' एका माणसाने लिहिलं; ''प्रथम मला माझ्याबद्दलच अधिक सहानुभूती वाटत होती पण नंतर माझ्या मित्राला काय वाटलं असेल याची मला कल्पना येऊ लागली. तो कदाचित अतार्किक असला तरी मला त्याचा हेतू कळला.'' त्यांचे विचार स्पष्ट आणि गुंतागुंतीचे होते आणि अर्थातच त्यांनी त्या घटना एका तिऱ्हाइताच्या दृष्टिकोनातून पाहिल्या होत्या हे वाटत होतं. ते त्या अनुभवातून एक विधायक कारण घेऊन बाहेर पडू शकले होते. आपल्या अनुभवांचा योग्य अर्थ लावण्यासाठी एक पाऊल मागे येणं हे आपल्या आतल्या आवाजाचा सूर बदलण्यासाठी उपयुक्त ठरू शकतं याचे पुरावेच या प्रयोगाने दिले.

त्यानंतर काही काळातच आमच्या बरोबरीनेच इतरांनीही असा अभ्यास केला. त्यातून आढळलं की अशा पद्धतीने झूम आउट करण्याने हृदयाच्या ताण–प्रतिसादादरम्यान लढावं की पळावं अशी जी द्विधा मन:स्थिती बनते, तिलाही काबूत ठेवल्या गेलं. मेंदूतली भावनिक हालचाल थंडावली. लोकांना डिवचणं ही वटवटीला फोफावू देणारी अतिशय सुपीक स्थिती. अशा वेळीसुद्धा लोकांना असुरक्षितता आणि आक्रमकता कमी झाल्याचा अनुभव आला. दूरत्व केवळ महाविद्यालयीन मुलांच्या काही गटांसाठीच काम करतं असंच नव्हे; तर आतल्या आवाजाच्या गंभीर समस्यांशी सामना करणाऱ्या इतरांसाठीही ते काम करतं, असंही आम्हाला दिसून आलं. उदाहरणार्थ, खिन्नमनस्कताग्रस्त लोक किंवा आपल्या मुलांना कर्करोगाच्या वेदनादायी उपचारांना सामोरे जात असलेले पाहताना अति चिंतेने ग्रस्त पालक. तरी आमची निरीक्षणं अद्याप सीमित आहेत. दूरत्व आपल्यावर 'या क्षणी' टाकत असलेल्या प्रभावापुरती ती संबंधित आहेत. याचे दूरगामी परिणाम होतात का हे अजून आम्हाला बघायचं आहे, जेणेकरून लोकांचा चर्वितचर्वणात जात असलेला वेळ कमी करता येईल.

या प्रश्नाचा वेध घेणारे आम्ही एकटेच नाही, हेही आम्हाला लवकरच कळलं.

आमचं सुरुवातीचं संशोधन प्रसिद्ध झाल्याच्या काहीच दिवसांत, बेल्जियममधल्या लुवेन विद्यापीठातले फिलिप वर्ड्यून आणि त्याच्या संशोधक चमूने संशोधनपद्धतींचा एक कल्पक संच विकसित केला. त्यामुळे दूरत्व ठेवण्याच्या वृत्तीमुळे, प्रयोगशाळेच्या वातावरणाबाहेर, रोजच्या खऱ्या आयुष्यात लोकांच्या भावनिक आंदोलनं चालण्याच्या अवधीवर काही परिणाम होतो का हे कळणार होतं. संतापजनक किंवा दु:खदायक घटनांनंतर होणाऱ्या नकारात्मक मनोवस्थेचा अवधी निरीक्षकाच्या भूमिकेतून दूरत्व पाळल्यामुळे कमी झालेला त्यांना आढळला. दूरत्वामुळे वटवटीचा विस्तव भडकण्याआधीच त्या निखाऱ्यांवर पाणी टाकणं शक्य झालं होतं.

दूरत्वाच्या या दमनक्षमतेचा कधीकधी एक अवांछित परिणामही होऊ शकतो. दूरत्वामुळे नकारात्मक आणि सकारात्मक दोन्ही अनुभवांचा कालावधी कमी होतो. वेगळ्या शब्दांत सांगायचं तर, समजा तुमची बढती झाली आणि तुम्ही एक पाऊल मागे घेत विचार करू लागला की स्टेटस, पैसा हे सगळं मिथ्या आहे आणि शेवटी एक दिवस आपण मरणारच आहोत

वगैरे- तर तुमचा हक्काचा आनंद कमी होईल. तात्पर्य काय तर, तुम्हाला तुमचे सकारात्मक अनुभव जगायचे असतील तर भिंतीवरची माशी होणं काही परवडणारं नाही. तेव्हा अशा वेळी गुरफटणारे व्हा.

आतापर्यंत हे स्पष्ट झालं असावं की भावनिक अनुभवांचं चिंतन करताना आपण सगळे एक तर मानसिकदृष्ट्या गुरफटणारे असतो किंवा मानसिक अंतर राखणारे असतो आणि तरीसुद्धा कुठल्यातरी एकाच मनोवस्थेत कायम अडकून पडत नसतो. यापैकी आपली वृत्ती कोणती, त्यानुसार आपल्या आतल्या आवाजाचा सूर ठरत असतो आणि सुदैवाने जाणीवपूर्वक दृष्टिकोन बदलता येणाची आपली क्षमतादेखील.

आमच्या आणि वर्ड्युनच्या संशोधनासोबतच इतरांचीही बरीच संशोधनं त्याच सुमारास प्रसिद्ध झाली. त्यामुळे लोकांना आपल्या भावना ताब्यात ठेवायला दूरत्वाचा कसा उपयोग होतो याबद्दलची आपली समजूत बदलण्यास सुरुवात झाली. स्टॅनफर्ड विद्यापीठातल्या संशोधकांनी अलिप्त निरीक्षकाच्या दृष्टिकोनाचा संबंध चर्वितचर्वणाचं प्रमाण कमी होण्याशी लावला. तिकडे अटलांटिक महासागराच्या दुसऱ्या तीरावर, केम्ब्रिजमधल्या संशोधकांना आढळलं की लोकांना 'मोठं चित्र' बघायला शिकवण्याने अनाहूत विचार (कार्यकारी गुणांना थकवणारे एक प्रकारचे विचार) करण्याचं आणि वेदनादायक आठवणींचं प्रमाण कमी होतं. इतर प्रयोगांतून तर इथपर्यंत दिसलं की आपल्याला त्रासदायक ठरणाऱ्या एखाद्या प्रतिमेचा आकार निव्वळ कल्पनेतच कमी केल्यानेसुद्धा ती प्रतिमा प्रत्यक्ष समोर आल्यावर येणारी अस्वस्थता कमी होते.

काही इतर संशोधनांत दूरत्वाची संकल्पना शिक्षणालाही लागू करून पाहण्यात आली. उदाहरणार्थ, नववीतल्या विद्यार्थ्यांना अभ्यास करताना मोठ्या चित्रावर लक्ष देण्यास सांगण्यात आलं, जसं आज शाळेत चांगली कामगिरी केल्याने त्यांना उद्या चांगली नोकरी मिळायला कशी मदत होईल आणि एक प्रौढ व्यक्ती म्हणून समाजासाठी कसं योगदान देता येईल, हे सांगणं. असं केल्याने त्यांना मिळणाऱ्या गुणांत वाढ झाली आणि कंटाळवाण्या परंतु महत्त्वाच्या कामांवर लक्ष केंद्रित करता आलं. तेव्हा, अंतर राखण्यामुळे वाईट प्रसंगातून येणाऱ्या मोठ्या भावनांनाच फक्त उत्तम रीतीने हाताळायला मदत होते हे तर खरंच; पण त्याशिवायही आपलं काम आणि शिक्षण करताना येताना छोट्या छोट्या कंटाळ्यांनाही आपल्याला उत्तमरीत्या हाताळता येतं.

या सगळ्यांतून आपण एक गोष्ट शिकलो, ती म्हणजे एक पाऊल मागे घेण्याने लोकांना त्यांची रोजच्या जगण्यातली वटवट हाताळायला मदत होते. परंतु हे मानसिक अंतर राखण्याचा सकारात्मक परिणाम आणखी एका महत्त्वाच्या गोष्टीवर होत असतो हे आपण लवकरच बघणार आहोत. ती गोष्ट म्हणजे, अक्कलहुशारी.

सोलोमनचा विरोधाभास :

ही इसवी सन पूर्व १०१०मधली गोष्ट असेल. जेरुसलेममधल्या बाथेश्बा नावाच्या स्त्रीचं मातृत्वाचं स्वप्न अखेर पूर्ण झालं होतं. पहिल्या बाळाचा तान्हेपणीच मृत्यू झाल्यावर तिने आता दुसऱ्या गुटगुटीत पुत्राला जन्म दिला होता ज्याचं नाव तिने ठेवलं सोलोमन. बायबल सांगतं तसं हा काही सामान्य मुलगा नव्हता. डेविडचा (गोलिएथच्या कथेतला तोच तो) मुलगा म्हणून सोलोमन पुढे ज्यू लोकांचा राजा झाला. एक अद्वितीय नेता म्हणून तो जसा त्याच्या सैन्यशक्ती आणि आर्थिक शक्तीसाठी प्रसिद्ध होता, तसाच आपल्या अक्कलहुशारीसाठीही. दूर देशांतले लोकही त्याचा सल्ला घेण्यासाठी येत.

त्याने सोडवलेला सगळ्यात प्रसिद्ध तंटा म्हणजे एका बाळाची आपणच खरी आई असल्याचा दावा करणाऱ्या दोन बायकांचा. त्याने त्या बाळाचे दोन तुकडे करण्यास सांगितलं तेव्हा ज्या बाईने त्याचा प्राणांतिक विरोध केला; तीच त्या बाळाची खरी आई असं- त्याने ठरवलं. पण दैवाचा विरोधाभास पाहा- की स्वतःच्या आयुष्याबद्दल मात्र तो एवढा शहाणा नव्हता. तो इतका लघुदृष्टीचा आणि लंपट होता की त्याने निरनिराळ्या पंथांतल्या शेकडो स्त्रियांशी लग्नं केली. त्यांना खूश करण्यासाठी त्यांच्या पंथाप्रमाणे त्यांना उपासना करता यावी म्हणून देवळं आणि मठं बांधण्यापर्यंत काहीही करायला त्यानं मागेपुढे पाहिलं नाही. असं करत करत शेवटी तोच त्याच्या देवांपासून आणि त्याच्या प्रजेपासून एकटा पडला; ज्याची अखेर इ.स. पूर्व ९३० साली त्याचं साम्राज्य लयाला जाण्यात झाली.

सोलोमन राजाच्या विचारांमधल्या विसंगती ही वटवटीबद्दलची एक बोधकथा आहे जी मानवी मनाचं एक मूलगामी वैशिष्ट्य सांगते. ते म्हणजे, आपण इतरांना जेवढ्या अंतरावरून बघू शकतो तेवढ्याच अंतरावरून स्वतःला बघू शकत नाही. उपलब्ध डेटानुसार ही गोष्ट बायबलमधल्या

उदाहरणापुरती मर्यादित नाही. आपणा सगळ्यांनाच ती लागू होते. या पक्षपाताला मी आणि माझे सहकारी 'सोलोमनचा विरोधाभास' असं म्हणतो. अर्थात, ही गोष्ट सिद्ध करणारा सोलोमन हा इतिहासातला केवळ एकच शहाणा आहे असं नव्हे.

अमेरिकी इतिहासातल्या सगळ्यात हुशार माणसांपैकी एक असलेल्या अब्राहम लिंकनची गोष्ट घेऊ. त्याची फारशी माहीत नसलेली एक हकिकत अशी. १८४१मध्ये तो व्यवसाय आणि प्रेम अशा दोन्ही आघाड्यांवर एकाच ठिकाणी अडकून पडल्यासारखा होता. एक वकील म्हणून त्याच्या अपेक्षेप्रमाणे अद्याप त्याचा जम बसलेला नव्हता. तसंच मॅरी या वाग्दत्त वधूबाबतच्या त्याच्या भावनांबाबत तो अजून साशंक होता, कारण तो आता एका दुसऱ्या स्त्रीच्या प्रेमात पडलेला होता. स्वतःच्या या समस्यांमध्ये गुरफटल्याने त्याला नैराश्यानं ग्रासलं होतं. एका इतिहासकारानं या प्रकाराला 'लिंकन औदासीन्य' असं म्हटलेलं आहे. असो.

त्यापुढच्या वर्षांत जेव्हा या भावी अध्यक्षांची आशा आणि वैचारिक स्पष्टता जरा कुठे पूर्वपदावर येऊ लागली तेव्हा नेमकं त्याचा चांगला मित्र जोशुआ स्पीड हासुद्धा स्वतःच्या साखरपुड्याबाबत तशाच संभ्रमात पडला. तेव्हा एका वेगळ्या भूमिकेतून लिंकन स्पीडला चांगला सल्ला देऊ शकला, जो त्याला स्वतः त्याच प्रसंगातून जाताना स्वतःला देता आलेला नव्हता. ''समस्या तुझ्या प्रेमाबद्दलच्या कल्पनांमध्ये आहेत, तू लग्न करणार असलेल्या स्त्रीमध्ये नाहीत''; असं त्याने स्पीडला सांगितलं. लिंकनने त्यानंतर केलेल्या आत्मपरीक्षणाबाबत डोरिस कर्न्स गुडविन तिच्या 'टीम ऑफ रायव्हल्स' या पुस्तकात नंतर लिहिते, ''जर त्याला स्पीडच्या अटकलेल्या प्रेमप्रकरणाप्रमाणे स्वतःचंही प्रकरण कळलं असतं तर त्याचीही नौका पार झाली असती.''

दूरत्वामुळे शहाणपणाला चालना कशी मिळते हे बघण्याआधी शहाणपणा म्हणजे नक्की काय, यावर एक मिनिट विचार करणं अप्रस्तुत होणार नाही. मानसशास्त्रासारख्या कठीण क्षेत्रामध्ये शहाणपणासारख्या निराकार संकल्पनेची व्याख्या करणं प्रथमदर्शनी अवघड वाटेल. तरी शास्त्रज्ञांनी त्याची काही व्यवच्छेदक लक्षणं नोंदवली आहेत. शहाणपणा म्हणजे ज्या प्रश्नांमध्ये अनिश्चितता असते अशा प्रश्नांची तार्किकतेने विधायक कारणमीमांसा करणं. शहाणा तर्कवाद हा अनेक अंगांनी 'मोठं

चित्र' बघता येण्याशी संबंधित आहे. उदाहरणार्थ, स्वत:च्या ज्ञानाच्या मर्यादांची जाणीव असणं, जीवनाच्या विविध अंगांशी परिचय असणं आणि कालपरत्वे ती आपल्या पुढे कशी उलगडू शकतात याची कल्पना असणं, इतरांच्या दृष्टिकोनाची जाणीव असणं आणि विरोधी विचारांशी जुळवून घेता येणं.

साधारणत: आपण शहाणपणाचा संबंध वाढत्या वयाशी लावतो. कारण तुम्ही जितकं अधिक जगता तितकं अधिक अनिश्चिततेला सामोरे जाता आणि तिच्यापासून तितकं अधिक शिकत जाता. परंतु संशोधनातून आढळलं आहे की तुम्ही कोणत्याही वयात लोकांना शहाणपणाने विचार करणं शिकवू शकता- अर्थात दूरत्व राखल्यानेच हे शक्य होतं.

वानगीदाखल इगोर ग्रॉसमनबरोबर मी २०१५मध्ये केलेल्या एका अभ्यासाचा विचार करू. आम्ही लोकांपुढे एक अडचणीचा प्रसंग मांडला आणि त्याचं भविष्यात काय होईल याचा अंदाज लावण्यास सांगितलं. तुमच्या प्रियकराने तुम्हाला दगा दिला आहे अशी कल्पना करण्यास स्वयंसेवकांच्या एका गटाला सांगण्यात आलं. तर दुसऱ्या गटाला अगदी तसंच फक्त एका मित्राच्या बाबतीत घडलं आहे अशी कल्पना करायला सांगितलं- जी मानसिक दूरत्व राखण्याची एक व्यावहारिक पद्धत होती.

काही लोकांसाठी प्रियकराने दगा दिल्याचं कळल्यावर संताप येणं हीच शहाणपणाची प्रतिक्रिया असली तरी आमचा रस मात्र दूरत्वामुळे समस्या वाढण्याऐवजी शहाण्या प्रतिसादाला कारक होऊन तिची तीव्रता कमी होते का हे पाहण्यात होता. आमच्या अपेक्षेप्रमाणेच, इतर कोणाला समस्या आहे अशी कल्पना केल्यावर लोक फारच शहाणपणा दाखवत होते. त्यांच्या मते जिने दगा दिला आहे त्या व्यक्तीशी तडजोड करणं अधिक महत्त्वाचं होतं आणि शिवाय ते त्या व्यक्तीची बाजू जाणून घेण्याबाबतही अधिक सकारात्मक होते.

लोक दूरत्वाच्या तत्त्वाचा उपयोग सोलोमनच्या विरोधाभासापासून सुटकेसाठी कसा करून घेऊ शकतात याचं आणखी एक उदाहरण वैद्यकीय निर्णयप्रक्रियेत सापडतं. तुमच्या आरोग्यासंबंधी एखादा महत्त्वाचा निर्णय घेण्याची वेळ येते तेव्हा काही वेळा परिस्थिती ही अधिक वटवटकारक आणि अपघाती परिणाम असणारी असू शकते. मृत्यूचा विचार तर सोडाच; पण शारीरिक वेदना आणि आजारपणाबाबतच्या अनिश्चिततेमुळे शब्दप्रवाहाला

चिंतेचं उधाण येतं. त्यामुळे आपल्या विवेकावर मळभ साचू शकतं. आपले निर्णय चुकू शकतात आणि आपलं आरोग्य अधिक बिघडू शकतं.

एका मोठ्या पातळीवरच्या प्रयोगात वैज्ञानिकांच्या एका गटाने लोकांना एक पर्याय दिला. काहीच न करणे आणि कर्करोगाने मरण्याची १०% शक्यता घेणे किंवा एका नवीन पद्धतीचा उपचार घेणे ज्यात तुम्ही मरण्याची शक्यता ५% आहे. अर्थातच, दुसरा पर्याय अधिक चांगला आहे कारण त्यात मरण्याची शक्यता ५% कमी आहे. तरीसुद्धा जेव्हा आरोग्याविषयी काहीतरी करायचा प्रश्न येतो तेव्हा बहुतांश लोक काहीच न करणं पसंत करतात, यापूर्वीच्या संशोधनांनी दाखवून दिलेल्या निरीक्षणाप्रमाणे इथेही ४०% लोकांनी अधिक जीवघेणा पर्याय निवडला. पण – हा एक मोठा पण आहे – जेव्हा त्याच लोकांना हाच निर्णय दुसऱ्या कोणासाठी घ्यायला सांगितला तेव्हा मात्र केवळ ३१% लोकांनीच तो वाईट पर्याय निवडला. या टक्केवारीला आपण प्रतिवर्षीच्या कर्करोगाच्या निदानाशी जोडलं (जो आकडा १८ दशलक्ष आहे) तर १.५ दशलक्षांपेक्षा अधिक लोक स्वत:साठी उत्तम उपचार न निवडता जिवाचं बरंवाईट करून घेऊ शकतात. परंतु दूरत्वाच्या अभावामुळे येणारा हा शहाणपणाचा अभाव आयुष्याच्या इतर क्षेत्रांवरही प्रभाव टाकू शकतो.

नोबेल पारितोषिक विजेता, मनोवैज्ञानिक आणि 'थिंकिग, फास्ट ॲण्ड स्लो' या पुस्तकाचा लेखक डॅनिअल कानमनच्या मते त्याचा सर्वांत ज्ञानवर्धक अनुभव 'आतून पाहणं' टाळून 'बाहेरून पाहणं' शिकणं हा होता. त्याच्या व्याख्येप्रमाणे आतून पाहणं तुमचे विचार केवळ तुमच्या परिस्थितीभोवती केंद्रित करतं. तुम्हाला ज्या गोष्टी मुळात माहीतच नसतात त्यामुळे बऱ्याचदा पुढे येऊ शकणाऱ्या अडथळ्यांबाबतचे तुमचे अंदाज चुकतात. याउलट बाहेरून पाहण्यामध्ये अधिक शक्यतांचा विचार सामावलेला असतो ज्याने अचूकता वाढते. तुम्हाला पुढे येऊ शकणाऱ्या अडथळ्यांची बऱ्यापैकी पूर्वकल्पना येऊन त्यासाठी आधीच तयारी करता येते.

कानमनची मतं मुख्यत: अचूक भविष्यवेधाबाबतीत असली तरी संशोधनात दिसलं आहे की 'स्व'च्या बाहेर निघण्याची क्षमता, म्हणजे थोडक्यात दूरत्व, हे एरवीही निर्णयक्षमतेला उपकारक आहे. त्यामुळे आपल्या माहितीच्या अति मारापासून बचावता येतं. उदाहरणार्थ, जेव्हा आपण कार विकत घेण्यासाठी गेल्यावर विविध गुणवैशिष्ट्ये आणि किमती

यांची तुलना करत असतो तेव्हा आपल्याला अधिक स्पष्टता येऊ शकते. त्यामुळे 'नुकसान टाळण्या'ची प्रवृत्ती टाळता येते. ही कानमन यानेच प्रचारित केलेली एक संकल्पना आहे जिचा संबंध एका वस्तुस्थितीशी आहे. ती म्हणजे लोक फायद्यापेक्षा नुकसानाप्रति अधिक संवेदनशील असतात. शिवाय, ती लोकांना अधिक लवचीक बनवते आणि पर्यायी दृष्टिकोनांना सहन करण्यास तयार करते. २००८च्या अध्यक्षीय निवडणुकीच्या नेमक्या आधी इगोर आणि मी एक अभ्यास केला होता. त्यात आम्ही लोकांना त्यांचा आवडता उमेदवार हरला तर भविष्य कसं असेल याची एका तिऱ्हाइतासारख्या दूरच्या दृष्टिकोनातून कल्पना करण्यास सांगितलं (आम्ही त्यांना ते जणू एका दुसऱ्या देशात राहत आहेत अशी कल्पना करायला सांगितलं होतं). त्यामुळे ते त्यांच्या राजकीय भूमिकेबाबत कमी अतिरेकी आणि विरोधी उमेदवाराच्या समर्थकांशी सहकार्य करायला अधिक खुलेपणाने तयार झालेले आढळले.

व्यक्ती-व्यक्तींमधील संबंधांवर आणि शहाणपणा वाढण्यावर होणारे दूरत्वाचे हे सकारात्मक परिणाम जीवनाच्या अशा एका क्षेत्रामध्येही दूरत्वाला एक अमूल्य कौशल्य बनवतात, जिथे आपल्याला या आतल्या आवाजाच्या गोंगाटाचा अनुभव नेहमीच येत असतो. ते क्षेत्र म्हणजे आपले प्रेमसंबंध. माझा सहकारी ओझलेम आणि मला हे दूरत्व जोडीदारांमधल्या प्रणयसंबंधावर कसा परिणाम करत असावं याचं कायमच नवल वाटत आलं होतं. म्हणून लोक त्यांच्या जोडीदाराशी भांडल्यावर त्यांच्यातल्या दूरत्वाच्या वृत्तीबाबत एकवीस दिवसांच्या नोंदी आम्ही घेतल्या. प्रेमसंबंधातल्या समस्यांबाबत विचार करताना लोक 'दूरत्व' सांभाळून आहेत की 'गुरफटलेले' आहेत याचा ते कसा युक्तिवाद करतील यावर प्रभाव पडतो. जेव्हा एखाद्या गुरफटलेल्याचा जोडीदार शांततेने प्रतिसाद देत असतो तेव्हा हा गुरफटलेलाही त्याच पद्धतीने उत्तर देतो, सारख्याच संयमाने आणि करुणेने. पण एकदा का त्यांच्या जोडीदाराने संतापाची वा तिरस्काराची झलक दाखवली तर हे गुरफटलेले त्याची सव्याज परतफेड करतात. दूरकांच्या बाबतीत, जेव्हा त्यांचे जोडीदार शांततेने बोलतात तेव्हा हेसुद्धा शांत असतात. परंतु त्यांचे जोडीदार जरी उत्तेजित झाले तरीसुद्धा हे समस्या सोडवण्यात यशस्वी होतात ज्यामुळे तणाव सैल होतो.

या साखळीतल्या पुढच्या प्रयोगाने हे संशोधन आणखी पुढे नेत दाखवलं की, नात्यातल्या मतभेदांकडे अधिक लक्ष जायला लागलं की

जोडप्यांना दूरत्व ठेवायला शिकवणं हे त्यांच्या प्रेमसंबंधातलं नुकसानीला आळा घालण्याचं काम करतं. एका वर्षाच्या काळातच, त्यांच्यातल्या वादाचं समाधान करण्यात दूरच्या दृष्टिकोनातून एकवीस मिनिटं घालवल्याने जोडप्यांना कमी नाखुशीचा अनुभव आला. दूरत्व ही प्रेमसंबंधांसाठी अगदी संजीवनी नसली तरी ते प्रेमाची आग निदान विझू तरी देत नाही, असं दिसतं.

या सगळ्या संशोधनातून एक पाऊल मागे घेणं हे आपल्या स्वत:शी चाललेल्या संवादाचा रंग बदलण्यासाठी किती उपयुक्त आहे हेच सिद्ध झालं आहे. त्याशिवाय एका व्यापक स्तरावर विचार केला तर सर्वांत वटवटकारक अशा अनिश्‍चितता असलेल्या प्रसंगामध्येही जिथे शहाणपणाची गरज असते तिथे आपण दूरत्वामुळे कसे शहाणपणाने वागू शकतो हेही या संशोधनाने दाखवून दिलेलं आहे. पण माझ्या मते, या अभ्यासांची सगळ्यात प्रकर्षाने जाणवलेली बाजू म्हणजे, मानसिक दूरत्व राखण्याचे किती विविध मार्ग आहेत आणि आपला मेंदू दृष्टिकोन बदलण्याचे किती विविध पर्याय आपल्याला उपलब्ध करून देतो हे त्यांनी सोदाहरण दाखवून दिलं आहे. ट्रेसी पुढे हार्वर्डमध्ये शिकणार होती की आपल्याला गोष्टींची गरज असते. गोष्टी म्हणजे दूरत्व जोडून कल्पलेली कथानकं. त्या आपण निर्माण करतो ते आपल्या मनातल्या टाइम मशीनच्या शक्तीला काबूत ठेवून.

कालप्रवास आणि लेखणीची ताकद :

तर मग ट्रेसी होती वसतिगृहातल्या तिच्या खोलीत बसलेली, पेन्सिलचं इरेझर चावत, चेहऱ्यावरच्या पुरळांमुळे त्रस्त तिचा खिन्न आतला आवाज जो विभागला गेला होता दोन इच्छांमध्ये : एकक प्रशिक्षणार्थी गुप्तहेर व्हायचं की एका प्रतिष्ठित विद्यापीठातली एक एकाकी विद्यार्थिनी व्हायचं. अस्वस्थतेच्या गर्तेत बुडाल्याने तिने शेवटी असहायपणे हार्वर्ड आणि एनएसएमधल्या उपचारकांचा सल्ला घेतला. दोहोंपैकी एकाही समुपदेशकाने तिची मदत केली नाही ज्यामुळे तिचा चांगलाच अपेक्षाभंग झाला. ती पुन्हा नेहमीसारखी एकटी झाली. खरंच?

एक छंद म्हणून आणि आपल्याला काही आधार मिळेल या आशेने ट्रेसीने स्वत:च्या कौटुंबिक इतिहासाचा शोध घेण्याच्या प्रकल्पावर काम सुरू केलं. आपल्या अस्तित्वाला आपल्या मागे असलेली किती लोकांची आणि प्रसंगांची लांब साखळी कारण असेल ना, या विचाराने ती उत्साहित झाली

होती. महाविद्यालयाला सुट्टी झाली की आणि एनएसएकडून तिला बोलावणं नसलं की ती तिच्या भूतकाळातल्या गोष्टींचा पाठलाग करत होती. त्यामुळे तिला नातेवाइकांच्या मोटरसायकलवर मागे बसून लेक मिशिगनभोवती चक्कर मारता आली, कॅलिफोर्नियाला लेक मेरिटच्या किनाऱ्यावर चालता आलं, न्यू ऑर्लिन्सच्या फ्रेंच वस्तीतल्या गजबजलेल्या रस्त्यांवर तिच्या दोन मावश्यांसोबत हिंडता आलं आणि सेंट्रल टेक्ससमधल्या तिच्या पूर्वजांच्या जळालेल्या शेतापासून जवळच असलेल्या स्मशानात इतस्ततः विखुरलेल्या त्यांच्या थडग्यांवरच्या नामशिळेच्या प्रती घेता आल्या.

जसजसे तिचे नातेवाईक मोकळे होत गेले, तसंतसं मिशिगनमधल्या कालामाझू शहरातल्या पहिल्या आफ्रिकन-अमेरिकन कुटुंबांपैकी एक असणं हे किती अवघड काम आहे हे ट्रेसीला कळलं. तिची पणजी एक काळी जादू करणारी जादूगारीण कशी होती अन् तिने तिचे पणजोबा असलेल्या एका श्वेतवर्णीय पुरुषाशी कसं लग्न केलं याचा तिला शोध लागला. ती वाईट आत्म्यांना पळवण्यासाठी कुठले मंत्र वापरायची हेही तिला माहीत झालं. आणि बेताबेताने पण सततचं टुमणं लावून तिने अखेरीस तिच्या नातेवाइकांना बोलतं केलं, त्यांच्या कुटंबाला अमेरिकेत आलेल्या सगळ्यात वेदनादायक आणि दमनकारी अनुभवांबद्दल. ती गुलामांची खापरपणती असून तिच्या पणजोबांपैकी एकाला ठेचून मारण्यात आलं होतं, तर दुसऱ्या एकाला अमेरिकन गृहयुद्धात दक्षिणेतील राज्यांच्या संयुक्त लष्कराच्या सेवेत जुंपण्यात आलं होतं, याची तिने खातरजमा केली. ती जॉर्ज वॉशिंग्टनची एक वंशज आहे याचाही तिला शोध लागला.

ट्रेसी जितकी स्वतःच्या कुटुंबाच्या इतिहासात खोलवर जात गेली तेवढं तिला हार्वर्डला परतल्यावर शांत वाटत गेलं. एकीकडे ती वाडवडलांच्या परंपरेतून काही मिळवू पाहत होती तर दुसरीकडे गुलामांचा एक वंशज जगातल्या एका प्रतिष्ठित संस्थेत यश मिळवू शकतो याचं उदाहरण पेश करत होती. हार्वर्डमध्ये तिला अनेक अडचणी असल्या तरी या ऐतिहासिक दृष्टिकोनाने तिला एक विहंगम दृश्य दिसलं होतं. त्यात ती किती पुढे निघून आली आहे हे तिला दिसत होतं, शिवाय तिच्या पूर्वजांना तिचा किती अभिमान वाटत असेल असाही विचार तिच्या मनात येऊन गेला. त्याच वेळी आपल्या पूर्वजांनी किती यातना सहन केल्या या जाणिवेने तिला स्वतःच्या समस्यांकडे नीट पाहता आलं. चांगले गुण कमावता न येणं

आणि हव्या त्या व्यक्तीला डेट करता न येणं, यांतून येणारी अस्वस्थता आपल्या पूर्वजांना एक गुलाम म्हणून सहन कराव्या लागलेल्या यातनांच्या तुलनेत किती फिकी आहे असा विचार तिच्या मनात आला. ती भिंतीवरची एक माशी बनली, केवळ स्वत:साठी नव्हे तर अनेक पिढ्यांसाठी, ज्या अटलांटिकमधून झालेल्या गुलामांच्या स्थलांतरातही टिकून राहिल्या आणि कालांतराने अखेरीस अमेरिकेत भरभराटीला आल्या. यामुळे तिचा आतला आवाज नाट्यमयरीत्या शांत झाला.

ट्रेसीने जे अनुभवलं त्याला अनेक अभ्यासांद्वारे, वैज्ञानिकरीत्या पुष्टी मिळालेली आहे. अर्थात, मनामध्येच विचारपूर्वक कालप्रवास करण्याची एखाद्याची क्षमता ही नकारात्मक आत्मसंवादांना डावलून सकारात्मक वैयक्तिक कथानकं रचायला उपयुक्त साधन ठरते. परंतु मानसिक कालप्रवासाचे फायदे केवळ भूतकाळाचं विहंगम दृश्य बघून वर्तमानाची सकारात्मक कथानक विणणं एवढ्यापुरतेच मर्यादित नाहीत. हा मानसिक कालप्रवास 'भविष्यामध्ये' नेऊनही तुम्हाला फायदा होऊ शकतो. याला 'ऐहिक दूरत्व' म्हणतात. अभ्यासातून दिसून आलं आहे की लोक जेव्हा कठीण काळातून जात असतात तेव्हा त्यांना उद्या कसं वाटेल हे विचारण्याऐवजी आजपासून दहा वर्षांनी कसं वाटेल याची कल्पना करायला सांगणं हा त्यांचे विचार योग्य चौकटीत बसवायचा आणखी एक प्रभावी मार्ग असू शकतो. त्यामुळे आपले अनुभव तात्पुरते आहेत हे लोकांना कळतं ज्यामुळे त्यांना समस्या सुटण्याची आशा वाटू लागते.

हे ऐहिक दूरत्व एका वेगळ्या अर्थाने शहाणपणाच्या एका पैलूला चालना देतं. तो म्हणजे विश्व हे सतत प्रवाही असून परिस्थिती बदलत असते हे आकळणं. जीवनाच्या या तत्त्वाशी परिचय असणं हे नकारात्मक अनुभवांना बऱ्याच प्रमाणात सुलभ करणारं असतं. उदाहरणार्थ, याच गोष्टीने मला गेल्या शतकातल्या सर्वांत वटवटकारक परिस्थितीला तोंड द्यायला मदत केली. ती म्हणजे २०२०ची कोविड-१९ महामारी.

जसजशी महाविद्यालयं बंद होत गेली, विलगीकरणारस सुरुवात झाली आणि बाहेरचं जग शांत झालं तसं इतर कोट्यवधी लोकांप्रमाणे माझ्याही मनातली वटवट उतू जाऊ लागली. सामाजिक दूरत्वामुळे माझ्या मुलांवर काही विपरीत परिणाम होईल का? आठवडे अन् आठवडे घरातून बाहेर न पडता मी जगू शकेन का? अर्थव्यवस्था कधीतरी सुधारेल का? एकदा

ही महामारी गेली की आपल्याला कसं वाटेल, याचा विचार करताना मला जाणवलं की आपण सध्या ज्यातून जात आहोत ते तात्पुरतं आहे. आपल्या जमातीच्या दीर्घ इतिहासात जशा अनेक महामाऱ्या आल्या आणि गेल्या तसं कोविड-१९चं हे संकटही कधीतरी निघून जाणारच. या विचाराने माझ्या आतल्या आवाजाला उत्साहाचं उधाण आलं.

माझा सहकारी ओझलेमला आढळलं की ऐहिक दूरत्वामुळे लोकांना केवळ आपल्या आप्तेष्टांच्या मृत्यूसारख्या मोठ्या ताणकारकांना हाताळण्यात मदत होत नसून कामाच्या संपत येणाऱ्या मुदतीसारख्या छोट्या, पण महत्त्वाच्या ताणकारकांना हाताळण्यासही मदत होते. आणि सर्वोत्तम बाब म्हणजे या तंत्राने तुम्हाला केवळ बरं वाटत नाही, तर कमी दोषारोपण आणि अधिक क्षमाशीलता यांमुळे तुमचे नातेसंबंध आणि वादविवाद अधिक चांगले होऊन तुमचं प्रेमजीवन सुधारतं.

महाविद्यालयातल्या वर्षांत कौटुंबिक इतिहासाच्या प्रकल्पावर काम करत असतानाच ट्रेसी एक रोजनिशीसुद्धा ठेवत असे. तीसुद्धा दूरत्व राखण्याचं एक माध्यम बनली. रोजनिशी लिहिणं हे जवळजवळ पहिल्या लिखित शब्दाइतकंच पुरातन असलं तरी त्याने मिळणाऱ्या मनोवैज्ञानिक समाधानाकडे मात्र संशोधकांचं लक्ष गेल्या काही दशकांमध्येच वळलेलं आहे. यापैकी बरंचसं काम जेम्स पेनबेकर (हो त्याच्या नावातच 'पेन' आहे) याने सुरू केलं. आपल्या प्रदीर्घ आणि देदीप्यमान कारकिर्दीत त्याने दाखवून दिलं की लोकांना त्यांच्या सर्वांत वाईट नकारात्मक अनुभवांवर फक्त पंधरा ते वीस मिनिटं लिहायला सांगण्याने, म्हणजे जे घडलं त्याची गोष्ट सांगितल्याने (अर्थात त्यांची इच्छा असली तर), त्यांना अधिक बरं वाटू लागतं, डॉक्टरांच्या भेटी कमी होतात आणि रोगप्रतिकारक क्षमता वाढते. रोजनिशी लिहिताना गोष्ट सांगणाऱ्या निवेदकाच्या भूमिकेतून आपल्या अनुभवांकडे पाहिल्याने आपल्या अनुभवांपासून आपले दूरत्व वाढते. आपले त्यांच्याशी असलेले बंध सैल होतात. ट्रेसीने अनेक वर्षं रोजनिशी लिहिली आणि तिचा तिला खूप उपयोग झाला.

आतल्या संवादांना शांत करण्यासाठी नावीन्यपूर्ण मार्ग शोधण्याच्या क्षमतेमुळे हार्वर्डमधल्या चौथ्या वर्षाच्या शेवटापर्यंत ट्रेसीचे पुरळ कमी झाले होते, नैराश्यपूर्ण चाळे ओसरले होते आणि गुण तर गगनाला गवसणी घालत होते. तिने तिच्या वटवटीचा निचरा केला होता. पदवीधर झाल्यावर तिने

एनएसएकरता काम सुरू केलं. ती पुढची आठ वर्षं जगभरातल्या संकटग्रस्त भागातल्या गुप्त मोहिमांवर काम करणार होती. भाषांमधलं शेकडो तासांचं उच्च शिक्षण घेतल्याने ती आता फ्रेंच आणि अरबी भाषा अस्खलित बोलू शकत होती ज्यांचा तिने अनेक कामगिरींमध्ये सहज वापर केला. त्यांतल्या काही अद्यापही गुप्त आहेत. तिने जमवलेल्या गुप्त वार्ता व्हाइट हाउसमध्ये अमेरिकन सरकारच्या सर्वोच्च सत्ताकेंद्रापर्यंत थेट जाऊन पाहोचत होत्या. माध्यमिक शाळेत असताना एनएसए शिष्यवृत्तीबाबत प्रथम ऐकल्यावर तिने मनात रंगवलेलं सिनेमातल्यासारखं थरारक आयुष्य तिला बऱ्याच अंशी जगता आलं. ट्रेसी आजही रोजनिशी लिहिते बरं का!

आणि आता ती एका सुप्रतिष्ठित विद्यापीठात प्राध्यापिका आहे (आणि सरकारसाठी काम करत नाही).

एक मनोवैज्ञानिक होण्यातली, त्यातल्या त्यात आतल्या आवाजाच्या नियंत्रणावर काम करणारी असण्यातली सगळ्यात विचित्र गोष्ट काय असते सांगू? ती म्हणजे तुमचं संशोधन काहीही सांगो; तुम्हाला तुम्ही असण्यापासून मात्र सुटका नसते. थोडक्यात, मी जेव्हा 'आत जातो' तेहा मला दूरत्व ठेवण्याविषयी कितीही माहिती का असेना, मी गोंधळतोच. मला माझा पाठलाग करणाऱ्याकडून धमकीचं पत्र मिळाल्यावर मला जे झालं त्याचं दुसरं काहीच कारण असू शकत नाही. मला वटवटीला शांत करण्याची अनेक साधनं माहीत होती. भिंतीवर बसलेल्या माशीचा दृष्टिकोन अंगीकारणं, दुरून तमाशा बघणाऱ्या बघ्याची भूमिका घेणं, भविष्यात मला कसं वाटेल याची कल्पना करणं, रोजनिशीत एक नोंद करणं वगैरे वगैरे... आणि तरीसुद्धा

मी गुरफटलो.

वटवटीने भारून गेलो.

सोलोमनचा विरोधाभास जगू लागलो.

अखेरीस मला काय करता आलं, तर फक्त माझ्या घाबरलेल्या आतल्या आवाजाला शब्द देणं. साहजिकच, त्यामुळे मी आणि माझ्या पत्नीमध्ये तणाव निर्माण झाला, इतका की तिचा दूरत्वाचा दृष्टिकोनही मला माझ्या आत्मसंवादांबाहेर खेचू शकला नाही. माझी वटवट इतकी तीव्र होती की मला त्यातून बाहेर पडण्याचा एकही मार्ग दिसत नव्हता. आणि मग एकाएकी मला तो सापडला.

मी माझंच नाव उच्चारलं.

प्रकरण चार

जेव्हा 'मी'च 'तू' होतो

पहाटेचे तीन वाजले होते आणि मी रात्रीच्या पायजम्यामध्ये माझ्या घरातल्या कार्यालयाच्या खिडकीतून बाहेर बघत त्या रात्रीचं निरीक्षण करत होतो. त्या अंधारात मला काहीच दिसत नव्हतं. तरीसुद्धा माझ्या मनात मात्र मी ते पत्र आणि ते पाठवणाऱ्या इसमाचा भीतिदायक चेहरा बघू शकत होतो, जो माझ्या कल्पनेने डेक्सटर आणि सॉ चित्रपटांपासून थोडी थोडी प्रेरणा घेऊन रचला होता.

बऱ्याच वेळाने मग मी खिडकीतून मागे वळलो.

मी काय करतोय, मला काहीच कळत नव्हतं. मी तसाच माझ्या मेजाभोवती घुटमळलो, खाली बसलो आणि माझा संगणक सुरू केला. त्या भयगर्तेच्या तळाशी असतानासुद्धा मला खोल कुठेतरी जाणीव झाली की हे असं फार काळ काही चालायचं नाही. झोपेच्या अभावाने मी ओढगस्तीला लागलो होतो, काही खात नव्हतो आणि मला कामावरही लक्ष केंद्रित करता येत नव्हतं. त्या तशा संभ्रमावस्थेतून काही मार्ग मिळेल या आशेने मी पुन्हा 'आत' गेलो. त्याआधीच्या काही दिवसांतल्या आत्मपरीक्षणातून फारसं काही हाती लागलं नव्हतं. पण आता मात्र मी माझं लक्ष माझ्या समोरच्या समस्येकडे वळवलं. प्राध्यापकांच्या सुरक्षेत पारंगत अंगरक्षक कुठे मिळेल बरं? मी विचार केला.

आज मागे वळून पाहताना हे कितीही विचित्र वाटत असलं तरी तेव्हा मात्र ते तसं अजिबात वाटत नव्हतं. मध्य-पश्चिम अमेरिकेतल्या भयभीत विद्वानांच्या सुरक्षेसाठी खास प्रशिक्षित अंगरक्षकाबाबत गुगल करायला माझी बोटं वळतात तोच काहीतरी घडलं. मी थांबलो, संगणकापासून मागे होत

रेललो आणि मनातच स्वत:ला म्हणालो, ''इथनं, तू हे काय करतोयस? हा शुद्ध वेडेपणा आहे!''

त्यानंतर काहीतरी विचित्र घडलं. मनात स्वत:चं नाव उच्चारणं आणि एखाद्या तिसऱ्या माणसाशी बोलावं तसं बोलणं, यामुळे मला ताबडतोब एक पाऊल मागे घेता आलं. अचानक मला माझ्या समस्येकडे वस्तुनिष्ठ पद्धतीने पाहता येऊ लागलं. प्राध्यापकांच्या सुरक्षेसाठी अमेरिकन नेव्ही सील प्रमाणित कमांडो पुरवणारा एक कुटीरोद्योगच जणू विकसित झाला आहे अन् त्याबद्दल गुगल करायला हरकत नाही, असं जे थोड्या वेळापूर्वीच तार्किक वाटत होतं, ते आता मलाच जसं वाटायला हवं तसं वाटू लागलं. म्हणजे वेडेपणाचं.

एकदा मला हा साक्षात्कार झाल्यावर इतरही अनेक त्यापाठोपाठच होत गेले. बेसबॉल बॅटने घरभर फिरत पहारा दिल्याने काय होणार आहे? मी विचार केला. आपल्याकडे अत्याधुनिक धोकादर्शक यंत्रणा आहे. ते एक पत्र सोडलं तर त्यानंतर फार काही खळबळजनक घडलेलं नाही. तो बहुधा कुणीतरी केलेला खोडसाळपणा असावा. तेव्हा आपल्याला कशाची भीती आहे? आधी जगत होतो तसं आताही आयुष्य आनंदाने जगू की! आपलं कुटुंब, विद्यार्थी आणि संशोधन यांचा विचार करू या. अशा पोकळ धमक्या पुष्कळांना येत असतात. आपण यापेक्षाही अधिक वाईट प्रसंग पाहिलेले आहेत. आपण याचा सामना निश्चितच करू शकतो.

इथनं, मी स्वत:ला म्हणालो. ''आता नीज बरं!''

एखाद्या उघड्या जखमेवर लावलेल्या लेपासारखे हे विचार माझ्या मनात पसरत असतानाच मी कार्यालयातून बेडरूमकडे गेलो. माझ्या हृदयाचे ठोके मंदावले होते आणि भावनांचं भारमान बदललं होतं. मला हलकं वाटत होतं. आणि मी जेव्हा बिछान्यात माझ्या पत्नीच्या शेजारी हळूच शिरलो तेव्हा मला अशी एक गोष्ट करता आली, जी करण्यासाठी ते पत्र मिळाल्यापासून माझा जीव कासावीस झाला होता. ती म्हणजे, दात न खाता, बेडरूमच्या दरवाजाला अडसर लावत ते अर्धवट उघडं न ठेवता, लिट्ल लीग बेसबॉल बॅट हातात न आवळता मला डोळे बंद करता आले आणि मी सकाळपर्यंत शांत निजलो.

स्वत:चंच नाव पुकारण्याने मला वाचवलं होतं. त्या गुंडापासून नव्हे तर स्वत:पासूनच.

त्या रात्रीनंतर कित्येक दिवस आणि आठवडे मी काय घडलं असेल याचाच विचार करत होतो. एकीकडे एक मलाच अडचणीत टाकणारा विरोधाभास होता. मी स्वत: स्व-नियमनातला तज्ज्ञ मनोवैज्ञानिक असूनही मीच माझा स्वत:वरचा ताबा आणि अर्थातच थोड्याच काळाकरता का असेना; पण विवेकही गमावला होता. त्याच वेळी दुसरीकडे एक रहस्यपूर्ण वैज्ञानिक निरीक्षण होतं, ज्यात स्वत:शी एखाद्या तिसऱ्या व्यक्तीशी बोलावं त्याप्रमाणे बोलल्याने मला माझ्या भावनांवर आणि आतल्या संवादांवर कसंतरी नियंत्रण मिळवता आलं होतं. साधारणत: स्वत:चं नाव घेत बोलण्याचा संबंध विक्षिप्तपणाशी, स्व-प्रतिमाप्रेमाशी किंवा कधीकधी मानसिक आजारांशी लावण्यात येतो. पण मला यातली कोणतीच लक्षणं नव्हती. माझ्यापुरता विचार केला तर असं म्हणता येईल की निदान संकटकाळात तरी मला माझ्या आतल्या आवाजाला येनकेनप्रकारेण दाबता आलं... ते मात्र माझ्या आतल्या आवाजाचा वापर करूनच.

...आणि मी हे सगळं मुद्दाम म्हणून केलेलं नव्हतं.

मानसशास्त्रातला एक मूलभूत सिद्धान्त आहे ज्याला म्हणतात वारंवारतेचा दृष्टिभ्रम. उदाहरणार्थ, आपण एखादा नवा शब्द शिकतो आणि अचानकच जिकडे पाहावं तिकडे तो वापरलेला आपल्याला दिसतो. वास्तविक, तो शब्द किंवा जे काही तुमचं नवं निरीक्षण असेल ते, ते तुमच्या भोवतालात आधीपासूनच साधारण वारंवारतेने उपस्थित असतं. फरक इतकाच असतो की, तुमचा मेंदू त्याकरिता त्यापूर्वी संवेदनाक्षम नसतो. त्यामुळे एक मानसिक दृष्टिभ्रम तयार होतो.

प्रचंड भावनिक ताणाखाली असताना आपण स्वत:शीच बोललो या जाणिवेने माझ्याही बाबतीत काहीसं असंच झालं. कधी स्वत:चं, तर कधी एखादं इतर अ-प्रथमपुरुषी सर्वनाम वापरत तिसऱ्याशीच बोलावं तसं स्वत:शीच बोलणारे लोक ओळखणारं माझ्या मेंदूतलं पॅटर्न रेकग्निशन सॉफ्टवेअर कार्यरत झालं. पुढचे काही महिने आणि त्यानंतरची वर्षं या प्रकारच्या वेगवेगळ्या संदर्भांतल्या उल्लेखनीय घटना मी नोंदवून ठेवल्या.

ते धमकीपत्र २०११च्या वसंतात आलं होतं. पण माझं लक्ष वेधून घेणारं पहिलं प्रकरण ही खरं म्हणजे २०१०च्या उन्हाळ्यात बास्केटबॉल सुपरस्टार ली-ब्रॉन जेम्सबाबत घडलेल्या घटनेची एक आठवण होती. मी न्यू यॉर्क निक्स या बास्केटबॉल संघाचा चाहता. तेव्हा अडचणीत सापडलेल्या

माझ्या संघाला वाचवायला आपला 'क्लीव्हलॅण्ड कॅव्हेलिअर्स' संघ सोडून जेम्सने न्यू यॉर्कला यावं, अशी बाळबोध आशा मला होती. उलट, त्याने त्याच्या कारकिर्दीपासून रुजवलेला, जोपासलेला 'क्लीव्हलॅण्ड कॅव्हेलिअर्स' संघ सोडून 'मयामी हीट' संघात सामील होण्याचा निर्णयच ईएसपीएनवर जाहीर केला. खुद्द त्याचाच मते तो अनेक गोष्टी पणाला लावणारा एक अवघड निर्णय होता. ''मला एक गोष्ट कसंही करून टाळायची होती ती म्हणजे भावनिक निर्णय घेणं,'' ली-ब्रॉन ईएसपीएन समालोचक मायकेल विल्बनला सांगत होता. त्यानंतर क्षणार्धात, म्हणजे भावनिक निर्णय घेण्याचं टाळण्याबाबतचा हा खुलासा करून झाल्यावर लगेच तो स्वत:बद्दल प्रथमपुरुषी बोलायचा थांबून स्वत:बद्दल स्वत:चं नाव घेऊन बोलू लागला : ''आणि मला फक्त हे बघायचं होतं की ली-ब्रॉन जेम्ससाठी सर्वोत्तम काय असेल आणि ली-ब्रॉन जेम्सने स्वत:ला आनंदी ठेवण्यासाठी काय करावं.''

काही वर्षांनंतर भावी नोबेल शांतता पुरस्कारविजेती मलाला यूसुफझई हिचा 'द डेली शो विथ जॉन स्टुअर्ट' या कार्यक्रमातला एक व्हिडिओ माझ्या पाहण्यात आला. २०१२च्या उन्हाळ्यातली ही गोष्ट. मलाला तिच्या कुटुंबासमवेत पाकिस्तानच्या स्वात खोऱ्यात राहत होती. तेव्हा तिला 'ती' बातमी कळली. कदाचित तिच्या कल्पनेतली सर्वांत भयंकर बातमी. मुलींच्या शिक्षणाच्या हक्काबाबतच्या तिच्या उघड पुरस्काराची शिक्षा म्हणून तालिबानने तिला जिवानिशी मारायचा पण केला होता. या धमकीला तोंड द्यायला ती कशी शिकली हे स्टुअर्टने तिला विचारलं तेव्हा ती अनावधानाने सांगून गेली की, स्वत:ला नावाने संबोधून समजावणं ही गुरुकिल्ली होती. तिने आपले अनुभव सांगायला सुरुवात केली ती प्रथमपुरुषातच. बोलता बोलता ती त्या भयानक क्षणापर्यंत आली आणि स्टुअर्टला म्हणाली, ''मी स्वत:लाच विचारलं, 'मलाला, आता तू काय करणारयेस', तेव्हा मी स्वत:लाच उत्तर देत असे, 'मलाला, एक जोडा घे आणि मार त्याला'... मग मी पुन्हा म्हणे, 'जर तू त्या तालिबान्याला जोड्याने मारलं तर तुझ्यात आणि त्याच्यात काहीच फरक राहिला नाही.'''

न्यू यॉर्क टाइम्सच्या बातमीदाराला एक भावनिक मुलाखत देताना अभिनेत्री जेनिफर लॉरेंस क्षणभर थांबली आणि स्वत:लाच म्हणाली, ''ठीक आहे, जेनिफर जरा सांभाळ स्वत:ला''. अशी अनेक उदाहरणं नंतर दिसत गेली, जी केवळ जनसंस्कृतीच्या संदर्भातलीच नव्हे, तर काही वरवर साध्या

दिसणाऱ्या ऐतिहासिक प्रसंगातही लपलेली होती. स्वत:शी तृतीयपुरुषात बोलण्याला आधीच एक संज्ञा दिली गेली होती, 'इलेइझम'. हे एक प्रकारचं लेखनतंत्र होतं जे ज्युलिअस सीझरने त्याने लढलेल्या गॉलिक युद्धांबद्दल लिहिताना मुक्त हस्ते वापरलं होतं. तो स्वत:बद्दल लिहिताना स्वत:चं नावच वापरी. आणि 'मी'ऐवजी 'तो' हे सर्वनाम वापरी. आणि मग आपण पोहोचतो ते १९१८ साली प्रसिद्ध झालेल्या अमेरिकी इतिहासकार हेन्री ॲडम्सच्या आत्मचरित्रापर्यंत; जे त्याने पूर्णपणे तृतीयपुरुषात सांगितलेलं होतं. हाच शैलीदारपणा मिरवायच्या नादात त्याने पुस्तकाचं शीर्षक 'माझं शिक्षण वगैरे न ठेवता हेन्री ॲडम्स ह्याचं शिक्षण', असं ठेवलं.

लोक स्वत:शी बोलताना द्वितीय-तृतीयपुरुषी सर्वनामांचा कसा वापर करतात याबद्दलची माझी निरीक्षणं माझ्या विद्यार्थ्यांना आणि सहकाऱ्यांना तोवर सांगून झालेली होती. परिणामी, प्रयोगशाळेत एका चर्चेला सुरुवात झाली होती आणि आम्ही भाषा आणि अंतर यांच्या संबंधांचा विचार करणं सुरू केलं. इतरांच्या भुवया उंचावतील आणि सामाजिक संकेतांना बाधा ठरेल अशा प्रकारे मोठ्याने न उच्चारता आपल्या डोक्यातच स्वत:चं नाव वापरणं, हे लोकांना त्यांच्या आतल्या आवाजावर नियंत्रण ठेवण्यासाठी मदत करणारं साधन ठरलं होतं, असं आमची प्रखर अंत:प्रेरणा सांगत होती.

अर्थातच, मला आढळलेले हे सगळे 'पुरावे' या मुळात किस्से-कहाण्या होत्या. त्या मानवी वर्तनातल्या एका सामाईक पद्धतीकडे अंगुलिनिर्देश करत असल्या तरी त्यात वैज्ञानिक पुरावा म्हणावं असं काहीच नव्हतं. त्यापूर्वीची अनेक वर्षं मी आणि माझे सहकारी दूरत्व साधण्याच्या भिन्न-भिन्न मार्गांचा अभ्यास करत होतो. आम्ही शोधलेल्या सगळ्याच तंत्रामध्ये वेळ आणि एकाग्रता खर्ची पडत होती. पण दुसरीकडे मात्र तणावाच्या क्षणी स्वत:शी बोलायला स्वत:चं नावं उच्चारण्यात यापैकी कशाचीही गरज नव्हती. आपण कुणी दुसरीच व्यक्ती आहोत असं समजून स्वत:शी बोलणं हे दूरत्वाचा एक वेगळाच अवतार होतं का?

तुमचं नाव घ्या :

''तुम्ही खरंच बोलताय?'' आमच्या प्रयोगातल्या एका स्वयंसेवकाने विचारलं.

'हो,' प्रयोगकर्ती म्हणाली. ''चला माझ्या सोबत.''

ती त्याला सभागृहाच्या मार्गिकेने पुढे घेऊन गेली.

प्रयोगशाळेत आलेल्या इतर स्वयंसेवकांप्रमाणे त्यालाही भाषा आणि भावनांसंबंधी एका प्रयोगात भाग घ्यायचा आहे इतकंच माहीत होतं. आम्ही जी पद्धत वापरणार होतो त्याबद्दल स्वयंसेवकांना ते प्रयोगशाळेत पोहोचेस्तोवर काहीच कल्पना दिली गेली नव्हती. प्रयोगशाळेत आलेल्यांना दबावाखाली आणण्यासाठी वैज्ञानिकांच्या भात्यातलं हे शक्तिशाली आयुध म्हणजे तयारीसाठी पुरेसा वेळ मिळू न देता श्रोत्यांसमोर जाहीर भाषण द्यायला लावणं. असं केल्याने आम्ही निर्माण केलेल्या प्रसंगासारखा चिडचिडकारक प्रसंग आला की स्वत:ला स्व-नावाने (किंवा 'तू' यासारख्या इतर कुठल्या अ-प्रथमपुरुषी सर्वनामाने) पुकारण्यामुळे आतल्या आवाजावर नियंत्रण मिळवण्यासाठी कितपत मदत होते याचा अधिक चांगला अभ्यास करता येणार होता.

स्वयंसेवक आल्यावर त्यांना एका गटासमोर पाच मिनिटं भाषण द्यायला सांगण्यात आलं. विषय होता, 'त्यांच्या स्वप्नातली आदर्श नोकरी मिळवण्यास ते लायक का आहेत?' त्यानंतर आम्ही त्यांना एका छोट्या खोलीत घेऊन गेलो, जिला एकही खिडकी नव्हती. इथे पाच मिनिटं बसून त्यांना भाषणाची तयारी करायची होती; अर्थात, कुठलीही टिपणं त्यांना काढता येणार नव्हती. भाषणापूर्वी स्वत:शी विचार करताना काही लोकांनी जर आमच्या सांगण्याप्रमाणे अ-प्रथम पुरुषी भाषा वापरली तर त्यांना अधिक मानसिक दूरत्व राखता येऊन त्यांना आपल्या भावना काबूत ठेवणं सोपं होईल, अशी आमची कल्पना होती.

आमचा सिद्धान्त केवळ माझे अनुभव किंवा मलाला, लीब्रॉन जेम्स आणि इतरांचे शब्द यांवरच आधारित नव्हता. या आधीच्या संशोधनानुसार, अहं-संवाद (आय-टॉक) म्हणजे प्रथमपुरुषी एकवचनी सर्वनामांचा अतिरिक्त वापर हे नकारात्मक भावनांचं एक खात्रीलायक लक्षण होतं. उदाहरणार्थ, दोन देशांतल्या सहा प्रयोगशाळांत झालेल्या एका अभ्यासाने, ज्यात सुमारे पाच हजार स्वयंसेवक सामील झाले होते; अहं-संवाद आणि नकारात्मक भावना यांत मजबूत दुवे असल्याचं उघड केलं होतं. लोकांच्या फेसबुक पोस्टमधलं अहं-संवादाचं प्रमाण मोजून तुम्ही त्यांच्या वैद्यकीय रेकॉर्डमध्ये भविष्यात येऊ शकणाऱ्या नैराश्याच्या झटक्यांचा अदमास बांधू शकता,

असं दुसऱ्या एका अभ्यासाने दाखवून दिलं होतं. या सगळ्यांचा अर्थ हा की स्वत:शी, 'मी'– 'माझं' अशा प्रथमपुरुषी एकवचनी सर्वनामाचा वापर करत बोलणं हे एक प्रकारचं भाषास्नात होणं असतं.

यामुळे एक प्रश्न सहजच निर्माण होतो. जर आपण एखाद्याची स्वत:बद्दल प्रथमपुरुषी विचार करण्याची प्रवृत्ती कमी करणं इथवरच न थांबता ते प्रत्यक्षात स्वत:शी बोलत नसून जणू काही कुणा तिसऱ्याशी बोलत आहेत; असं त्यांना करायला भाग पाडलं तर? आमच्या मते, स्वत:च्याच नावाचा द्वितीय पुरुष वा तृतीय पुरुष म्हणून उपयोग केल्याने एक भावनिक दूरत्व निर्माण होतं. याचं कारण तसं केल्याने स्वत:शीच बोलताना आपण एका त्रयस्थ व्यक्तीशी बोलतो आहोत असं आपल्याला वाटत असतं. उदाहरणार्थ, स्वत:शी "मी आज माझ्या सहकाऱ्यावर का उखडलो?" असा विचार न करता, इथनं "आज त्याच्या सहकाऱ्यावर का उखडला?" असा विचार करू लागतो.

तयारीची पाच मिनिटे संपल्यावर आम्ही स्वयंसेवकांना दोन गटांत विभागलं. आपल्या भाषणाबद्दलच्या अस्वस्थतेबाबत विचार करताना स्वत:ला 'मी' म्हणून संबोधणारे लोक पहिल्या गटात होते; तर दुसऱ्या गटात अ–प्रथमपुरुषी आणि स्वत:ला नावाने उच्चारून हीच कृती करणारे लोक होते. हे झाल्यानंतर आम्ही त्यांना भाषण देण्यासाठी सभागृहात घेऊन गेलो जिथे मख्ख चेहरा ठेवण्यासाठी विशेष प्रशिक्षित परीक्षक आणि अगदी समोर, मध्येमध्ये येईल असा व्हिडिओ कॅमेरा सज्ज होता. खेळ सुरू झाला.

दूरत्व सांभाळून स्व–संवाद साधलेल्या स्वयंसेवकांनी सांगितल्याप्रमाणे भाषण संपल्यावर त्यांना स्व–संवादात बुडालेल्या त्यांच्या इतर सहकाऱ्यांपेक्षा कमी लज्जा आणि लाजिरवाणेपणाचा अनुभव आला होता. हे आमच्या अनुमानाप्रमाणेच होतं. एकदा भाषण संपल्यानंतर त्यांनी त्याबाबतीत कमी रवंथ केली. आपल्या मानसिक अनुभवांचं वर्णन करताना त्यांनी त्यांची नाराजी किंवा ते काम किती कठीण होतं यावर जोर दिलेला नव्हता तर उलटपक्षी या सगळ्यात वास्तविक आयुष्यातलं काहीही पणाला कसं लागलेलं नाही यावर त्यांच्या आतल्या आवाजाने कसा भर दिला हेच सांगितलं.

आम्ही जसंजसं ते व्हिडिओ संगणकाला फीड करत गेलो आणि प्रयोगातून मिळालेल्या डेटा खणत गेलो तसं लक्षात आलं की केवळ स्वयंसेवकांचेच भावनिक प्रतिसाद वेगवेगळे होते असं नव्हे. स्वयंसेवकांचे

व्हिडिओ पाहणाऱ्या परीक्षकांनीसुद्धा हेच दाखवलं की दूरत्वयुक्त स्व-संवादी गटातल्या लोकांनीही भाषणे चांगली दिली होती.

दूरत्व राखण्यासाठीचं मनात दडलेलं एक अनोखं साधन आम्हाला गवसलं होतं, ते म्हणजे : दूरवरचा स्व-संवाद. आमचे प्रयोग आणि सोबतच इतर काही लोकांनी नंतर केलेला अभ्यास याद्वारे हेच दिसलं की प्रथमपुरुषी 'मी'कडून द्वितीयपुरुषी 'तू' किंवा तृतीयपुरुषी 'तो' वा 'ती'कडे वळणं हे भावनिक दूरत्व साधण्याचं एक साधन आहे. त्यामुळे दूरवरचा स्व-संवाद ही मानवी भाषेच्या वस्त्रातच विणलेली एक मनोवैज्ञानिक क्लृप्ती आहे. आणि तिचे किती वैविध्यपूर्ण फायदे आहेत हेही आपल्याला ठाऊक आहे.

इतरांच्या प्रयोगांनी हे दाखवून दिलं की दूरवरच्या स्व-संवादामुळे लोकांना चांगली प्रथमदर्शनी छाप सोडण्यास मदत होते, गुंतागुंतीच्या तणावपूर्ण प्रसंगी अधिक उत्तम प्रकारे काम करता येतं आणि तर्कबुद्धी वाढीस लागते. हे अगदी 'भिंतीवरच्या माशी'च्या दूरत्व राखण्याच्या पद्धतीसारखं होतं. यामुळे विवेकी तर्कबुद्धीसुद्धा वाढीस लागते. उदारणार्थ, २०१४मध्ये इबोला विषाणूसंकट अगदी चरम सीमेवर असताना अमेरिकेतले काही लोक फारच भयभीत झाले होते. तेव्हा आम्ही इंटरनेटवर एक अमेरिकाव्यापी अभ्यास केला. इबोला संकटाच्या भविष्यातल्या रूपाचा विचार करताना 'मी'च्या ऐवजी स्वत:च्या नावाचा वापर करण्यास आम्ही या इबोला भयग्रस्तांना सांगितलं. परिणामी काळजी करण्यासारखं काही नाही, हे दाखवणारी अधिकाधिक वास्तववादी कारणे त्यांना सापडत गेली. हे त्यांची अस्वथता आणि जोखीमजाणीव कमी होण्याचं निदर्शक होतं. आपल्याला हा आजार होणं ही अशक्य कोटीतली गोष्ट आहे हे त्यांना पटलं; जे वास्तवाचं नेमकं प्रतिबिंब होतं आणि आधीच्या भयग्रस्त आतल्या आवाजांवर बसवलेल्या बुचासारखं होतं.

मी आजवर पाहिलेल्या सर्वांत जास्त वटवटकारी प्रसंगाला हाताळायला लोकांना हा दूरवरचा स्व-संवाद मदत करतो हेसुद्धा संशोधनातून समोर आलं आहे. तो म्हणजे आपल्या जवळच्यांवर आपण करत असलेलं प्रेम आणि आपली नैतिक मूल्ये यांपैकी एकाची निवड करणं. वानगीदाखल, आपल्या माहितीतला एक मनुष्य एखादा गुन्हा करतो आणि आता त्याला वाचवायचं की शिक्षा करायची हा निर्णय घेणं आपल्याला भाग पडतं. अभ्यासांती दिसून आलं की असं अंतर्गत द्वंद्व उभं राहिलं की लोक त्यांच्या परिचितांची

तक्रार करण्यापेक्षा त्यांना वाचवण्याची शक्यता अधिक असते. हे तत्त्व आपल्या रोजच्या जगण्यातले निर्णय वेळोवेळी प्रभावित करत असल्याचं आपल्याला दिसेल. उदाहरणार्थ, बालकांचा लैंगिक छळ केल्यामुळे आता ज्याला शासन झालं आहे अशा जिम्नॅस्ट प्रशिक्षक लॅरी नासारला वेळीस रोखण्यात विद्यापीठीय प्रशासक आणि जिम्नॅस्टिक्स पदाधिकाऱ्यांना आलेलं अपयश.

एखाद्याशी आपलेली असलेली अतिरिक्त जवळीक ही जर आपण त्याला वाचवण्यामागची प्रखर प्रेरणा आहे असं मानलं तर याचा दुसराही एक अर्थ काढता येतो. तो म्हणजे दूरवरच्या स्व-संवादामुळे आपण स्वत:पासून आणि इतर 'आपल्यां'शी असलेल्या नात्यापासून एक हात अंतर राखून अशा संरक्षक प्रवृत्तींना कमी करू शकतो. अनेक प्रयोगांतून आम्हाला नेमकं हेच आढळलं आहे हे खात्रीलायकरीत्या म्हणता येईल. उदाहरणार्थ, एका अभ्यासात, मी आणि माझ्या विद्यार्थ्यांनी लोकांना एक कल्पना करायला सांगितली. त्यांनी त्यांच्या एका 'आपल्या'ला तिऱ्हाइताचं क्रेडिट कार्ड चोरून वापरण्यासारखा एखादा गुन्हा करताना पाहिलं आहे आणि नंतर पोलीस त्यांच्याकडे त्यांनी काही पाहिलंय का, याची चौकशी करायला आले आहेत. यावर ज्यांनी स्वत:ला नावाने संबोधित करत 'आता काय करावं?' असं मंथन केलं (उदा., हा निर्णय घेताना मारियाने कोणत्या वस्तुस्थितीचा विचार केलाय?) ते गंभीर गुन्ह्यांची तक्रार पोलिसांत करतील याची शक्यता अधिक आढळली.

या शोधांद्वारे दूरवरच्या स्व-संवादाची बलस्थानं कोणती हे दिसत असलं तरी त्यामध्ये त्याला खास बनवणाऱ्या एका वैशिष्ट्याचा वेध घेतला गेला नव्हता, तो म्हणजे वेग. स्वत:ला काबूत ठेवायला स्वनामाचा पुकारा करण्यासंबंधात मला आढळलेली सर्वांत रोचक गोष्ट कोणती असेल तर ती म्हणजे असं करणं खूप सोपं होतं. सर्वसाधारणपणे, भावनांवर नियंत्रण मिळवणे ही एक वेळखाऊ प्रक्रिया असते. एखाद्या गोष्टीबद्दल आपण निराळ्या पद्धतीने काय विचार करू शकतो यासाठी मानसिक कालप्रवास करणं, आपले विचार आणि भावना नोंदवहीत लिहून ठेवणं किंवा भूतकाळातल्या एखाद्या अनुभवाचा भिंतीवरल्या माशीच्या दृष्टिकोनातून विचार करण्यासाठी डोळे मिटून घेणं यांत किती प्रयास पडतात याचा जरा विचार करून बघा. या सगळ्या स्व-दूरत्व साधण्याच्या अनुभवसिद्ध पद्धती

आहेत. तरीही त्यास पडणारे कष्ट पाहता, आणीबाणीच्या प्रसंगी त्यांचा अवलंब करणं सहजसाध्य असतं, असं नाही.

आता माझ्या अनुभवाचा विचार करू या. मी काय केलं, तर फक्त माझं नावं उच्चारलं आणि तेवढ्यानेच माझा आतला आवाज वेगळ्याच वळणावर गेला. जणू काही एखाद्या इंग्रजी 'वाय' आकाराच्या फाट्यावर आल्यावर आगगाडीने अचानक दिशा बदलावी तसं. इतर भावना-नियंत्रण पद्धतींपेक्षा दूरवरचा स्व-संवाद जलद आणि शक्तिमान भासतो. असं का असावं?

भाषाशास्त्रात 'शिफ्टर्स' किंवा 'प्रत्युत्पत्ती' ही एक संकल्पना आहे ज्यात 'मी' किंवा 'तू' अशा पुरुषवाचक सर्वनामांचा समावेश होतो, ज्यांचा अर्थ कोण बोलत आहे त्यानुसार बदलत असतो. उदाहरणार्थ, डॅनी विचारतो, ''कॅन यू पास मी द केचप?'' आणि त्यावर माया उत्तरते, ''शुअर, हिअर यू गो.'' इथे 'यू'ने दर्शवलेली व्यक्ती बदलली. सुरुवातीला 'यू'चा इशारा मायाकडे असला तरी नंतर तो डॅनीला उद्देशून होता. बहुतांश बालकांना दुसरं वर्ष गाठेस्तोवर भाषा अशी काम करते हे कळतं आणि ते काही मिलिसेकंद इतक्या वेगाने दृष्टिकोन बदलायला शिकतात.

आपला दृष्टिकोन बदलण्यासाठी काही शब्द किती शक्तिशाली असतात हे या प्रत्युत्पत्ती/ शिफ्टर्सच्या संकल्पनेवरून कळतं. दूरवरच्या स्व-संवादात अशाच तंत्राचा वापर होत असावा अशी आमची धारणा होती; ज्यायोगे किमान प्रयत्नाने दृष्टिकोनात एक स्वयंचलित आभासी बदल होतो. भाषेचा हा चश्मा आणि मानसिक दूरत्व यांचा वापर करत दूरवरचा स्व-संवाद किती त्वरेने काम करतो याचा अभ्यास करण्यासाठी मिशिगन विद्यापीठातले मनोवैज्ञानिक जेसन मोझर आणि मी एका प्रयोगाची आखणी केली. फक्त फरक इतकाच होता की आम्ही लोकांचे आतले आवाज ऐकण्याऐवजी आम्ही त्यांच्या मेंदूचं निरीक्षण करणार होतो.

आमच्या प्रयोगात स्वयंसेवकांनी एखादं चित्त विचलित करणारं छायाचित्र पाहिल्यावर त्यांना प्रत्येक वेळी काय वाटलं याबद्दल विचार करण्यास सांगितलं. भाषास्नात तंत्र (मला कसं वाटतंय?) किंवा दूरत्वाची भाषा (जेसनला काय वाटतंय?) या दोहोंपैकी एक वापरून. ते असं करत असताना आम्ही त्यांच्या मेंदूतल्या विद्युत हालचालींवर एका ईईजी यंत्राद्वारे नजर ठेवून होतो. मेंदूतले मनोवैज्ञानिक बदल किती झटपट घडतात हे ठरवायला हे एक उपयुक्त तंत्र आहे.

आत्मचिंतनासाठी दूरवरच्या स्व-संवादाचं तंत्र वापरलं की विचलित करणारी चित्रं पाहिल्यावर स्वयंसेवकांच्या मेंदूत अतिशय कमी भावनिक हालचाल होते, असं प्रयोगाच्या परिणामांनी दाखवलं. पण यात महत्त्वाची बाब म्हणजे या अंतरामुळे दिलासा मिळण्यास स्वयंसेवकांना किती वेळ लागला, ही होती. एक नकारात्मक चित्र पाहिल्यानंतर एक सेकंदाच्याही आधी भावनिक हालचालींमध्ये बदल होण्यास सुरुवात होते, असं आम्हाला दिसलं.

फक्त एक छोटासा सेकंद. तेवढाच पुरे होता.

आमच्यासाठी दुसरी उत्साहाची बाब म्हणजे अशा प्रकारच्या स्व-संवादामुळे लोकांच्या कार्यकारी गुणधर्मांवर काही अतिरिक्त बोजा पडतो, याचा एकही पुरावा आम्हाला मिळाला नाही. हे फार महत्त्वाचं होतं कारण दूरत्व राखण्याच्या इतर कष्टसाध्य पद्धती कॅच-२२ सारख्या परिस्थितींना जन्म देत असतात. आपली वटवट गुंजारव करत असताना मज्जासंस्थीय साधनसामग्री शोषून घेत असते जी लक्ष केंद्रित करता येणं, अंतर राखता येणं आणि आतल्या आवाजावर पुनर्नियंत्रण मिळवणं यांसाठी आपल्याला आवश्यक असते. याउलट दूरवरचा स्व-संवाद ही कोंडी टाळतो. तो किमान कष्टात कमाल परिणाम देतो.

स्वत:बद्दल विचार करताना स्वत:ला दुसऱ्या शब्दांत संबोधल्याने जर ताणमुक्तीसाठी निकडीचं दूरत्व इतक्या चटकन साधलं जात असेल तर त्यामुळे आपल्या आतल्या आवाजाच्या प्रवाहावर निश्चितच त्याचा काहीएक परिणाम होत असावा असं म्हणणं तर्कसंगत ठरावं. नंतर आढळलं त्याप्रमाणे दूरवरचा स्व-संवाद हे साध्य करतो ते आपल्या सगळ्यात आढळणाऱ्या एका प्रवृत्तीला काबूत ठेवून. ती म्हणजे तणावाच्या मुळांकडे एक धोका म्हणून न पाहता एक आव्हान म्हणून पाहणं. हे कसं होतं यासाठी चला, एका म्हाताऱ्या शेजाऱ्याच्या घरात डोकावून बघू या.

चल कामाला लाग, फ्रेड :

तुम्ही किंवा तुमची मुलं १९६८ ते २००१दरम्यान अमेरिकेत वाढली असतील तर तुम्हाला फ्रेड रॉजर्सचा 'मिस्टर रॉजर्स नेबरहूड' हा तीस मिनिटांचा गाजलेला कार्यक्रम आणि आश्वासक आवाज आठवत असेलच. परंतु त्या दिव्य व्यक्तिमत्त्वामागे लपलेला रॉजर्सचा आतला आवाज आपल्यासारखंच त्यालाही सतावत असला पाहिजे. हे आपल्याला कळलं ते त्याने स्वत:च

स्वत:ला १९७९ साली लिहिलेल्या एका पत्रातून. त्यात त्याचा अंतर्गत टीकाकार पूर्ण भरात आलेला दिसतो. त्या वेळी तो आपल्या कार्यक्रमाला तीन वर्षांची विश्रांती देऊन नुकताच परतला होता. तो लिहितो :

> ''मी पुन्हा संहिता लिहू शकेन असं म्हणून मी स्वत:चीच चेष्टा तर करत नाहीये ना? मनात मांडे खात नाहीये ना? खरंच काही कळत नाहीये. जोवर मी लिहिणार नाही तोवर मला नेमकं काय ते कधीच कळणार नाही. आणि का लिहू शकणार नाही मी?... मला स्वत:वर विश्वास आहे. आणि तेच खरं महत्त्वाचं असतं... आणि त्या सर्जनकळांचं न सोसवणं. अर्थात, ही गेलेली वर्षं सर्वांत वाईट होती. प्रत्येकच सर्जक कलावंताला सर्जन करताना याच यातनांतून जावं लागत असेल का? असो. पुरे झालं. आता हीच ती वेळ, हाच तो क्षण कामाला लागण्याच्या. कामाला लाग, फ्रेड. कामाला लाग.''

रॉजरचं हे बऱ्यापैकी मनमोकळं पत्र आपल्या पुढे विविध प्रकारच्या वटवटींचा नमुना पेश करतं; पहिल्या रांगेत बसून त्याचा बदलणारा आतला आवाज बघता यावा तसं.

पत्राच्या पहिल्या तीन चतुर्थांश भागात दिसतो तो एक स्व-संवाद. स्व-संशय, स्वनिंदा आणि कधीकधी नैराश्यसुद्धा. पण पत्र पुढे सरकतं तसं रॉजर्स त्याच्या परिस्थितीबद्दल वेगळ्या अंगाने विचार करू लागल्याचं दिसतं. मनात कितीही किंतु-परंतु असले तरी हाताशी असलेलं काम तडीस न्यावंच लागणार हे एकदा त्याने स्वीकारल्यावर त्याचा अंतर्गत टीकाकार माघार घेऊ लागतो व म्हणतो, ''हीच ती वेळ... आता हे करावंच लागणार''. आणि मग तो ते काम करतोही. तो दूरत्वाची भाषा वापरू लागतो आणि स्वत:लाच सांगू लागतो की तो त्याच्या कार्यक्रमाची संहिता नक्कीच लिहू शकेल; अर्थात स्वत:ला नावाने संबोधून. आणि अशा प्रकारे दृष्टिकोनातल्या बदलामुळे तो कामावर परतला आणि पुढची आणखी बावीस वर्षं कार्यरत राहिला, अलबतच एखाद्या असामान्य परिस्थितीचा सामना करताना आपल्या सगळ्यांना लागणाऱ्या एका रस्त्यावरच्या वळणावर प्रकाश टाकून.

मनोवैज्ञानिकांनी दाखवून दिलं आहे की, जेव्हा लोकांना तणावपूर्ण परिस्थितीत ढकलण्यात येतं तेव्हा ते स्वत:ला (अर्थातच मनातल्या मनात)

विचारतात ते पहिले प्रश्न हेच की, मी अशा परिस्थितीत काय करणं अपेक्षित आहे आणि ते करण्यासाठी आवश्यक वैयक्तिक तयारी माझी आहे की नाही? मग आपण जेव्हा प्रसंगाचा आढावा घेतो आणि आपल्या लक्षात येतं की तो हाताळण्यासाठीची साधनं आपल्याकडे नाहीत, तेव्हा आपण त्या तणावाकडे एक धोका म्हणून बघू लागतो. याउलट प्रसंगाचा योग्य अदमास घेऊन त्याचा योग्य तो सामना आपण करू शकतो अशी आपली खात्री पटली की आपण त्या तणावाला एक आव्हान म्हणून स्वीकारतो. आपल्यापुढच्या पेचप्रसंगाबाबत आपण स्वत:शीच कोणत्या प्रकारे बोलतो यावरच आपला आतला आवाज अवलंबून असतो. मग आव्हानांचा जेवढ्या विधायकपणे विचार करू तेवढे सकारात्मक परिणाम मिळतील हे साहजिकच आहे. त्यामुळेच मिस्टर रॉजर्सच्या बाबतीत त्याला त्याच्या नवनिर्माणातल्या अडचणी कळल्या आणि तो नंतर सतत नवनिर्मिती करू शकला.

अनेक संशोधनं मिस्टर रॉजर्सच्या पत्रातील गोष्टींची पुष्टी करतात. गणिताची परीक्षा देणं असो की प्रचंड दबावाखाली एखादी गोष्ट करून दाखवणं असो की तोचतोचपणाच्या दाहक परिणामांचा सामना करणं असो; लोक जेव्हा पुढ्यातल्या तणावाकडे एक धोका म्हणून पाहण्याऐवजी एक आव्हान म्हणून पाहतात तेव्हा ते अधिक चांगल्या प्रकारे विचार करू शकतात. त्यांना अधिक चांगलं वाटतं आणि ते अधिक चांगल्या प्रकारची कामगिरी करू शकतात. परंतु त्याचबरोबर मिस्टर रॉजर्सप्रमाणे स्वत:ला नावाने पुकारून स्वत:ला उमेद देणं शक्य असलं तरी हा दूरत्वाचा स्व-संवाद तुम्हाला एका 'आव्हानवीर' मानसिकतेकडे ढकलणारा एक निर्णायक धक्कासुद्धा सिद्ध होऊ शकतो.

संशोधनातून सिद्ध झालंय की अंतर राखून केलेल्या स्व-संवादामुळे लोक तणावपूर्ण परिस्थितींचा एक आव्हान म्हणून जास्त विचार करतात. त्यामुळे अशा संकटकाळी आता जगबुडीच येणार आहे असा विचार न करता, ''तुला हे जमेल'', असा स्फूर्तिदायक सल्ला स्वत:लाच देणं त्यांना शक्य होतं. उदाहरणार्थ, मी आणि माझ्या सहकाऱ्यांनी एक अभ्यास केला. त्यात आम्ही लोकांना त्यांच्या आयुष्यात लवकरच येऊ घातलेल्या एखाद्या तणावपूर्ण प्रसंगाबाबत त्यांच्या मनात अगदी खोलवर येणारे विचार आणि भावना लिहून काढण्यास सांगितलं. त्यासाठी ते स्वकेंद्रित किंवा अंतर राखून केलेला स्व-संवाद यापैकी कुठलीही पद्धत वापरू शकणार होते.

ज्या लोकांनी त्यांच्या नोंदीमध्ये त्या प्रसंगाचा आव्हानात्मक दृष्टीने विचार केला होता त्यांतले ७५ टक्के लोक अंतर राखून केलेल्या स्व-संवादींपैकी होते. तर याउलट, त्या प्रसंगाकडे धोक्याच्या दृष्टीने पाहण्याऱ्यांपैकी तब्बल ६७ टक्के लोक हे स्वकेंद्रित संवाद साधणाऱ्यांपैकी होते.

प्रयोगात सहभागी लोकांच्या डोक्यात नक्की काय चालू होतं याचा नमुना म्हणून स्व-केंद्री गटातल्या एकानं काय लिहिलं ते बघू : ‘‘मी मुलाखतीत गडबडलो तर मला काही ही नोकरी मिळणार नाही याची मला भीती वाटते. आणि मी नेहमीच काहीतरी गोंधळ करत असतो. मला नेमकं काय म्हणायचं असतं हे मला कधीच कळत नाही. मी नेहमीच प्रचंड निराश असतो. या निराशेतून वाईट मुलाखत आणि मग वाईट मुलाखतीमुळे पुन्हा निराशा– या चक्रात मी अडकून बसतो. जरी मला ही नोकरी मिळाली तरी मी मुलाखतींना नेहमी घाबरतच राहीन, असं वाटतं.’’

त्याच वेळी अंतर राखून केलेल्या स्व-संवादींचे आतले आवाज लक्षणीयरीत्या वेगळे होते. मैत्रिणीसोबत डेटवर जाण्याबद्दल मनात धाकधूक असलेल्या एका सहभागीने असं नोंदवलं : ‘‘आरोन, जरा शांत हो. डेटवर जाताना कुणीही निराश असतो. अरे देवा, तू असं का म्हणालास? मागे घे ते शब्द. काय मर्दा, काय हे? चल, हिंमत गोळा कर. तू हे करणारच.’’

आपल्या अनुभवांकडे धोका किंवा आव्हान म्हणून पाहण्याच्या प्रवृत्तीवर भाषेचा काय परिणाम होतो हे अभ्यासण्यासाठी आपण केवळ लोकांच्या विचारांचीच चिकित्सा केली पाहिजे असं नाही. लोकांच्या शरीरातही आपण हे पाहू शकतो. आव्हान आणि धोका या मनोवैज्ञानिक अनुभवाच्या आपल्या विशिष्ट खुणा आहेत. जेव्हा तुम्ही एखाद्याला धोकादायक परिस्थितीत टाकता तेव्हा त्याचं हृदय शरीरभर जोराने रक्त पाठवू लागतं. आव्हानाबाबतही हेच होतं. रोहिणी आणि नीलांचं जाळं प्रत्येक अवस्थेला कसा प्रतिसाद देतं एवढाच काय तो दोन्ही अवस्थांमध्ये फरक. जेव्हा एखादी व्यक्ती धोक्याच्या स्थितीत असते तेव्हा तिच्या रक्तवाहिन्यांचं जाळं संकोचतं. परिणामी रक्तप्रवाहाला कमी जागा उरते. हे असंच आणखी काही काळ चालू राहिलं तर रक्तवाहिन्या फुटण्याचा आणि हृदयविकाराचा झटका येण्याची शक्यता असते. याउलट, जेव्हा लोक आव्हानात्मक परिस्थितीत असतात तेव्हा रक्तवाहिन्यांचं जाळं प्रसरण पावतं, ज्यायोगे रक्त शरीरभर सहजपणे फिरू शकतं.

दूरत्वयुक्त स्व-संवादामुळे लोकांच्या हृदयसंवहनी संस्थेच्या कामात असा फरक खरंच पडतो का हे लिंडसे स्ट्रीमर, मार्क सीरे आणि त्यांच्या बफालो विद्यापीठातल्या संशोधक सहकाऱ्यांना बघायचं होतं. सोप्या भाषेत सांगायचं तर, दूरत्वी स्व-संवादामुळे तुम्ही केवळ तुमच्या मनालाच नव्हे तर शरीरालाही एखाद्या प्रसंगाकडे धोक्याऐवजी आव्हान म्हणून पाहायला भाग पाडू शकता का? भाषण देण्यापूर्वीच्या तणावाचा विचार करताना ज्या सहभागींना त्यांचं नाव वापरायला सांगितलं गेलं त्यांच्या हृदयसंवहनी संस्थेचा प्रतिसाद अर्थातच आव्हान-पद्धतीचा होता. तर दुसऱ्या स्वकेंद्री भाषागटातल्या लोकांचा शारिरीक प्रतिसाद अगदी पाठ्यपुस्तकातल्या धोका-पद्धतीचा होता.

दूरत्वी स्व-संवाद जर मोठ्यांना इतका उपयोगी ठरत असेल तर तो लहानग्यांनाही उपयोगी ठरतो का हे पाहणं औत्सुक्याचं असणार. एक पालक म्हणून मुलांना एखाद्या कठीण पण महत्त्वाच्या प्रसंगात चिकाटीने कसं वागावं हे शिकवणं महाअवघड असतं. उदाहरणार्थ, त्यांना अभ्यासाला बसवणे. याच प्रश्नाचा विचार करताना मानसशास्त्रज्ञ स्टीफॅनी कार्लसन आणि रेशल व्हाइट यांना 'बॅटमॅन इफेक्ट'चा शोध लागला.

एका प्रयोगात, त्यांनी मुलांच्या एका गटाला स्वत:ला सुपर हिरो समजत एक काम करायला सांगितलं. हे काम त्यांच्या गृहपाठाइतकंच कंटाळवाणं होतं. मुलांनी स्वत:ला तेच 'ते' पात्र आहेत असं समजायचं होतं आणि मग त्या पात्राचं नाव उच्चारत ते काम करताना त्यांना कसं वाटलं हे स्वत:लाच विचारायचं होतं. उदाहरणार्थ, प्रयोगादरम्यान स्वत:ला 'डोरा - द एक्स्प्लोरर' म्हणून समजणाऱ्या एका मुलीला स्वत:ला असं विचारण्यास सांगण्यात आलं- ''डोरा खूप मेहनत करतेय ना?''. कार्लसन आणि व्हाइट यांच्या नोंदींप्रमाणे असं करणाऱ्या मुलांची चिकाटी स्वत:ला 'मी' म्हणून संबोधणाऱ्या साधारण मुलांपेक्षा अधिक टिकाऊ होती. (स्वत:ला स्वत:च्याच नावानं पुकारणाऱ्या तिसऱ्या गटातील लहानग्यांची कामगिरीसुद्धा 'मी' गटातल्यांपेक्षा चांगली होती.)

याच तत्त्वाला लहान मुलांसंबंधीच्याच एका वेगळ्या अभ्यासात एका अधिक तणावपूर्ण प्रसंगात अजमावण्यात आलं. तो म्हणजे एका पालकाचा मृत्यू. दूरत्वी स्व-संवाद आणि अशा प्रसंगाची चांगली हाताळणी यांत एक दुवा असल्याचं या प्रयोगाने सिद्ध केलं. वानगीदाखल, एक मूल म्हणालं,

"काही असो. पण त्याचे वडील त्याच्यावर प्रेम करत होते आणि त्यांनी ज्या चांगल्या गोष्टी घडल्या त्यांचाच विचार करायला हवा... ते वाईट आठवणी विसरून चांगल्या आठवणी जपून ठेवू शकतातच की." याउलट, अधिक स्वकेंद्री विचार करणाऱ्या मुलांमध्ये धक्क्यानंतरच्या तणावाच्या लक्षणांचं आणि टाळाटाळ करत, अस्वस्थपणे प्रसंगाचा सामना करण्याचं प्रमाण अधिक आढळलं. एक मूल मोठ्या हृदयद्रावकपणे म्हणालं, "मला अजूनही ते चित्र दिसतं- ते (वडील) अखेरीस कसे दिसत होते ते. त्यांना इतक्या वेदना नको मिळायला हव्या होत्या. त्यांना असा मृत्यू यावा याचं मला (अजूनही) वाईट वाटतं."

आत्मपरीक्षण करताना स्वत:ला संबोधण्याच्या शब्दांत आपण केलेला छोटासा बदलही वेगवेगळ्या बाबतींत आपल्या आत चाललेल्या वटवटीवरच्या आपल्या नियंत्रणशक्तीवर किती प्रभाव टाकू शकतो, हेच या सगळ्या निष्कर्षांतून मुख्यत्वे दिसतं. या पद्धतीचे फायदे मान्य करतानाच, अशाच प्रकारे लोकांना भावना हाताळणीत मदत करणारे इतकेच परिणामकारक काही इतरही दूरत्वी स्व-संवादाचे प्रकार आहेत का हे विचारणं सयुक्तिक ठरेल. मला आणि माझ्या सहकाऱ्यांना अशा आणखी बदलांचा शोध लागणार होता. परंतु त्यांचं अस्तित्व इतकं सूक्ष्म, व्यापक आणि सातत्यपूर्ण असणार होतं की तुम्हाला ते शोधूनही सापडणार नव्हते.

एक वैश्विक 'तुम्ही' :

मला ते पत्र मिळाल्यावर मी अनुभवलेली असह्य वटवट जरी मी स्वत:ला नावाने पुकारल्यावर कमी झाली असली तरी त्यादरम्यान त्या काळ्या ढगाची एक चंदेरी किनार मला दिसली होती. काही क्षणांपुरती का असेना. केव्हा? तर जेव्हा मला भेटलेल्या पोलीस अधिकाऱ्याने सांगितलं की लोकजीवनात वावरणाऱ्यांना अशा धमक्या नेहमीच येत असतात आणि ते कशातच काही नसताना उगाच बागुलबुवा उभा करत असतात. त्या धमकीच्या विचारात पूर्णपणे बुडालो असताना या माहितीमुळे मला ते पत्र म्हणजे काही खास मोठा मामला नाही, असं वाटू लागलं. अर्थात, त्या माहितीने माझी भीती नाहीशी जरी केली नसली तरी तिने मला एक आशेचा एक किरण दाखवला होता हे नक्की.

त्यामुळे माझी एकटेपणाची जाणीव कमी झाली.

तुम्हाला येत असलेला अनुभव येणारे तुम्ही काही एकमेव नव्हेत, सर्वांनाच हा अनुभव येतो- कितीही वाईट असला तरी तो एक आयुष्याचा भाग आहे; अशा अनुभवांच्या सर्वसाधारणीकरणातून एक उपयुक्त मानसशास्त्रीय दिलासा मिळत असतो. जेव्हा आपण शोकमग्न असतो, नात्यात खळबळ माजली असते, व्यावसायिक नुकसान होतं, मुलांना हाताळणं कठीण होतं किंवा अशा इतर समस्यांचा आपण सामना करत असतो; तेव्हा त्या समस्यांचाच अधिकाधिक विचार करत राहिल्याने आपल्याला अधिकाधिक एकाकी वाटू लागतं. पण जेव्हा आपण इतरांशी बोलतो आणि त्यांनाही अशाच आव्हानांचा सामना करावा लागला आहे हे आपल्याला समजतं; तेव्हा आपला अनुभव कितीही वाईट असला तरी इतर लोकही तसल्या अनुभवातून गेले आहेत, हे कळल्याने आपण ताबडतोब एका वेगळ्या दृष्टिकोनातून या सगळ्याकडे पाहू लागतो. 'इतर लोकही याच कठीण काळातून गेले आहेत ना', आपला आतला आवाज आपल्याला समजावू लागतो, मग 'मीसुद्धा हा काळ काढू शकतो'. जे आतापर्यंत अ-सामान्य वाटत होतं ते सामान्यच असल्याचं कळतं. यामुळे हायसं वाटतं.

आता समजा, आपल्यासारखेच अनुभव आलेल्यांकडून त्यांचे समस्यानिवारणाचे अनुभव ऐकून आपल्या अनुभवांचं सर्वसाधारणीकरण करायचं किंवा त्यांच्या कौशल्याचा फायदा घ्यायचा हे करण्याऐवजी हाच परिणाम देणारा दूरत्वी स्व-संवादाचा एखादा प्रकार शोधून काढला तर? मला असं म्हणायचंय की भाषेच्या रचनेतच काहीतरी बदल करून आपल्या वैयक्तिक अनुभवांचा एका वैश्विक परिमाणात आपल्याला विचार करता आला तर?

मे २०१५मध्ये डेविड गोल्डबर्ग हा सिलिकॉन व्हॅलीतला एक उद्योजक आणि फेसबुकची सी.ओ.ओ. शेरिल सॅण्डबर्ग हिचा पती याचा मेक्सिकोत सुट्टीवर असताना ट्रेडमिलवर अपघात झाला. त्यातच त्याचा दुर्दैवी अंत झाला. परिणामस्वरूप, सॅण्डबर्ग उद्ध्वस्त झाली. तिचं गोल्डबर्गबरोबरचं सहजीवन नाहीसं झालं, जणू काही तिच्या हातून तिचं भविष्यच निसटून गेलं होतं. त्याच्या मृत्यूच्या पडछायेत ती तिला आतपासून ग्रासून टाकणाऱ्या दुःखाच्या लाटेपासून बचावाचा एखादा मार्ग शोधत होती. तिने स्वतःच्या

'आपबीती'च्या नोंदी ठेवण्यास सुरुवात केली, जे साहजिकच होतं. कारण मनमोकळं लिखाण हे उपयुक्त भावनिक अंतर राखण्यास मदत करणारं किती परिणामकारक आयुध आहे हे आपण जाणतोच. त्यापैकी जे लिखाण तिने फेसबुकवर प्रसिद्ध केलं त्यातल्या निदान एका पोस्टमध्ये तरी तिने एक मोठी रंजक गोष्ट केलेली होती. सँडबर्गची नेमकी पोस्ट बघू –

> ''मला वाटतं की जेव्हा एखादी शोकांतिका घडते, तेव्हा ती एक संधीसुद्धा देत असते. तुम्ही त्या पोकळीला शरण जाऊ शकता, एक अशी पोकळी जी तुमचं हृदय, तुमची फुप्फुसं व्यापून राहते, तुमच्या विचारशक्तीचा इतकंच काय तर श्वसनशक्तीचादेखील संकोच करते. किंवा मग तुम्ही यातनं काही अर्थ शोधण्याचाही प्रयत्न करू शकता.''

प्रथमदर्शनी, तिने 'तुम्ही' आणि 'तुमच्या' या द्वितीयपुरुषी सर्वनामांचा पुन्हापुन्हा केलेला वापर खटकू शकतो. आपण फक्त ज्याची कल्पनाच करू शकतो अशा सर्वांत जास्त वेदनादायी वैयक्तिक अनुभवाबद्दल लिहिताना ती सर्वांत नैसर्गिक असा शब्द, 'मी' वापरताना दिसत नाही. त्याऐवजी, तिची पसंती, 'तुम्ही' या शब्दाला आहे. परंतु आपण आधी पाहिलं तसं, दूरत्वी स्वसंवादात स्वतःशी तिऱ्हाइताप्रमाणे बोलणं या अर्थाने नव्हे. उलट ती त्या शब्दाचा वापर करून आपल्या दुःखाचं वैश्विकपण उजागर करू पाहते. जणू काही तिला असं म्हणायचं असतं, ''एखादा त्या पोकळीला शरण जाऊ शकतो, एक अशी पोकळी जी कुणाचंही हृदय, कुणाचीही फुप्फुसं व्यापून राहते, कुणाच्याही विचारशक्तीचा, इतकंच काय तर श्वसनशक्तीचादेखील संकोच करते. किंवा मग एखादा यातनं काही अर्थ शोधण्याचाही प्रयत्न करू शकतो.''

अशा प्रकारे 'तुम्ही' या शब्दाचा उपयोग करणारी सँडबर्ग ही काही एकमेव व्यक्ती नव्हे. आपण जरा इकडेतिकडे नजर टाकली तर आपल्या रोजच्या बोलण्यात, टीव्ही आणि रेडिओच्या टॉक शोमध्ये, गाण्यांच्या बोलांमध्ये असाच वापर झालेला दिसेल. खरं तर एकदा का तुम्ही ह्याची नोंद घेतली की मग खेळाडूंच्या खराब सामन्याबद्दल आलेल्या मुलाखती असोत की राजकारण्यांच्या त्यांना आलेल्या अडथळ्यांबाबतच्या मुलाखती असोत, त्यांनी त्यांच्या अनुभवांना व्यापक बैठक देण्यासाठी 'तुम्ही' शब्दाचा केलेला वापर तुम्हाला नजरेआड करता येणार नाही.

आता खरा प्रश्न अर्थातच हा की, आपण असं का करतो? आपल्या खासगी भावनिक अनुभवांबद्दल बोलताना आपण, 'तुम्ही' हा दुसऱ्याला उद्देशायला वापरायचा शब्द का वापरतो? माझ्या सहकारी सुसान जेलमन, अरियाना ऑरवेल आणि मी, आम्ही सर्वसाधारण 'तुम्ही'च्या या विशिष्ट वापराला ''वैश्विक 'तुम्ही''' असं म्हणतो. आणि मनोवैज्ञानिक अंतर राखण्यास साहाय्यभूत होणारी ही आणखी एक भाषिक क्लृप्ती आहे, असं आम्हाला आढळलं आहे.

या वैश्विक 'तुम्ही'बद्दल सर्वांत प्रथम समजलेली गोष्ट म्हणजे, लोक याचा वापर फक्त अशाच बाबतीत करतात जे सगळ्यांना लागू होतं. वैयक्तिक बाबतीत करत नाहीत. उदाहरणार्थ, एखादं मूल एक पेन्सिल उचलतं आणि विचारतं, ''याने काय करायचं असतं?'' तेव्हा एखादा मोठा माणूस सहजच उत्तर देतो ''तुम्ही याने लिहू शकता'' (''मी याने लिहू शकतो'', असं नव्हे). याउलट त्याच मुलाने पेन्सिल उचलली आणि विचारलं, ''तुम्हाला याने काय करायला आवडेल?'' तेव्हा एखादा मोठा माणूस प्रथमपुरुषी उत्तर देऊ शकतो, ''मला याने लिहायला आवडेल.'' वेगळ्या शब्दात सांगायचं तर 'तुम्ही'च्या साधारण उपयोगाने सर्वधारणपणे गोष्टी कशा चालतात याविषयी आपल्याला बोलता येतं, आपल्यापुरत्या असलेल्या आपल्या विशिष्ट विचित्र मनोवृत्तींबाबत नव्हे.

नकारात्मक अनुभवांचा अर्थ लावणं, एखादा अवघड प्रसंग आपल्यापुरताच मर्यादित नसून जीवनाचं एक सामान्य लक्षण आहे असा विचार करणं यासाठी लोक वैश्विक 'तू'चा उपयोग करतात हे आपल्याला माहीत आहे, जसा तो सॅण्डबर्गने तिच्या फेसबुक पोस्टमध्ये केलेला होता. उदा., एका प्रयोगात आम्ही सहभागींना एका नकारात्मक अनुभवाला पुन्हा जगण्यास किंवा ते त्या अनुभावतून कोणता धडा शिकू शकतात, याचा विचार करण्यास सांगितलं. जे घडलं तसं नुसतंच पुन्हा आठवण्याच्या तुलनेत सहभागींनी ते जेव्हा नकारात्मक अनुभवातून शिकण्याचा प्रयत्न करत होते तेव्हा वैश्विक 'तू' वापरण्याची शक्यता पाच पट अधिक होती असं आढळलं. अनुभवांतून शिकणाऱ्या सहभागींनी असं लिहिलं होतं, ''जेव्हा तुम्ही एक पाऊल मागे घेता आणि शांत होता, तेव्हा कधीकधी आपण गोष्टींकडे वेगळ्या दृष्टिकोनातून पाहू शकतो'' आणि ''तुमच्यापेक्षा वेगळ्या नजरेने पाहणाऱ्या लोकांकडून तुम्ही खूप काही शिकू शकता.''

अशा पद्धतीची सरसकटीकरणं आपण वटवटग्रस्त असलो की आपल्याला एक दृष्टिकोन प्रदान करतात. आपल्याला बरं वाटेल असे घडते. आपल्या अनुभवांतून शिकण्यास ते मदत करतात. वेगळ्या शब्दांत, आपला बोलण्यातला वैश्विक 'तू'चा वापर अविचारी नसतो. हे भावना हाताळणीचं मानवी भाषेनं दिलेलं आणखी एक उपकरण असतं.

तर मग मी स्वत:शीच बोलल्यानंतर आणि झोपी गेल्यानंतर काय झालं?

त्यानंतरच्या सकाळी मी उठलो आणि माझं आयुष्य पूर्ववत झालं होतं. न्याहारी घेताना माझ्या बायकोशी तिचा आजचा कार्यक्रम काय याबाबत बोललो, कामावर जाण्याआधी मुलीसोबत खेळलो आणि गेले तीन दिवस मी दुर्लक्षिलेल्या माझ्या सगळ्या विद्यार्थ्यांकडे आणि संशोधनाकडे वळलो. दूरवरच्या स्व-संवादामुळे माझी वटवट हाताळण्याची क्षमता आमूलाग्र बदलली होती. आणि जणू काही मला त्रास देणाऱ्याला कळलं की तो किंवा ती मला आता अस्वस्थ करू शकत नाही, त्या पत्रलेखकाने पुन्हा काही मला त्रास दिला नाही. पण तरीसुद्धा एका त्रासदायक विचाराने माझी साथ सोडली नाही.

ते पत्र मिळाल्यावर चर्वितचर्वणाच्या चरम बिंदूवर असताना मी अनेक लोकांशी बोललो होतो. मदतीची मागणी केली होती. आणि कोणताही अपवाद न वगळता, मित्र, कुटुंबं आणि सहकाऱ्यांशी झालेल्या संवादांमधून मला आधार मिळाला होता. पण त्यामुळे मला त्या प्रसंगाबद्दल बरं वाटलं नाही. दूरवरच्या स्व-संवादामुळे झाला, तसं या संवादांनी माझ्या आतल्या आवाजाला शांत केलं नव्हतं.

हा विरोधाभास आपल्याला मानवी मनाच्या आणखी एका रहस्यापर्यंत आणून सोडतो. आतल्या आवाजाप्रमाणेच इतर लोकही एक मूल्यवान संपत्ती असतात, पण आपण आपल्याला अनेकदा जे जाणवतही नाही त्याप्रमाणे ते एक ओझंसुद्धा बनू शकतात.

प्रकरण पाच

इतर लोकांचा उपयोग आणि उपद्रव

उत्तर इलिनॉय विद्यापीठाच्या कॅम्पसवर ती आपत्ती कुठलीही पूर्वसूचना ना देता अचानक आली जेव्हा २००८ सालच्या फेब्रुवारीच्या एका गुरुवारी मानसिक रोगाचा इतिहास असलेला २७ वर्षीय स्टिव्हन काझमिरझाक भूगर्भशास्त्राचा तास सुरू असलेल्या वर्गखोलीच्या दारावर लाथ मारून आत शिरला. सोबत एक शॉटगन आणि तीन हॅन्डगन घेऊन तो प्राध्यापक जिथून बोलत होते त्या मंचावर चढला. ११९ विद्यार्थ्यांनी भरलेला तो वर्ग पाहतच राहिला, आधी गोंधळाने, मग अविश्वासाने आणि मग दहशतीने अन् मग त्या आगंतुक पाहुण्याने त्यांच्यावर शॉटगन झाडली. लगेच दुसऱ्या गोळीचा बार त्यांच्या प्राध्यापकांवर झाला. मग त्याने पुन्हा विद्यार्थ्यांवर गोळीबार सुरू केला. शेवटी पन्नासहून अधिक फैऱ्या झाडून झाल्यावर त्या हाहाकाराचा अंत त्याने एक फैरी स्वतःवर झाडून आत्महत्येने केला. काही मिनिटांतच पोलीस घटनास्थळी पोहोचले. काझमिरझाक सोडून एकवीस लोक जखमी, तर पाच लोक मृत पावले होते. ते विद्यापीठ आणि ज्या छोट्याशा शहरात ते होतं, ते डिकाल्ब शहर उद्‌ध्वस्त झाले होते.

त्या दुर्दैवी घटनेनंतर स्थानिकांनी शोकसभा घेतल्या. पण बहुतांश विद्यार्थ्यांनी घडलेल्या घटनेबाबतच्या त्यांच्या भावना व्यक्त करण्यासाठी ऑनलाइन माध्यमं निवडली, उदा., फेसबुकवर आणि स्मृती जपण्यासाठीच्या संकेतस्थळावर पोस्ट टाकणं, चॅट मेसेंजरवर बोलणं इत्यादी.

डिकाल्बच्या दक्षिणेस १७० मैलांवर, इलिनॉय अरबाना-शॅम्पेन विद्यापीठात, मनोवैज्ञानिक अमाण्डा व्हीकरी आणि आर. ख्रिस फ्रेली यांना उत्तर इलिनॉय दुर्घटनेत एक वेदनादायी पण त्यांच्या तेव्हा चालू

असलेल्या संशोधनाला पूरक ठरेल अशी संधी दिसत होती. त्यात ते चालू काळातील शोक आणि भावनिक शेअरिंग यांबद्दल अधिक जाणून घेत होते. एखाद्या सर्वाधिक वेदनादायी अनुभवातून लोक कसा मार्ग काढतात हे जाणून घेण्यासाठी तसल्या अनुभवाची चिकित्सा आम्हाला विज्ञानात काही वेळा करावी लागते. असं करताना हळुवारपणा आणि करुणा यांसोबतच वैज्ञानिक पद्धतीविषयीची बांधिलकी व सार्वजनिक कल्याणासाठी तिचा होऊ शकणारा उपयोग या सर्वांचं भान ठेवावं लागतं. व्हिकरी आणि फ्रेली यांनी डिकाल्ब हत्याकांडानंतर याच कामाला वाहून घेतलं.

त्यांनी उत्तर इलिनॉय विद्यापीठाच्या बहुतांश विद्यार्थ्यांना ते त्या घटनेला कसे सामोरे गेले याबद्दलच्या शोधात सहभागी होतील का, असं विचारणाऱ्या ईमेल पाठवून सुरुवात केली. दहा महिन्यांनंतर व्हर्जिनिया टेक विद्यापीठात एका आणखी बंदूकधाऱ्याने बत्तीस लोकांचा जीव घेत हाहाकार उडवून दिला. मागे उरला तो शोकमग्न जनसमुदाय. या हल्ल्यानंतर काही दिवसांत व्हीकरी आणि फ्रेली यांनी व्हर्जिनिया टेकच्यासुद्धा काही विद्यार्थ्यांशी संपर्क साधला. आपत्तीतून बचावलेल्यांनी भावनांच्या महासागरातून कसा मार्ग काढला याचा माग काढण्यासाठी आता त्यांच्याकडे दोन नमुने होते.

हत्याकांडाच्या दोन महिन्यांनंतर, दोन्ही नमुन्यांतल्या सुमारे तीन चतुर्थांश विद्यार्थ्यांनी नैराश्य किंवा आघातानंतरच्या तणावाची लक्षणं दाखवली. हे अपेक्षितच होतं. कारण त्यातले बहुतांश जण त्यांच्या आयुष्यातल्या एका मुळापासून हादरवून टाकणाऱ्या अनुभवाला सामोरे जात होते. व्हर्जिनिया आणि इलिनॉय दोन्ही ठिकाणचे विद्यार्थी ज्या प्रकारच्या दुर्घटनेला सामोरे गेले होते त्यामुळे कोणाचाही जगाकडे पाहण्याचा दृष्टिकोनच बदलून जाऊ शकतो. जेव्हा असं होतं तेव्हा काही लोक त्या आघातानंतरच्या आठवणींकडे दुर्लक्ष करून दुःखाची दाहकता कमी करण्याचा प्रयत्न करतात. परंतु काही लोक आपल्या भावनांना सामोरे जातात. ते साधण्याचा मुख्य मार्ग म्हणजे इतरांशी संवाद साधणे जे विद्यार्थ्यांनी केलं होतं. त्यांपैकी एकोणनव्वद टक्के विद्यार्थ्यांनी या घटनांबद्दल वाचायला आणि लिहायला एका फेसबुक ग्रूपची निवड केली. दुसरीकडे अठ्ठ्याहत्तर टक्के लोकांनी त्याबद्दल ऑनलाइन चॅटिंग केलं, तर ७४ टक्क्यांनी मोबाइलवरच्या मेसेजिंगचा उपयोग केला.

अशा प्रकारे आपल्या मेंदूतल्या वटवटीला वाट करून देणं बहुतांश विद्यार्थ्यांना सोईस्कर वाटलं. त्यामुळे त्यांच्यासारख्याच अनुभवांना सामोरे

जाणाऱ्या इतरांसोबत त्यांना आपले विचार आणि भावना व्यक्त करता आल्या. हे सामान्य मन:स्थितीकडे परतण्यासाठी बहुमूल्य ठरू शकणार होतं. उदा., व्हर्जिनिया टेकचा एक विद्यार्थी जसं म्हणाला, "जेव्हा मला एकटं वाटतं तेव्हा मी फेसबुकवर जाऊ शकतो किंवा कुणाला इंटरनेट मेसेज करू शकतो आणि असं केल्याने मग मला लोकांशी थोडं अधिक जोडलेले आहोत असं वाटतं."

यात काही फार आश्चर्यचकित होण्यासारखं नव्हतं. आपण आता हे जाणतोच की, लोक या वटवटीशी झुंजत असताना इतरांशी बोलून आपल्या विचारांना वाट करून देत असतात. आणि हे साध्य करण्यासाठी समाजमाध्यमं आणि इतर आभासी संपर्क-साधनं ही सोईस्कर ठरतात. हत्याकांडाच्या दोन महिन्यांनंतर संपलेल्या अभ्यासांती व्हीकरी आणि फ्रेली यांना जे सापडलं ते खरं नवलाचं होतं.

व्हर्जिनिया टेक आणि उत्तर इलिनॉय विद्यापीठ या दोन्ही ठिकाणच्या विद्यार्थ्यांना जरी इतरांसोबत भावना शेअर केल्याने बरं वाटलं असलं तरी त्यांनी ज्या प्रमाणात त्यांच्या भावना शेअर केल्यात, त्या प्रमाणात त्यांच्या नैराश्य व आघातातोत्तर तणावाच्या लक्षणांत फरक पडला नव्हता.

ते सगळं व्यक्त होणं, लिहिणं, इतरांशी जोडलं जाणं आणि आठवणं फार काही उपयुक्त ठरलं नव्हतं.

ॲरिस्टॉटल ते फ्रॉईड :

उत्तर इलिनॉय हत्याकांड ज्या वर्षी घडलं, त्याच वर्षी एक त्यासारखंच संशोधन प्रसिद्ध झालं. यात सप्टेंबर ११च्या हल्ल्याच्या पार्श्वभूमीवर अमेरिकेत राहणाऱ्या लोकांच्या भावनिक लवचिकतेविषयी राष्ट्रीय पातळीवरच्या प्रातिनिधिक नमुन्याचा अभ्यास करण्यात आला होता. ९/११ ला जुळे मनोरे पाडले गेल्यानंतरच्या दहा दिवसांत या अभ्यासात सामील देशभरातील दोन हजारांपेक्षा जास्त लोकांपैकी किती लोकांनी आपल्या भावना व्यक्त केल्या, याचा संशोधकांनी तपास केला. त्यानंतर त्यांनी सहभागींच्या पुढील दोन वर्षांतील मानसिक आणि शारीरिक आरोग्याचा माग ठेवला. ते ज्या मानवी वागणुकीचा अभ्यास करू पाहत होते ते निश्चितच गुंतागुंतीचं होतं, पण त्यांच्या पुढचा प्रश्न मात्र साधा होता : एखाद्या घटनेविषयीच्या आपल्या

भावना शेअर केल्याने काही काळानंतर त्या घटनेबद्दल आपल्याला जे वाटतं त्यात काही फरक पडतो का?

त्यांना जे आढळलं ते व्हिकरी आणि फ्रेली यांना सापडलेल्या तत्त्वाशी बऱ्यापैकी मेळ खाणारं होतं.

ज्या लोकांनी ९/११ घडल्यानंतर लगेच आपले विचार आणि भावना शेअर केल्या त्यांना फार काही बरं वाटलं नाही. खरं तर, त्यांची स्थिती जे आपल्या भावनांविषयी मौन राहिले त्यांच्यापेक्षा वाईट होती. त्यांनी अधिक वटवटीचा सामना केला आणि परिस्थितीला सामोरे जाण्याची टाळाटाळ केली. शिवाय, ज्यांनी आपल्या भावना व्यक्त केल्या त्यांपैकी ज्या लोकांनी सर्वांत जास्त प्रमाणात शेअर केलं त्यांच्यात सर्वसाधारण तणाव आणि वाईट शरीरप्रकृती यांचं प्रमाण सर्वाधिक होतं.

पुन्हा एकदा हे दिसून आलं, की भावना शेअर केल्याचा काही उपयोग नाही. उलट, या प्रकरणात तर त्यामुळे इजा झाली.

अर्थातच, महाविद्यालयातला गोळीबार असो वा ९/११; दोन्ही असामान्य हिंसाचाराच्या विरळ घटना आहेत. त्यामुळे हे इतरांशी भावना शेअर करण्यातलं निरुपयोगीपण केवळ अशा दुर्दैवी घटनांपुरतंच लागू आहे असं तुम्हाला वाटण्याची शक्यता आहे. इथे आपल्याला बेल्जियन मनोवैज्ञानिक बर्नार्ड रिमेकडे परत जावं लागतं.

रिमेने शोधलेला मानवी वर्तणुकीचा मूलभूत आकृतिबंध जरा आठवा. जेव्हा लोक उदास असतात, तेव्हा त्यांना आपल्या भावना इतरांशी शेअर कराव्यात असं तीव्रतेने वाटत असतं. आपल्या डोक्यातून वाहणाऱ्या विचार आणि भावनांबद्दल इतर लोकांशी बोलायला या भावना जणू आपल्याला जेट इंधनासारखं उद्युक्त करत असतात. परंतु या शोधाच्या बरोबरीनेच त्याला काहीतरी तितकंच महत्त्वाचं आणि खचितच अधिक नवलाईचं आणखी काहीतरी सापडलं होतं; ज्यामुळे मोठ्या दुर्घटनेनंतरच्या भावनिक परिणामांचा वेध घेणारे हे अभ्यास काही तुरळक प्रकरणं नव्हती हे सिद्ध झालं.

आपल्या नकारात्मक अनुभवांविषयी इतरांशी बोलल्याने आपल्याला त्यातून बाहेर पडायला काहीही फायदा होत नाही हे प्रत्येक अभ्यासागणिक रिमेला आढळत गेलं. अर्थातच, आपल्या भावना इतरांशी शेअर केल्याने आपल्याला लोकांच्या अधिक जवळ गेल्यासारखं आणि ज्या लोकांशी

आपण बोललो त्यांकडून आपल्याला अधिक आधार मिळाल्यासारखं वाटतं हेही खरं. पण आपण एकमेकांशी ज्या पद्धतीने बोलतो आणि ऐकतो त्यातल्या बहुतांश पद्धतींचा आपल्या आतली वटवट कमी करण्यासाठी फारसा उपयोग होत नाही. बऱ्याचदा, त्यामुळे ती अधिक वाढते.

रिमे आणि इतर अनेकांचे निष्कर्ष व पारंपरिक समजुती यांमध्ये नाट्यमय विरोधाभास आहे. बोलण्यामुळे आपल्याला बरं वाटतं, असंच आपल्याला लोकसमजुतीतून सांगण्यात आलं आहे. बहुतांश सेल्फ-हेल्प साहित्य आणि आपल्या आजूबाजूचे लोकही असंच सांगत असतात. आपल्या भावनांना वाट करून देणं हे आरोग्यपूर्ण आणि इतरांना मदत करणं हे तर अत्यावश्यकच असतं, असं आपण ऐकत आलो आहोत. हे फार सोपं असतं असं वरवर भासवणारी काही कारणं असली तरी ते इतकं सोपं नसतं.

नकारात्मक भावनांविषयी इतरांशी बोलणं हे चांगलं असतं, ही कल्पना काही आजची नव्हे. पाश्चिमात्य संस्कृतीत ती सुमारे दोन हजार वर्षांपासून आहे. या संकल्पनेच्या सुरुवातीच्या उद्गात्यांपैकी एक म्हणजे ॲरिस्टॉटल. एखादी दुर्घटना पाहिल्यानंतर होणाऱ्या भावनांपासून लोकांनी स्वतःला मुक्त केलं पाहिजे असं तो म्हणे. या क्रियेला तो 'विरेचन' म्हणतो. पण या कल्पनेला त्यानंतर दोन सहस्रकांपर्यंत काही विशेष गती प्राप्त झाली नाही. जेव्हा १८९०च्या सुमारास युरोपात आधुनिक मनोविज्ञान जन्म घेत होतं, तेव्हा सिग्मन्ड फ्रॉईड आणि त्याचा मार्गदर्शक जोसेफ ब्रोयर यांनी ॲरिस्टॉटलची संकल्पना उचलून धरली आणि निरोगी मनासाठी लोकांनी त्यांच्या अंतर्गत आयुष्यातल्या अंधाऱ्या वेदनांवर प्रकाश टाकणं आवश्यक आहे असा युक्तिवाद केला. तुम्ही याचा भावनांचं द्रवरूप मॉडेल म्हणून विचार करू शकता : जणू काही एखाद्या उकळत्या पाण्याच्या केटलीतून जशी वाफ बाहेर येते तशाच प्रकारे तीव्र भावनाही मोकळ्या कराव्या लागतात.

हे सगळे सांस्कृतिक सापळे आपल्याला बालपणापासूनच इतरांशी आपल्या भावनांबद्दल बोलायला भाग पाडत असतात. पण आतला आवाज बाहेर व्यक्त करण्याच्या आंतरिक ऊर्मींची आपल्या मनातली ही रुजुवात आपल्या वाढीच्या त्याआधीच्याच टप्प्यावर सुरू झाली असते, ती म्हणजे जेव्हा आपण एक लाळगाळू, किंचाळणारं बाळ असतो.

एक नवजात बालक म्हणून, आपल्याला आपलंच काही कळत नसताना किंवा भावना हाताळता येत नसताना आपल्याला होणार त्रास

आपल्याकडे बघणाऱ्यापर्यंत पोचण्यासाठी मोठमोठ्याने किंचाळतो (माझ्या मुलीतरी निदान हेच करायच्या). जेव्हा आपल्याला हवं ते मिळतं तेव्हा ही धोक्याची जाणीव निघून जाते आणि आपली शारीरिक उद्दीपित अवस्था पुन्हा सामान्य होते. या प्रक्रियेमुळे बाळाचा काळजीवाहू व्यक्तीशी एक बंध निर्माण होतो ज्यात अनेकदा बाळाला शब्दांची जाण येण्याआधीच ती व्यक्ती बाळाशी बोलू लागते.

कालपरत्वे, आपले वेगाने विकसित होणारे मेंदू भाषा शिकतात आणि आपले काळजीवाहू लोक आपल्याला कारण आणि परिणाम, आपल्या समस्यांचं समाधान कसं शोधावं आणि भावनांना कसं हाताळावं याबाबत जे सांगतात ते ते शोषून घेतात. यामुळे केवळ आपल्याला काय वाटतंय, हे हाताळण्यासाठीची उपयुक्त माहिती मिळते. एवढंच नव्हे तर आपल्या अनुभवांविषयी इतरांशी बोलताना आवश्यक असलेली गोष्टी सांगण्याची कौशल्येही मिळतात. संवाद हा वटवटीशी इतका गुंतलेला का आहे आणि वटवट ही इतर लोकांच्या शोधासोबत इतकी गुंतलेली का आहे, याचं हे फक्त एक कारण आहे.

सुदैवाने, आपल्याला इतरांपासून मिळणारा आधार बऱ्याचदा आपल्यावरच का उलटतो याचंही एक कारण आहे आणि या प्रकाराला टाळण्याचाही एक मार्गही आहे. ज्याप्रमाणे आपली वटवट आटोक्यात ठेवण्यासाठी इतर लोक हे एक अनमोल साधन आहेत आणि त्याचप्रमाणे आपणही त्यांना त्यांच्या वटवटीमध्ये मदत करू शकतो. परंतु कुठल्याही तंत्राचा योग्य फायदा मिळण्यासाठी त्याचा योग्य उपयोग कसा करावा हे माहीत असावं लागतं. त्याचप्रमाणे मदत करणं आणि स्वीकारणं याबाबत या ज्ञानाची सुरुवात माणसाच्या दोन मूलभूत गरजांच्या अभ्यासातून सुरू होते.

सह-स्वंथेचा सापळा :

जेव्हा आपण उदास असतो आणि आपल्याला असुरक्षित, जायबंदी किंवा डोक्यावरून पाणी गेल्यासारखं वाटतं तेव्हा आपल्याला आपल्या भावनांना मोकळी वाट करून देण्याची आणि कोणीतरी सांत्वन करण्याची, विश्वास ठेवण्याची आणि समजून घेण्याची गरज वाटत असते. त्यामुळे आपल्यात ताबडतोब एक सुरक्षिततेची भावना निर्माण होते आणि आपल्या मनातल्या मूलभूत गरजेला खतपाणी घालते. परिणामी, जेव्हा आपला आतला

आवाज नकारात्मकतेत गटांगळ्या खातो तेव्हा पहिली गोष्ट जी आपल्याला इतरांकडून अपेक्षित असते, ती म्हणजे आपल्या भावनिक गरजांची पूर्तता.

एखाद्या संकटाशी सामना झाल्यावर मानवप्राण्याची मुख्य बचावात्मक रणनीती एक तर चढाईची असते किंवा बहुतेक वेळा पलायनचीच असते. तणावाखाली असल्यावर येऊ घातलेली लढाई पाहून आपण एक तर पलायन करतो किंवा खाली मान करून शरण जातो. ही प्रतिक्रिया व्यापक मानवी वृत्तीचं एक लक्षण असली तरी संशोधकांनी अशा आणखी एका तणाव-प्रतिसादाची नोंद करून ठेवलेली आहे जो अनेक लोक धोक्याच्या स्थितीत दाखवतात, तो म्हणजे 'सांभाळ आणि मैत्री'-प्रतिसाद. असे लोक मदत आणि काळजीसाठी इतर लोकांचा शोध घेतात.

उत्क्रांतीच्या दृष्टिकोनातून विचार केला तर मार्गाचं मूळ एका वास्तवातून आलं आहे, ते म्हणजे एखाद्या शिकाऱ्याचा बंदोबस्त एका व्यक्तीपेक्षा दोघांनी मिळून करणं अधिक सोपं असतं. गरजेच्या वेळी घोळका करून राहण्याचा हा मोठा फायदा असतो. याच संकल्पनेला दुजोरा देत, तणावाखाली असताना इतरांशी जवळीक साधल्याने आपल्याला सुरक्षेची आणि नातेबंधाची जाणीव होते याकडे संशोधन अंगुलिनिर्देश करतं. त्यामुळे तणावनिवारक जीव-रासायनिक क्रियांचा एखादा धबधबाच वाहू लागतो जो मानवाच्या मूलभूत गरजांना साहाय्यकारक असतो. यात नैसर्गिकरीत्या बनलेल्या ओपीओइड्सबरोबर तथाकथित 'लाडोबा' उत्प्रेरक - ऑक्सिटॉक्सिनचाही सहभाग असतो. अर्थातच, हे साध्य करण्याचा प्रमुख मार्ग म्हणजे बोलणं. लक्षपूर्वक ऐकून घेणं आणि सहवेदना दाखवून देणं यांद्वारे आपल्याला आपल्या वाटवटीसंदर्भात समुपदेशन करणारे लोक आपल्या या गरजा पुरवत असतात. या गरजांची पूर्तता करणं आपल्याला तेवढ्यापुरतं बरंही वाटतं कारण त्यातून एक प्रकारचा दिलासा मिळतो. परंतु हा प्रश्नाचा फक्त निम्मा भाग झाला. याचं कारण म्हणजे आपल्याला आपल्या आकलनात्मक गरजासुद्धा भागवायच्या असतात.

वटवट हाताळताना आपला सामना एका कोड्याशी होतो जे सोडवणं आवश्यकच असतं. आपला आतला आवाज मोकाट सुटलेला असताना आपल्याला पुढ्यातले प्रश्न सोडवण्यासाठी कधीकधी बाहेरच्या मदतीची गरज असते, एक सर्वसमावेशक दृष्टी ठेवावी लागते आणि सर्वांत अधिक विधायक मार्ग कोणता हे ठरवावं लागतं. हे सगळं साधण्यास केवळ

एखाद्याची आश्वासक उपस्थिती किंवा 'ऐकणारा' कान एवढंच पुरेसं नसतं. आपल्याला बऱ्याचदा इतरांची गरज असते ती दूरत्व साध्य करायला मदत करण्यासाठी, सामान्य मन:स्थितीत येण्यासाठी आणि आपण ज्या अनुभवातून जात असतो त्याबद्दलचे आपले विचार बदलण्यासाठी. असं केल्याने आपल्या भावनांना काबूत आणणं, परतण्याचा मार्ग नसलेल्या खंथेतून सुटका करून घेणं आणि आपल्या शाब्दिक प्रवाहाची दिशा बदलणं शक्य होतं.

यामुळेच भावनांबद्दल बोलण्याचे कितीही फायदे असले तरी त्याचा उलट परिणामही होऊ शकतो. जेव्हा आपली मने या वटवटीत न्हाऊन निघालेली असतात तेव्हा आपला कल आपल्या आकलनात्मक गरजा भागवण्यापेक्षा भावनिक गरजा भागवण्याकडे अधिक असतो. वेगळ्या शब्दांत सांगायचं तर आपण उदास असताना आपण समस्यांची वास्तववादी उत्तरं शोधण्याऐवजी सहवेदना मिळवण्यावर जास्त लक्ष देतो.

ही कोंडी समीकरणाच्या दुसऱ्या म्हणजे मदतकर्त्यांच्या बाजूला असलेल्या समांतर प्रश्नामुळे आणखीनच वाढते. म्हणजे आपण ज्यांना मदत मागतो ते ती तशी करतात. ती करताना आपल्या भावनिक निकडींना आकलनात्मक गरजांहून अधिक प्राधान्य देतात. ते आपल्या वेदना पाहतात आणि पहिल्याप्रथम आपल्याला प्रेम आणि विश्वास देण्याची शर्थ करतात. हे नैसर्गिक असतं, एक काळजी दाखवून देण्याचा शिष्टाचार असतो आणि कधीकधी तो उपयुक्तही ठरतो. परंतु आपल्याला आणखी आकलनात्मक साहाय्याची गरज आहे असे कितीही संकेत आपण दिले तरी ते आपल्या मदतकर्त्यांच्या नजरेआड होत असतात, असं संशोधन सांगतं. प्रयोगांच्या एका संचामध्ये मदतकर्त्यांना आकलनात्मक गरजांचं समाधान करण्यासाठी सल्ला द्या, असं थेट आणि मुद्दाम सांगण्यात आलं होतं. तरी त्यांना त्यापेक्षा लोकांच्या भावनिक गरजांचं समाधान करणं जास्त आवश्यक आहे असं वाटलं. आणि शेवटी असं ध्यानात येतं की, आपल्या त्या भावनिक गरजांची पूर्तता करण्याचे प्रयत्न अखेरीस अशा प्रकारे उलटतात की ज्यामुळे आपल्या मित्रांना अधिकच वाईट वाटतं.

बोलणं कसं चुकत जातं ते आता बघू.

आपल्याला भावनिक आधार देण्यासाठी ते किती उत्सुक आहेत हे दाखवण्यासाठी लोक बऱ्याचदा आपल्या उदासीनतेला नेमकं काय कारणीभूत

ठरलं याचा मोठ्या उत्साहाने शोध घेऊ पाहतात- म्हणजे कोणी-काय-केव्हा-कुठे घडलं याची उत्तरं शोधणं. आपल्याला त्या वेळी काय वाटलं आणि नेमकं काय हे घडलं हे विस्ताराने सांगा, असं ते विचारतात. आणि काय घडलं हे आपण सांगत असताना ते मन डोलावत असले, सहवेदना दाखवत असले तरी त्यामुळे मुळात ज्या भावना आणि अनुभवांमुळे आपण इतरांची मदत घेऊ पाहतो त्याच पुन्हा मोकळ्या होऊन बाहेर पडतात. या तत्त्वाला 'सह-रवंथ' म्हणतात.

सह-रवंथ हे एक असं महत्त्वपूर्ण वळण असतं जिथे हा आधारच आपल्याला कडेलोटाकडे ढकलू पाहतो. आपल्याबद्दल ममत्व असणारे लोक आपल्याला आपल्या नकारात्मक अनुभवांबद्दल अधिक बोलायला भाग पाडतात, ज्यामुळे आपण अधिकच उदास होतो, परिणामी ते आणखी प्रश्न विचारू लागतात. एका दुष्टचक्राची सुरुवात होते, ज्यात अडकणं अगदी सहज सोपं असतं कारण त्याची प्रेरणा चांगल्या सद्भावनेतूनच झालेली असते.

प्रत्यक्षात सह-रवंथ म्हणजे आधीच भडकलेल्या आतल्या आवाजाच्या भट्टीत आणखी लाकडं टाकण्यासारखं असतं. त्याच गोष्टींना पुन्हा उजाळा दिल्यामुळे आपली नाराजी पुन्हा डोकं वर काढते आणि आपल्याला विचारात पाडते. आपल्याशी अशा प्रकारे वागणाऱ्या लोकांमुळे जरी आपल्याला अधिक जोडल्यासारखं आणि आधार मिळाल्यासारखं वाटत असलं तरी पुढ्यातल्या समस्या सोडवणारी काही योजना करायला वा तिच्याकडे नव्या दृष्टीने पाहायला काही मदत होत नाही. उलट, त्याने आपल्या नकारात्मक भावना आणि शारीरिक धोका-प्रतिसादाला चालना मिळते.

एरवी निरोगी असणाऱ्या आणि आपल्याला आधार देण्याऱ्या नात्यांमधून या घातक सह-रवंथेच्या चक्राला चालना मिळते. याचं कारण म्हणजे फ्रॉईड, ॲरिस्टॉटल किंवा पारंपरिक शहाणपण सांगतं तसं आपल्या भावनिक, आतल्या आवाजाची यंत्रणा द्रवीय नसते. वाफ बाहेर जाऊ दिल्याने आतला दाब कमी होत नाही. कारण आपल्या आतल्या आवाजाचं साम्य डॉमिनोजच्या खेळाशी अधिक आहे.

जेव्हा आपण आपल्या अनुभवाच्या एखाद्या नकारात्मक बाजूवर लक्ष केंद्रित करतो तेव्हा त्याने त्या संबंधीच्या नव्या नकारात्मक विचाराला

चालना मिळते, ज्यामुळे आणखी एका नकारात्मक विचाराला चालना मिळते, मग आणखी एका विचाराला आणि असं सुरूच राहतं. हे डॉमिनो एकमेकांवर आदळत राहतात जिथे सोंगट्यांचा अगणित पुरवठा असतो. याचं कारण म्हणजे आपल्या भावनिक अनुभवांच्या स्मृती साहचर्यवाद या तत्त्वानुसार काम क़रतात, म्हणजे आपल्यासारख्या असणाऱ्या संकल्पना आपल्या मनात एकत्र जोडलेल्या असतात.

या संकल्पनेला अधिक स्पष्ट करू या. क्षणभर एका मांजरीचा विचार करा. जेव्हा तुम्ही 'मांजर' हा शब्द वाचता तेव्हा तुम्हाला माहीत असलेल्या किंवा पाहिलेल्या मांजरीचा तुम्ही विचार केला असेल किंवा मनात एखादं चित्र रंगवलं असेल. पण त्यासोबतच तुम्ही गुरगुरण्याचा आवाज, मुलायम लव आणि माझ्यासारखे ॲलर्जिक असल तर शिंकांचाही विचार केला असेल. आता चेतासंस्थेच्या या सहचारी डॉमिनोकरणाचा आपल्या भावनांविषयी बोलण्याच्या संदर्भात विचार करू. म्हणजे जेव्हा आपले मित्र आणि जवळचे लोक आपल्याला आपल्या संकटांविषयी खोदून खोदून विचारतात तेव्हा त्या संदर्भातले नकारात्मक विचार, समज आणि अनुभवसुद्धा आपल्या मनात येत जातात, ज्यामुळे आपल्याला पुन्हा एकदा वाईट वाटू लागतं.

स्मृतींच्या या साहचर्यवादाच्या गुणधर्मासोबतच निराश असताना स्वत:च्या आकलनात्मक गरजांपेक्षा भावनिक गरजांना प्राधान्य देण्याचा आपला कल– यामुळे बोलणे ही क्रिया आपल्याला आपल्या बिघडलेल्या आत्मसंवादातून बाहेर काढून थोड्या अधिक शांत मनोवस्थेकडे नेण्यात अपयशी ठरते. उत्तर इलिनॉय आणि व्हर्जिनिया टेकचे जे विद्यार्थी तिथल्या नरसंहाराबद्दल मोठ्या प्रमाणात आपले विचार व भावना व्यक्त करत होते, त्यांना त्याचा फार काही दीर्घकालीन लाभ झाला नाही हे यामागचं एक स्पष्टीकरण असू शकतं. आणि याच कारणामुळे ९/११ नंतरच्या राष्ट्रीय पाहणीतल्या ज्या लोकांनी आपल्या भावना शेअर केल्या त्यांच्या पदरी अखेरीस अधिकचा शारीरिक आणि मानसिक त्रास पडला. या सगळ्या गोष्टींतून एक तातडीचा प्रश्न निर्माण होतो तो म्हणजे, सह-रवंथेमुळे आपल्याला अधिक वाईट वाटण्यावर उपाय काय?

कर्क की स्पॉक? :

भावना आणि आकलन म्हणजे आपल्याला काय वाटतं आणि काय समजतं यांच्यातील संघर्षाला मानसशास्त्रातला आटोपशीर मार्ग म्हणजे 'स्टार ट्रेक' चित्रपटातली दोन पात्रं, कॅप्टन कर्क आणि ऑफिसर स्पॉक. कर्क हा एक अति हळवा माणूस, तीव्र आणि ठसठशीत भावनांचा धनी. धगधगता निखाराच. याउलट स्पॉक, टोकदार कानाचा अर्धमानव-अर्ध परग्रहवासी असलेला एक 'बुद्धिजीवी'. भावनांच्या कुठल्याही अडथळ्यांनी विचलित न होणारा एक समस्यानिवारक. बर्फासारखा थंड.

वटवटीची ही रवंथ टाळण्याची गुरुकिल्ली म्हणजे स्टारशिप महाकथेतील ही दोन पात्रं एकत्र करणं होय. इतरांना आधार देताना, आपल्याला कर्कच्या दिलासा आणि स्पॉकची हुशारी देऊ करणं गरजेचं असतं.

ज्या व्यक्तीला मदतीची गरज आहे तिच्या सामाजिक आणि आकलनात्मक अशा दोन्ही गरजांचा समावेश ज्या शाब्दिक संवादांत होतो ते सर्वांत अधिक परिणामकारक ठरतात. आदर्शपणे पाहिलं तर संवादकाने अशा व्यक्तीच्या भावना आणि विचारांची नोंद घ्यायची असते आणि मग तिला त्या सगळ्याकडे विशिष्ट दृष्टिकोनातून पाहण्यास मदत करायची असते. अशा पद्धतींचा फायदा म्हणजे निराश झालेल्यांना ते दखलपात्र आहेत आणि कोणाशीतरी जोडले गेलेले आहेत असं वाटू शकतं. आणि हे करतानाच तुमच्यासारखा एखादा वटवटीत न बुडालेला माणूस त्यांना कसा महत्त्वाचा सल्ला देऊ शकतो हे दाखवून देऊ शकतो. हे दुसरं काम लोकांना त्यांच्या आतल्या आवाजावर काबू मिळवून कालपरत्वे कमीतकमी वटवटीचा अनुभव येण्याच्या दृष्टीने मदत होण्यासाठी अत्यंत महत्त्वाचं असतं.

आपल्या लोकांना त्यांचा दृष्टिकोन विस्तारण्यासाठी आपण करू शकत असलेल्या मदतीच्या क्षमतेबाबत काळ हा अर्थातच एक भूमिका निभावत असतो. संशोधनांमधून वारंवार दिसून आलंय की जेव्हा भावना उफाळून आलेल्या असतात तेव्हा लोक त्यांच्या विचारांची आकलनात्मक मांडणी करणं टाळतात; ते बौद्धिक कसरती नंतरसाठी राखून ठेवतात. इथे संभाषणकलेची कसोटी लागते कारण नाराज लोकांना त्यांच्या भावनात्मक गरजांपासून अधिक व्यवहारी आकलनात्मक गरजांचा विचार करण्यापर्यंत नेणं ही एक तारेवरची कसरत असते.

नंतर असं आढळलं की या समतोल साधण्याच्या क्रियेची नियमावली तर कित्येक दशकांपूर्वीच न्यू यॉर्क पोलीस विभागाच्या 'ओलीस वाटाघाटी' दलाने करून ठेवली आहे. या दलाची सुरुवात १९७०च्या दशकाच्या आरंभीच्या काळात केवळ न्यू यॉर्कमध्ये नव्हे तर जगभर उपस्थित झालेल्या घातक प्रसंगाच्या एका मालिकेनंतर झाली होती. काही उदाहरणं म्हणजे १९७१चे ॲटिका तुरुंगातल्या दंगली, १९७२चं म्युनिख ऑलिम्पिक हत्याकांड आणि १९७२चा ब्रुकलिनमधील बँक दरोडा, जो नंतर 'डॉग डे आफ्टरनून' या चित्रपटातही दिसला होता. एक पोलीस अधिकारी आणि हार्वे स्कॉल्सबर्ग नावाचा एक मनोचिकित्सक यांना या नव्या विभागाची नियमपुस्तिका बनवण्याचं काम सांगण्यात आलं, ज्याचं नंतर ध्येयवाक्यच बनलं, ''माझ्याशी बोला''. बळाचा वापर करण्यापेक्षा कनवाळूपणाने बोलत राहण्याला प्राधान्य देण्याबरोबरच त्याचा संयमावर भर होता. एकदा ओलीस ठेवणाऱ्यांना कळलं की त्यांना लगेच कोणताही धोका नाही, की त्यांचा स्वयंस्फूर्त धोका-प्रतिसाद (बहुधा) सैलावतो. यामुळे त्यांच्या आतल्या आवाजाचा नकारात्मक उन्माद कमी होतो ज्यामुळे मध्यस्थाला तो संवाद, ती कोंडी फोडण्याकडे वळवता येतो.

जसं न्यू यॉर्क पोलीस विभागाचं ओलीस वाटाघाटी दल सुरू झालं आणि काम करू लागलं तसं शहरातल्या ओलीस-नाट्यांच्या दुष्परिणितींच्या संख्येत ताबडतोब घट झाली. या यशाने एफबीआयसकट जगभरातल्या कायदा अंमलदार संस्था हा मार्ग चोखाळायला उद्युक्त झाल्या. एफबीआयने स्वत:चं स्वतंत्र प्रारूप, 'बिहेविअरल चेंज स्टेअरवे मॉडेल' या नावाने विकसित केलं, ज्यात वाटाघाटीकर्त्यांना मार्गदर्शनासाठी पायऱ्यांची श्रेणीबद्ध रचना होती, जसं लक्ष देऊन ऐकणं-सहवेदना-जवळीक-प्रभाव-वर्तणुकीतील बदल. थोडक्यात, हे प्रारूप म्हणजे लोकांच्या सामाजिक-भावनिक गरजांची पूर्तता करणं, जेणेकरून ते त्यांच्याच आकलनक्षमतांचा विचार करून समस्येचं समाधान शोधायला उद्युक्त होतील हे दाखवणारा दिशादर्शक नकाशा होतं. अर्थातच कायदा अंमलदार संस्थांचे वाटाघाटीकार धोकादायक परिस्थितींना निकामी करण्याचे आणि गुन्हेगारांना अटक करण्याचे प्रयत्न करत असतात; तरी त्यांचं हे काम आपण आपल्या जवळच्या व्यक्तीला एखाद्या समस्येतून सोडवण्यासाठी जे मार्गदर्शन देतो त्याच्याशी काही प्रमाणात मिळतंजुळतं असतं. दोन्ही प्रकरणांत सुयोग्य शाब्दिक आधार मिळाल्याने लाभ होऊ शकणारी एकतरी व्यक्ती असते.

आपल्या आयुष्यातल्या लोकांनी त्यांचा आतला आवाज कसा सांभाळावा या संदर्भात त्यांना मदत करण्यासाठी ही सगळी धोरणं आपल्याला उपयुक्त ठरत असली तरी त्याच वेळी आपल्याला जेव्हा भावनिक आधाराची गरज असते तेव्हा कुणाकडे जावं याची योग्य निवड करायलाही ही धोरणं आपल्याला उपयोगी ठरू शकतात. तुम्ही दखलपात्र आहात आणि कोणीतरी तुम्हाला समजून घेत आहे असं एकदा तुम्हाला वाटलं की, ही सगळी धोरणं तुम्हाला समस्यांवरचे व्यवहारी उपाय शोधण्यासाठी बौद्धिक घुसळण करण्यास सुचवतात की नाही? की खोदून खोदून तपशीलवार उत्खनन करून एखाद्या निराशाजनक अनुभवाचं पुनरुज्जीवन करू पाहतात? जसं, ''किती दुष्ट माणूस आहे तो! त्यानं असं काही केलं असेल यावर विश्वासच बसत नाही.'' अशा गोष्टींची पुनरावृत्ती करणं. एखादी घटना घडून गेल्यानंतर विचार केल्यास एखाद्याने तुम्हाला या भावनासागरात बुडवलं की त्यापासून दूर केलं, हे तुम्ही सहज सांगू शकता. बऱ्याचदा ते या दोघांचं मिश्रण असू शकतं ज्यामुळे पुढच्या वेळी ती व्यक्ती तुमची अधिक चांगल्या प्रकारे कशी मदत करू शकेल याबाबतच्या चर्चेला सुरुवात होऊ शकते. तुमच्या या 'वटवट सल्लागारां'सोबतच्या तुमच्या अनुभवांचं पुनरावलोकन करून कोणत्या समस्येसाठी कोणते लोक चांगले आहेत याची खूणगाठ तुम्ही मनात बांधून ठेवू शकता.

बहुतांश प्रकारच्या भावनिक दुर्घटनांमध्ये काही मित्र, सहकारी आणि जवळचे लोकच उपयुक्त ठरत असले तरी जेव्हा समस्या खास प्रकारच्या होतात तेव्हा काही विशिष्ट लोक उपयुक्त ठरू शकतात. एखाद्या घरगुती तंट्यात तुमचा भाऊ हा तुमचा योग्य मार्गदर्शक ठरू शकतो (किंवा तोच चुकीचाही असल्याची शक्यता असतेच). व्यावसायिक आव्हानांमध्ये तुमची जीवनसाथी व्यक्ती किंवा कामाच्या ठिकाणी इतर विभागात काम करणारी एखादी व्यक्ती ही तुमची सुयोग्य वटवट सल्लागार असू शकते. खरं तर, संशोधनाने दाखवून दिलं आहे की जे लोक त्यांच्या आधाराच्या स्रोतात वैविध्य आणतात, म्हणजे वेगवेगळ्या गरजांसाठी वेगवेगळ्या नातेसंबंधांकडे वळतात- ते सर्वाधिक फायद्यात असतात. यातली सगळ्यात महत्त्वाची गोष्ट म्हणजे जेव्हा एखादी वटवटकारी घटना घडल्यावर तटस्थपणे विचार करणे आणि तेव्हा तुम्हाला कोणी मदत केली व कोणी केली नाही, याचं सिंहावलोकन करणे होय. अशा प्रकारे तुम्ही तुमचं वटवट सल्लागार मंडळ

स्थापन करू शकता आणि त्यासाठी इंटरनेटच्या या युगात नवनवे ऑनलाइन स्रोत प्रचंड संख्येने उपलब्ध आहेत.

याचं एक प्रमुख उदाहरण म्हणजे पत्रकार, लैंगिक विषयांचा सदरलेखक आणि चळवळ्या डॅन सॅवेज आणि त्याचा पार्टनर टेरी मिलर यांचं प्रकरण. सप्टेंबर २०१०मध्ये डॅन हा आणखी एका समलिंगी टीनएजरने सततच्या धाकदपटशाला कंटाळून केलेल्या आत्महत्येच्या बातमीला कोणत्या मार्गाने प्रतिसाद द्यावा याचा विचार करत होता. या वेळी पंधरा वर्षांच्या बिली लुकासने त्याच्या आजीच्या ग्रीन्सबर्ग, इंडियाना राज्य येथल्या शेतघरात गळफास लावून घेतला होता. सॅवेजने त्याच्या मृत्यूबद्दल एक ब्लॉग लिहिला होता ज्यावर एका वाचकाने प्रतिक्रिया दिली होती की, त्याने त्या मुलाला सांगितलं असतं की गोष्टी – म्हणजे त्या मुलाचं जीवन – अधिक चांगलं होणार आहे. त्यामुळे उद्युक्त होऊन सॅवेज आणि मिलर यांनी त्यांच्या संवादाचं चित्रीकरण केलं ज्यात ते त्यांची पौगंडावस्था जरी कठीण होती तरी प्रौढत्वात मात्र त्यांचं मजेत चाललं होतं; जे प्रेम आणि आपुलकी यांनी भारलेलं होतं याबद्दल बोलत होते. त्यांनी तो व्हिडिओ प्रसारित केला आणि एका आठवड्यात तो व्हायरल झाला. हजारो लोकांनी तसले व्हिडिओ बनवले आणि देशभरातल्या 'गे टीन्स'नी यामुळे त्यांना अधिक आशावादी कसं वाटतं आहे ते सॅवेजला लिहून कळवलं.

दहा वर्षांनी, हे लिहीत असताना, पहिला व्हिडिओ बनवण्यामागची भावना आता केवळ एक व्हायरल गोष्टीच्या पलीकडे गेली आहे. 'इट गेट्स बेटर' ही आता एक न–नफा तत्त्वावर चालणारी अभिनव संघटना आणि जागतिक मूलभूत चळवळ बनली आहे. सत्तर हजारांपेक्षा अधिक लोकांनी त्यांच्या प्रेरक कहाण्या शेअर केल्या आहेत, त्याच्या दसपट अधिक लोकांनी पाठिंबा देऊ केला आहे आणि अगणित 'गे' लोकांना स्वस्थता, शक्ती आणि जीवन खऱ्या अर्थाने सुरू होण्याआधीच न संपवण्याची कारणे मिळाली आहेत. 'इट गेट्स बेटर'ने कित्येक भावनिकदृष्ट्या नाजूक लोकांच्या आतल्या आवाजाला वाचवलं आहे कारण अखेरीस ही चळवळ सामान्यीकरणाला– म्हणजे हे सगळ्यांसोबतच होतं; पण आपण सगळेच यातून तरून जाऊ, असं प्रोत्साहन देणारं आणि मानसिक कालप्रवास घडवणारं एक दूरत्वसाधक साधन म्हणून काम करते आहे. यातला सगळ्यात

नवलाचा भाग म्हणजे व्हिडिओ पाहणाऱ्या लोकांचा त्या व्हिडिओतल्या सल्ल्यातून फायदा होण्यासाठी व्हिडिओत बोलणाऱ्या व्यक्तींशी प्रत्यक्ष परिचय असण्याची गरज नसते. हे तत्त्व अशा प्रकारच्या सर्व सामाजिक-आधार व्हिडिओंना लागू होतं. आपल्या वटवटीतून मार्ग काढण्यासाठी आधीच कधीतरी ध्वनिचित्रमुद्रित झालेल्या अनोळखी लोकांच्या स्वरूपात आपण मदतकर्त्या लोकांना शोधू शकतो.

आपण आपल्या वटवटीशी सामना करत असताना आधार मागण्यासाठी कोणाकडे जातो आणि ते आपल्याशी शाब्दिकरीत्या कसे जोडले जातात या संदर्भातल्या या चर्चेने उपचारपद्धती आणि तिची उपयुक्तता यांबद्दल एक प्रश्न निर्माण होतो, कारण या सगळ्यात अर्थातच बोलण्यावर फार भर आहे. तो म्हणजे बोलण्याने रोग बरा होतो का, किंवा कधीकधी म्हणतात तसं, खरंच बरा होतो का?

सर्वांत आधी ध्यानात घ्यायची गोष्ट म्हणजे अगणित प्रकारच्या संवादोपचार पद्धती उपलब्ध आहेत आणि त्यांच्यात बहुतेक वेळा जमीन-अस्मानाचा फरक असतो. अनेक अनुभवाधिष्ठित उपचारपद्धतींमध्ये उदा., बोधात्मक वर्तणूक उपचारपद्धतीत आपण या प्रकरणात ज्या तंत्रांविषयी बोललो आहोत अगदी तशाच तंत्रांचा वापर केला जातो. अशा उपचारपद्धती सल्लार्थीला भावनिक आधार तर देतातच; पण त्याचबरोबर त्यांना त्यांच्या आकलनात्मक समस्या सोडवण्याचा प्रयत्न करण्यात मोलाची मदत करतात.

तरीदेखील वटवटीपासून मुक्तीसाठी काही आंतरनिरसन तंत्रांचा भर हा भावनांचा पूर्णपणे निचरा करण्यावर असतो. उदाहरणार्थ, मानसशास्त्रीय पुनरावलोकन. एक असा मार्ग ज्यात अधिक महत्त्व हे भावनिक ओझं उतरण्याला दिलेलं असतं, जरी असं करण्याच्या फायद्यांविरोधात भरपूर पुरावे उपलब्ध असले तरी. तात्पर्य म्हणजे, जेव्हा तुम्हाला तुमची वटवट आटोक्यात ठेवण्यासाठी एखाद्या मित्राशी किंवा जवळच्या व्यक्तीशी होऊ शकणाऱ्या संवादापेक्षा अधिक काहीतरी गरजेचं वाटतं तेव्हा; जे आतापर्यंत हे पुस्तक वाचून तुम्हाला माहीत झालं आहे त्याचा विचार करता, तुम्ही तुमच्या संभाव्य मन-आरोग्य सेवादात्यांशी त्यांच्या मार्गांविषयी चर्चा करून तो मार्ग अनुभवाधिष्ठित आहे की नाही हे ठरवू शकाल.

अदृश्य आधार :

आतापर्यंत ज्या गोष्टींचं आपण विवेचन केलं त्यात असेच प्रसंग होते ज्यातले लोक आधाराच्या शोधात होते. तरी वटवटीचा अनुभव करणारे सगळेच लोक काही मदतीच्या शोध घेत नाहीत हे आपल्याला ठाऊक आहे. ते त्यांच्या परीने त्यांच्या प्रश्नाचं उत्तर शोधत असतील किंवा इतरांना मदत मागितली तर त्याचा परिणाम म्हणून लोक आपल्याकडे कोणत्या नजरेने पाहतील किंवा आपणच आपल्याला कोणत्या नजरेने पाहू याबद्दल साशंक असतील. असं असलं तरी आपण कुठल्या ना कुठल्या स्वरूपात मदत करण्यास इच्छुक असतो. कारण आपल्या निकटवर्तीयांना कशाचीतरी वंचना आहे हे दृश्य हा एक मोठा चेता-शारीरिक अनुभव असतो. त्यामुळे सहवेदनेला चालना मिळते ज्याने आपण त्यांच्या वतीने कृती करायला उद्युक्त होतो.

अशा प्रसंगांत अर्थातच सावधानता गरजेची असते. संशोधनानुसार न मागितलेला सल्ला देण्यात एक प्रकारचा धोका असतो मग तुम्ही कर्क आणि स्पॉक या दोहोंचं मिश्रण करण्यात कितीही वाकबगार असलात तरी. जेव्हा तुम्ही चुकीच्या वेळी सल्ला देता तेव्हा तो उलटूही शकतो.

उदाहरणार्थ, एका प्राचीन घिशापिट्या प्रसंगाचा विचार करू- एक पालक आपल्या मुलाला त्याला कठीण वाटणारं गणित सोडवण्यात मदत करतो आहे. पालक त्या गणिताकडे मोठ्या कळकळीने बघतो आणि त्याला कळतं की आपल्या मुलाला गृहपाठ पूर्ण करण्यासाठी आणि स्वत:बद्दल आत्मविश्वास येण्यासाठी त्या गणिताचं उत्तर सावकाशपणे आणि स्पष्टपणे कळणं गरजेचं आहे. हा सकारात्मक भावना जागृत करणारा एक आकलनात्मक मार्ग आहे, नाही का? फक्त, प्रत्यक्षात तसं होत नाही, इतकाच काय तो फरक. पालक जसा त्याला समजावू लागतो तसतसं ते मूल अस्वस्थ होतं आणि चिडचिड करू लागतं. भावनांच्या साचलेल्या डबक्यात गणितीय तर्कशास्त्र कुठल्याकुठे बुडून जातं आणि वादाला तोंड फुटतं.

"मला माहितेय ते कसं करायचं ते!" मूल म्हणतं.

"पण तुला कठीण जातंय ते म्हणून मी मदत करू पाहत होतो," पालक उत्तरतो.

"मला तुमची मदत नकोय!"

मूल फणकाऱ्यानं त्याच्या खोलीकडे निघून जातं. पालक बघतच राहतो, की आत्ता घडलं तरी काय?

(टीप : हा लेखकाचा स्वानुभव असू किंवा नसूही शकतो.)

समोरच्या व्यक्तीला गरज आहे की नाही याचा विचार न करताच सल्ला देऊ करणं हे तिच्या स्व-सामर्थ्याला बाधा पोहोचवणारं ठरू शकतं. स्व-सामर्थ्य म्हणजे आपण आव्हानांचा मुकाबला करू शकतो याविषयीचा महत्त्वपूर्ण आत्मविश्वास. वेगळ्या शब्दांत सांगायचं तर जेव्हा आपल्याला जाणीव असते की इतर लोक आपली मदत करू पाहताहेत परंतु आपण काही तसली मदत मागितलेली नसते तेव्हा आपण असाहाय्य किंवा काहीसे अक्षम आहोत की काय असा त्याचा आपण अर्थ लावतो. या भावनेसाठीच तर आपला आतला आवाज टपून बसला असतो. स्व-सामर्थ्याविषयीच्या मानसशास्त्रीय संशोधनांच्या दीर्घ इतिहासाने दाखवून दिले आहे की, जेव्हा स्व-सामर्थ्याला धोका उत्पन्न होतो तेव्हा केवळ स्व-सन्मानालाच नव्हे तर आपले आरोग्य, निर्णयक्षमता आणि नातेसंबंधांनाही बाधा पोहोचते.

१९९०च्या दशकाच्या उत्तरार्धात कोलम्बियातील मानसशास्त्रज्ञ निआल बोलगर आणि त्यांचे सहकारी यांनी न्यू यॉर्क बार कौन्सिलच्या परीक्षेचा लाभ घ्यायचं ठरवलं, कारण तिथे लोक एकमेकांना देऊ करत असलेल्या आधाराचे प्रयत्न हे सर्वाधिक प्रभावी असतात. सगळेच वकील आणि त्यांचे निकटवर्तीय यांना माहीतच असेल की बारची परीक्षा किती दमवणारी आणि वटवटकारी असते ते. बोलगरने अशा जोडप्यांची निवड केली ज्यांतली एक व्यक्ती बारच्या परीक्षेची तयारी करत होती. आणि सुमारे एक महिन्यापेक्षा थोड्या अधिक काळानंतर त्याने परीक्षार्थींना एक प्रश्नसंच दिला ज्यात त्यांना किती अस्वस्थ आणि खिन्न वाटत होतं आणि त्यांना आपल्या जोडीदाराकडून कितपत आधार मिळाला याचा अदमास घेणारे प्रश्न होते. जेव्हा आपला जोडीदार आपली मदत करू पाहतो आहे हे माहीत असताना लोक त्यांना मिळणाऱ्या या सामाजिक आधाराचा कितपत लाभ उचलू शकतात हे पाहण्यात बोलगरला प्रामुख्याने रस होता.

अभ्यासांती दिसून आलं की, लाभार्थीला कळू न देता मदत करणं, ज्याला 'अदृश्य आधार' म्हणतात, हेच सूत्र होतं इतरांना त्यांच्या समस्या सोडवण्यासाठी त्यांच्यात काही कमतरता आहे याबद्दल वाईट वाटू न देता मदत करण्याचं. असं अप्रत्यक्ष साहाय्य मिळाल्यामुळे सहभागींना कमी

निराश वाटलं. वस्तुतः ही गुपचूप केलेली कोणत्याही स्वरूपातली गुपचूप व्यावहारिक मदत असू शकते. उदाहरणार्थ, न सांगता घरगुती कामं आटोपणं किंवा एखाद्या व्यक्तीला काम करता यावं म्हणून शांतता पाळणं. किंवा लोकांना हे त्यांच्यासाठी आहे हे लक्षात न येऊ देता त्यांचा दृष्टिकोन विस्तारेल असा सल्ला कौशल्याने देणं. वानगीदाखल, एखाद्या गरजवंताच्या उपस्थितीत त्याला उपयोगी ठरेल अशी माहिती तिसऱ्याच एखाद्या व्यक्तीला मागणे (म्हणजे एक प्रकारचा अदृश्य सल्लाच) किंवा इतर लोकांनी त्यासारख्याच समस्येचा सामना कोणत्या प्रकारे केला याबद्दल बोलून तो अनुभव किती सामान्य आहे हे बिंबवणे. असं करण्यामुळे आवश्यक ती माहिती आणि मदत गरजूंपर्यंत पोहोचते आणि तीसुद्धा समस्याग्रस्त व्यक्तीच्या उघड दिसणाऱ्या उणिवांवर प्रकाशझोत न टाकता.

बोलगरच्या पहिल्या प्रयोगानंतर हे क्षेत्र मोकळं झालं आणि नंतरच्या इतर संशोधनांनीसुद्धा अदृश्य आधाराच्या तंत्राच्या परिणामकारकतेला दुजोराच दिला. उदाहरणार्थ, वैवाहिक संबंधांबाबतच्या एका अभ्यासात जोडीदारांना अदृश्य आधार मिळाल्यानंतरच्या दिवसांत अधिक समाधानी वाटू लागतं असं आढळून आलं. दुसऱ्या एका अभ्यासात कळलं की लोकांना जर त्यांच्या जोडीदाराकडून कुठलीही वाच्यता न करता न कळत मदत मिळाली तर ते त्यांची स्व-विकासाची ध्येये गाठण्यात अधिक यशस्वी ठरतात.

कोणत्या परिस्थितीत हा अदृश्य आधार सर्वाधिक परिणामकारक ठरतो ते यानंतरच्या संशोधानांनी दाखवून दिलं. ही परिस्थिती म्हणजे जेव्हा लोक एखाद्या चाचणीला सामोरे जात असतात किंवा तिची तयारी करत असतात तेव्हा. उदाहरणार्थ, परीक्षेचा अभ्यास करणं, मुलाखतीची तयारी करणं किंवा प्रेझेंटेशनच्या मुद्द्यांचा सराव करणं. अशा वेळी लोक स्वत:ला सर्वाधिक असुरक्षित समजतात. याउलट जेव्हा लोकांना त्यांच्या वटवटीला शक्य तेवढ्या लवैकर आणि सफाईने नियंत्रणात आणण्याची इच्छा असते तेव्हा तुम्ही हळुवारपणे किंवा कौशल्यपूर्वक आधार देण्याची गरज नसते. अशा प्रसंगात, कर्क आणि स्पॉकचं मिश्रण असलेला सल्ला थेटपणे देणं हेच आवश्यक, सुयोग्य असतं आणि यशस्वी ठरू शकतं.

आपण वर अदृश्य आधाराच्या ज्या विविध रूपांची चर्चा केली त्याबरोबरीनेच आपल्या अतिशय जवळ असलेल्या आणि वटवटीत न्हाऊन

निघालेल्या लोकांना हळुवारपणे मदत करण्याचा आणखी एक मार्ग आहे, जो पूर्णपणे अ-शाब्दिक आहे : एक प्रेमाचा स्पर्श.

जेव्हा आपल्या जवळचे लोक नकारात्मक आत्मसंवादाकडे जाऊ पाहतात तेव्हा स्पर्श हे त्यांना मदत करण्याचं एक अतिशय प्राथमिक तंत्र आहे. ज्याप्रमाणे शिशुअवस्थेपासून पुढे आपल्या भावना हाताळण्याच्या क्षमतेला भाषेपासून वेगळं करता येत नाही तसंच स्पर्शालासुद्धा या क्षमतेपासून वेगळं करता येत नाही. कारण आपण गर्भाच्या बाहेर पडल्याक्षणापासूनच आपल्या काळजीवाहूंनी आपल्याला शांत करण्यासाठी वात्सल्यपूर्ण शारीरिक स्पर्शाचाच वापर केलेला असतो. संशोधनातून दिसून आलं आहे की जेव्हा लोकांना त्यांच्या जवळच्या लोकांकडून अगत्याच्या, प्रेमळ स्पर्शाची अनुभूती होते किंवा आलिंगन मिळतं तेव्हा आपण सुरक्षित, आवडते आणि कोणाचीतरी साथ असलेले आहोत असा अर्थ ते घेतात. आपल्या परिचयातल्या आणि विश्वासातल्या लोकांकडून मिळणारा काळजीयुक्त शारीरिक स्पर्श आपला जीवशास्त्रीय धोका-प्रतिसाद कमी करतो, आपली ताण हाताळण्याची क्षमता वाढवतो, नातेसंबंधातलं समाधान वाढवतो आणि एकाकीपणाची जाणीव कमी करतो. याशिवाय तो मेंदूतलं आनंदमंडल कार्यान्वित करतो आणि ऑक्सिटॉक्सिन व एंडॉर्फिनसारख्या ताणविरेचक चेतारसायनांचा स्राव उद्दिपित करतो.

वास्तविक, प्रेमळ स्पर्श इतका प्रभावशाली असतो की एका अभ्यासगटामध्ये आढळून आलं की खांद्यावर झालेल्या केवळ एका सेकंदाच्या संपर्कामुळे कमी स्व-सन्मान असलेल्या लोकांचीदेखील मृत्यूबद्दल असलेली अस्वस्थता कमी झाली आणि त्यांना आपण इतरांशी अधिक जोडले गेलो आहोत असं वाटू लागलं. यापेक्षाही नवलाची गोष्ट म्हणजे टेडी बियरसारख्या एखाद्या मऊसर निर्जीव वस्तूचादेखील स्पर्श लाभकारक ठरू शकतो. मेंदू व्यक्तींमधला आपसांतला स्पर्श आणि भुसा भरलेल्या जनावराचा स्पर्श यांकडे एकाच तऱ्हेने पाहतो हे यामागचं प्रमुख कारण असावं. म्हणूनच अनेक वैज्ञानिकांच्या मते त्वचा हा एक सामाजिक अवयव आहे.

आपण आपल्या दैनंदिन देवाणघेवाणीतून लोकांना काय काय देतो आणि त्यांच्याकडून काय काय घेतो यातून आपल्या आतल्या आवाजाला दिलासा देऊ शकणाऱ्या गोष्टींचा एक भरजरी गुच्छ तयार होतो. ही तंत्रं कशी काम करतात यामागचं विज्ञान दिवसेंदिवस अधिकाधिक स्पष्ट होत

चाललं आहे. असं असलं तरी त्यांचा आपण आपल्या निकटवर्तीयांच्या बाबतीत कसा उपयोग करावा ही जशी एक प्रकारची कला तर आहेच; तसाच सरावाचाही भाग आहे हे सांगणे न लगे.

सरतेशेवटी, आपण इतरांसोबत जी संभाषणं करतो ती आपण स्वत:शी करत असलेल्या संभाषणांपासून अजिबात वेगळी नसतात. त्यामुळे आपल्याला बरंही वाटू शकतं आणि वाईटही. आपण लोकांशी कसं बोलतो आणि ते आपल्याशी कसं बोलतात यावर आपल्या वटवटीचं कमी-जास्त प्रमाण अवलंबून असतं. आपल्या प्रजातीनं त्यांचे प्रश्न शेअर करणं सुरू केल्यापासूनच हे चालू असावं. फक्त अलीकडच्या काळापर्यंत आपल्याला त्यामागच्या मनोवैज्ञानिक तंत्राविषयी माहीत नव्हतं इतकंच.

आता एकविसावं शतक तारुण्यात असताना आपली नाती ही आपली प्रजाती आणि वटवट या दोहोंकरता अभिनव असलेल्या एका वातावरणात स्थलांतर करू लागली आहेत. एक अशी जागा जिथे उत्तर इलिनॉय आणि व्हर्जिनिया विद्यापीठातील विद्यार्थी आपापल्या दुर्घटनेनंतर गेली होती, ती म्हणजे इंटरनेट. यापुढचा आपसूक उद्भवणारा प्रश्न म्हणजे शाब्दिक आधार यशस्वी वा अयशस्वी ठरण्याची कारणं आपण समाजमाध्यमांवर किंवा टेक्स्ट संदेशाद्वारे किंवा इतर डिजिटल संपर्कसाधनांद्वारे कसे बोलतो यालाही लागू होतात का हा आहे.

मानसशास्त्राने नुकतंच कुठे या प्रश्नाशी खेळणं सुरू केलं असलं तरी काही खुणा मिळायला सुरुवात झाली आहे. उदाहरणार्थ, २०१०च्या दशकाच्या मध्यावर माझ्या सहकाऱ्यांना आणि मला समाजमाध्यमांवरच्या सह-रवंथेच्या गुणधर्मांबाबत अधिक जाणून घ्यायचं होतं. तेव्हा जे लोक एखाद्या निराशाजनक अनुभवाला सामोरे जाण्याच्या बेतात होते अशांना इतर लोकांशी सोशल मेसेजिंग ॲपद्वारे चॅट करण्यास आम्ही सांगितलं. फक्त त्यांना हे माहीत नव्हतं की ते ज्या व्यक्तीसोबत बोलत आहे ती एक प्रशिक्षित अभिनेता होती. सहभागींपैकी निम्म्या लोकांना त्यांच्याबद्दल घडलेल्या गोष्टींबाबत सतत बोलतं कसं ठेवावं याचं काळजीपूर्वक प्रशिक्षण या व्यक्तीला देण्यात आलं होतं. उरलेल्या निम्म्या लोकांना तो परिस्थितीकडे दूरून पाहण्यासाठी व मोठ्या चित्रावर लक्ष केंद्रित करण्यासाठी सहजतेने प्रेरित करत असे.

अर्थातच, ज्या सहभागींना त्यांच्या भावनांची पुनरुक्ती करण्यास उद्युक्त करण्यात आलं होतं ते त्या संभाषणांदरम्यान अधिकाधिक निराश होत. ते की-बोर्डवर बसल्यापासून उठेपर्यंत त्यांच्या नकारात्मक भावनांनी आसमान गाठलेले असे. याउलट ज्या सहभागींना अभिनेत्याने दूरून पाहण्यास मदत केली होती ते प्रयोगशाळेत आले त्या वेळेसारखेच शांत आणि स्थिर असत.

आपण जेव्हा आधार शोधतो किंवा देऊ करतो, भले मग तो ऑनलाइन असो वा ऑफलाइन, तेव्हा एका गोष्टीचा आपण बरेचदा विचार करत नाही. नेमकं सांगायचं म्हणजे आपल्या आयुष्यातील लोक हे एक प्रकारचं सामाजिक वातावरण बनवत असतात. या वातावरणातून मार्गक्रमणा करत आपल्या आतल्या आवाजातून जास्तीतजास्त सकारात्मक परिणाम कसा साधायचा हे आतापर्यंत आपण शिकत आलो. आपल्या भोवतालाला त्यात राहत असणाऱ्या मानवप्राण्यांपासून वेगळं करणं अशक्य आहे आणि जेव्हा आपण आपल्याला उपलब्ध साधनांचा वापर इतरांशी असलेल्या नात्यांसाठी करतो तेव्हा त्याचे जोरदार फायदे असतात. परंतु हे इतर लोक म्हणजे आपण आपला आत्मसंवाद सुधारण्यासाठी नियंत्रणात आणू शकत असलेल्या आपल्या भोवतालाचा फक्त एक भाग आहेत.

आपण बाहेर एखादा फेरफटकासुद्धा मारू शकतो, एखाद्या संगीतमैफलीत जाऊ शकतो किंवा काहीच नाही, तर घराची आवरासावर करू शकतो आणि अशा वरवर किरकोळ वाटणाऱ्या कृती आपल्या वटवटीवर आश्चर्यजनक परिणाम टाकणाऱ्या ठरू शकतात.

प्रकरण सहा

जे ब्रह्मांडी तेच पिंडी

१९६३ साली शिकागो गृहनिर्माण विभागाने शहरातल्या साउथ साइड नावाने ओळखल्या जाणाऱ्या कृष्णवर्णीयबहुल भागात 'रॉबर्ट टेलर होम्स' नावाच्या अजस्त्र प्रकल्पाचं बांधकाम पूर्ण केलं. प्रत्येकी सोळा माळ्यांच्या अठ्ठावीस इमारतींचं ते जगातलं सर्वांत मोठं घरकुल संकुल होतं.

आसपासच्या परिसरात पसरत चाललेल्या झोपडपट्ट्यांच्या वाढत्या संख्येला आळा घालण्यासाठी संकुलाचं बांधकाम करण्यात आलं होतं. त्याचं 'रॉबर्ट टेलर होम्स' हे नामकरण या नावाच्या नुकत्याच निवर्तलेल्या प्रसिद्ध, कृष्णवर्णीय पुढारी आणि वास्तुविशारदाच्या स्मृतीत करण्यात आलं होतं. दुर्दैवाने ते त्याच्या स्मृतींना जागलं नाही. शिकागोत आधीच अस्तित्वात असलेल्या विलगीकरणाला या रॉबर्ट टेलर होम्सने केवळ अधिकच पक्कं केलं, इतकंच नव्हे तर त्या समूहापुढे असलेल्या समस्यांत हळूहळू आणखी भरच टाकली.

१९८० येता येता टोळीयुद्ध, मादक द्रव्यं, भीतीच्या छायेत जगणारे लोक, अनारोग्य आणि लोकांना नागरी हक्कांपासून वंचित ठेवण्यात येणं अशा समस्यांनी संत्रस्त इतर डझनभर अमेरिकी शहरांचंच रॉबर्ट टेलर होम्स हेसुद्धा एक उपद्रवकारी लघुरूप बनलं होतं. नागरी पुनरुत्थानाचा एक भव्य, मोठा गाजावाजा करण्यात आलेला प्रत्यत्न शेवटी नागरी अध:पतनाचं आणखी एक उदाहरण बनला ज्याचा आफ्रिकी-अमेरिकींवर प्रमाणाबाहेर दुष्परिणाम झाला.

जर तुम्ही रॉबर्ट टेलर होम्समध्ये राहत असाल तर विसाव्या शतकाच्या उत्तरार्धातल्या अमेरिकेवर गरिबी आणि विलगीकरण यांचे काय विनाशकारी परिणाम झाले ते बघायला टीव्ही चालू करण्याची किंवा वृत्तपत्र वाचण्याची काही गरज नव्हती. तुमच्या सदनिकेबाहेर एक चक्कर मारणं पुरेसं होतं. परंतु या गुन्हेगारीने भरलेल्या वातावरणात आणि रॉबर्ट टेलर होम्सच्या रहिवाशांच्या जीवनाचा एक भाग झालेल्या गोंगाटात लवकरच एक अनोखा प्रयोग होणार होता.

जेव्हा लोकांनी रॉबर्ट टेलर होम्समधील घरासाठी अर्ज केले तेव्हा त्यांना कुठली इमारत हवी या निवडीचा अधिकार नव्हता. एखाद्या प्रयोगात संशोधक निरनिराळ्या गटांना जसं यादृच्छिकपणे विषयांचं वाटप करतात तशाच यादृच्छिकपणे लोकांना घरांचचं वाटप केलं गेलं होतं. परिणामस्वरूप, भाडेकरूंना घराबाहेर पाहिल्यावर दिसणाऱ्या देखाव्यांत महदंतर असे. काही घरांच्या पुढे गवत आणि झाडांनी भरलेलं आवार होतं, तर इतरांच्या पुढ्यात सिमेंटचे थर होते.

१९९०च्या दशकाच्या अखेरीस इलिनॉय विद्यापीठाच्या टांकसाळीतून नुकत्याच बाहेर पडलेल्या मिंग कुओ या साहाय्यक प्राध्यापिकेला या अनोख्या परिस्थितीने एक अनपेक्षित संधी उपलब्ध करून दिली. काळे आखूड केस, चश्मा, एक गोड स्मितहास आणि एका विचारी मनाच्या धनी असलेल्या मिंगला मादक द्रव्य आणि गुन्हेगारीने भरलेल्या वातावरणात राहणाऱ्या रहिवाशांच्या ताण हाताळण्याच्या क्षमतेवर त्यांच्या भोवतालच्या परिसराचा काही परिणाम होतो का हे जाणून घेण्यात रस होता. इतर वैज्ञानिकांप्रमाणेच तीसुद्धा हिरवळीचे देखावे आणि वाढलेली आनंदी वृत्ती यांच्यातील परस्परसंबंध दाखवणाऱ्या संशोधकीय निरीक्षणांच्या वाढत्या संख्येमुळे स्तिमित झालेली होती.

एका लक्षवेधक प्रयोगात पर्यावरणीय मनोवैज्ञानिक रॉजर उल्रिकला आढळलं की पित्ताशयाच्या शस्त्रक्रियेनंतर सुधारत असलेल्या आणि पर्णपाती वृक्षांच्या छोट्याशा समूहासमोरची खोली मिळालेले रुग्ण अधिक त्वरेने सुधारत होते, कमी प्रमाणात वेदनाशामक औषधं घेत होते. तसंच त्यांच्या परिचारिकांच्या मते इतर रुग्णांच्या, म्हणजे ज्यांच्या खोल्यांचे दरवाजे भिंतीसमोर उघडत, अशांपेक्षा भावनिकदृष्ट्या अधिक आनंदी वाटत होते. अमेरिकेतील सर्वांत अस्थिर वातावरणात राहणाऱ्या लोकांच्या शहरी

लोकांना हिरवळीकडे नजर टाकल्याने भावनिक घुसळण नियंत्रित करायला काही मदत होते का हे मात्र एक गूढच होतं.

जेव्हा मिंगला रॉबर्ट टेलर होम्स येथील घरकुल वाटपाच्या प्रक्रियेबाबत कळलं तेव्हा तिला निसर्गाचे मनावर होणारे परिणाम अभ्यासण्याची एक संधी त्यात दिसली. अशा रीतीने ती आणि तिच्या सहकाऱ्यांनी त्यांच्या हाती काय लागतं हे बघण्यासाठी सदनिकांना भेट देण्यापासून सुरुवात केली. प्रथम त्यांनी रॉबर्ट टेलर होम्सच्या अठराही इमारतींच्या भोवतालची छायाचित्रं काढली आणि प्रत्येक इमारतीला तिच्या हरित परिसराच्या प्रमाणात संकेतांक दिले. नंतर त्यांच्या अभ्यासात सहभागी होण्यास इच्छुक स्वयंसेवकांच्या, म्हणजे या प्रकरणात घरातल्या कर्त्या स्त्रियांच्या शोधात दारोदार भटकले. सहभागींच्या घरातल्या प्रत्येकी पंचेचाळीस मिनिटांच्या सत्रात त्या त्यांच्या आयुष्यातले सर्वाधिक महत्त्वाचे प्रश्न कसे सोडवत आहेत याच्या नोंदी मिंगच्या चमूने घेतल्या. जसं की कधीतरी सुटलेलं शिक्षण पुन्हा सुरू करावं का, घराला सुरक्षित कसं ठेवावं आणि मुलांना कसं वाढवावं. त्यांना दिलेल्या आकड्यांच्या शृंखलेतील किती आकडे लक्षात त्यांना राहतात आणि किती आकड्यांची अदलाबदल होते हे मोजून त्यांनी प्रत्येकीच्या लक्ष केंद्रित करण्याच्या क्षमतेचंही मोजमाप केलं.

मिंग आणि तिच्या चमूने डेटाचं विश्लेषण केल्यावर त्यांच्या लक्षात आलं की ज्या भाडेकऱ्यांच्या इमारतींसमोर रूक्ष शहरी देखावे होते त्यांच्यापेक्षा जे भाडेकरू हिरवळीच्या समोरच्या सदनिकांत राहत होते त्यांची लक्ष केंद्रित करण्याची क्षमता लक्षणीयरीत्या अधिक होती. आव्हानात्मक निर्णय घेताना त्यांनी कमी प्रमाणात चालढकल केली होती आणि त्यांच्या मार्गातले अडथळे हे आपल्याला कमजोर करणारे आहेत अशी भावना त्यांच्यात कमी प्रमाणात आढळली. वेगळ्या शद्बांत सांगायचं तर त्यांची वर्तणूक जास्त सकारात्मक होती, त्यांचे विचार अधिक शांततापूर्ण व समस्याकेंद्रित होते. याउप्पर मिंगची निरीक्षणं सांगत होती की, रॉबर्ट टेलर होम्समधील रहिवाशांची वर्तणूक आणि विचार अधिक सकारात्मक होते कारण ते अधिक चांगल्या तऱ्हेने लक्ष केंद्रित करू शकत होते. झाडं आणि गवत हे जणू काही त्यांची तणावकारकांना हाताळण्याची क्षमतावृद्धी करणारी मानसिक जीवनसत्त्वे म्हणूनच काम करत होते.

नंतरच्या काळात लक्षात आलं की मिंगचे निष्कर्ष हे केवळ योगायोग नव्हते. तिच्या अभ्यासानंतरच्या वर्षांमध्ये अधिकाधिक हरितखुलासे होत गेले. उदाहरणार्थ, इंग्लंडमध्ये राहणाऱ्या दहा हजार व्यक्तींच्या सतत अठरा वर्षे गोळा करत आणलेल्या डेटातून वैज्ञानिकांना आढळलं की शहरी क्षेत्रातल्या अधिक हिरवळीच्या भागात राहिल्यावर कमी तणाव आणि अधिक आनंदी चित्तवृत्तींचा अनुभव आला, असं लोकांनी नोंदवलं होतं. मध्यंतरी इ.स. २०१५मध्ये कॅनडाच्या टोरंटो शहराच्या उपग्रहीय चित्रांच्या अभ्यासाने लक्षात आलं की, शहराच्या केवळ एका तुकड्यात फक्त दहा झाडे अधिक लावल्याने लोकांच्या आरोग्यात जी सुधारणा होते तिची तुलना त्यांच्या वार्षिक उत्पन्नात १०००० डॉलर्सची वाढ होणे किंवा सात वर्षांनी तरुण होणे करता येते. अखेरीस एक असा अभ्यास ज्यात इंग्लंडमधील निवृत्तीच्या वयाच्या आतली सगळी लोकसंख्या सामील होती; म्हणजे जवळपास ४.१ कोटी लोक, त्यात आढळून आलं की, हरितक्षेत्रांच्या सांनिध्यामुळे लोकांना दारिद्र्याच्या आरोग्यावरील परिणामांपासून एक कवच मिळालं होतं. थोडी अतिशयोक्ती करून वेगळ्या शब्दांत सांगायचं म्हणजे हरितक्षेत्रे ही एकाच वेळी महान सल्लागार चिकित्सक, अजरामृत आणि रोगप्रतिकारक शक्तिवर्धक म्हणून काम करतात असं वाटतं.

ही निरीक्षणं एका आकर्षक शक्यतेला चालना देतात. ती म्हणजे आपल्या स्वत:शीच चालू असलेल्या आंतरिक संवादावर आपण रोज कुठल्या जागांमध्ये वावरतो याचा परिणाम होत असावा. आणि आपल्याला आपल्या परिसराबाबत काही शहाण्या निवडी करता आल्या तर त्यामुळे आतला आवाज नियंत्रित करायला साहाय्य होऊ शकतं. परंतु हे कसं काम करतं हे समजून घेण्यापूर्वी निसर्गाची कोणती रूपं आपल्याला आकर्षित करतात हे माहीत करून घेणं गरजेचं आहे.

निसर्गाची शक्ती :

एका वेगळ्या अंगाने विचार केला तर मिंगचं शिकागोच्या रॉबर्ट टेलर होम्समधील काम किंवा उल्रिकचं पित्ताशयाच्या रुग्णांबद्दलचं काम हे त्यांनी सुरू केलं होतं असं नव्हे. खरं तर मानवी मन आणि नैसर्गिक जग यांतील आदानप्रदानाबाबत एका वैज्ञानिक पती-पत्नीच्या जोडगोळीला वाटत असलेल्या औत्सुक्यातून निर्माण झालं होतं.

१९७०च्या दशकात मिशिगन विद्यापीठात कार्यरत असणाऱ्या स्टीफन आणि रेचल कॅप्लान या मनोवैज्ञानिकांनी एक मनोवेधक कल्पना मांडायला सुरुवात केली. निसर्ग एक प्रकारची बॅटरी म्हणून काम करत असतो जो मानवी मेंदूच्या मर्यादित अवधान संसाधनांना रिचार्ज करण्याचं काम करतो. ते याला अवधा पुनर्स्थापना सिद्धान्त म्हणत.

बहुतेकांना माहीत असेलच की एखादा चित्रातल्यासारखा सूर्यास्त, पर्वताचा देखावा, रानातला फेरफटका किंवा समुद्रकिनाऱ्यावर घालवलेला एखादा दिवस यामुळे व्यक्तीला छान वाटतं. परंतु यापुढेही जाऊन त्याला काही अधिक अर्थ असतो का? कॅप्लान दाम्पत्याच्या मते तो तसा होता. याचं कारण म्हणजे आधुनिक मानसशास्त्राच्या अमेरिकी संस्थापकांपैकी एक असलेल्या विलियम जेम्सने सुमारे शंभर वर्षांपूर्वी लक्षात आणून दिलेलं मानवी अवधानाचं एक व्यवच्छेदक लक्षण होय. आपण जे अवधान देतो त्याचे जेम्सने दोन भाग केले होते, अहेतुतः आणि हेतुतः.

आपण जेव्हा एखाद्या गोष्टीकडे हेतुतः लक्ष देतो याचं कारण म्हणजे आपल्या अवधानाच्या केंद्रस्थानी असलेल्या त्या गोष्टीत जात्याच काहीतरी मनोवेधक गुण असतो ज्यामुळे आपण तिकडे ओढले जातो. वास्तव आयुष्यातल्या एका उदाहरणाची तुम्ही कल्पना करू शकता. तुम्ही शहरातून भटकंती करत असता एक गुणी वादक रस्त्याच्या एका कोपऱ्यात काहीतरी वाजवत असतो. तुम्ही त्या आवाजाची नोंद घेता आणि तुम्हाला तिथे थोडं थांबून ते संगीत काही मिनिटांसाठी ऐकावसं वाटतं (आणि कदाचित तुम्ही पुन्हा चालू लागण्यापूर्वी त्या वाद्याच्या रिकाम्या पेटीत काही पैसेसुद्धा टाकता). कॅप्लन जोडीच्या मते तुमचं अवधान हळुवारपणे उलगडल्या जातं, ज्या प्रक्रियेला ते 'मृदू आकर्षण' असं म्हणतात.

याउलट हेतुतः अवधान हे आपल्या मर्जीवर अवलंबून असतं. आपल्या अवधानाचा प्रकाशझोत आपल्या इच्छेप्रमाणे कुठेही वळवता येण्याच्या सुंदर मानवी क्षमता त्यातून आपल्याला दिसते. जसं की एखादं कठीण गणित सोडवणं किंवा मनातला फक्त एखाद्या पेचप्रसंगाचाच चालू असलेला विचार थांबवणं. परिणामी, हेतुतः अवधान सहजतेने संपून जातं आणि त्याला सतत रिचार्जची गरज असते. त्याच वेळी अहेतुतः अवधान मात्र आपल्या मेंदूच्या मर्यादित संसाधनांची तितकीशी झीज करत नाही.

कॅप्लानद्वयींच्या मते निसर्ग आपलं अहेतुत: अवधान आकर्षित करून घेतो, कारण तो आपल्या मेंदूला अलगद चालना देऊन न कळतच आकर्षित करणाऱ्या ठायी ठायी भरून राहिलेल्या मृदू आकर्षणांनी युक्त असतो. मोठमोठे वृक्ष, चित्रविचित्र वनस्पती, लहानखोर प्राणी अशा वस्तूंनी भरून असलेलं हे नैसर्गिक जग नाजूकपणे आपलं अवधान वेधून घेत असतं. आपण अशा गोष्टींकडे कटाक्ष टाकतो आणि कधी त्यांचा अधिक आनंद घेण्यासाठी रस्त्यावरच्या त्या वादकाप्रमाणे त्यांच्या जवळही जातो. परंतु मुद्दाम काळजीपूर्वक अशा गोष्टींकडे आपण लक्ष देत नाही जे आपण एखाद्या भाषणासाठीचे मुद्दे पाठ करणं किंवा शहरातून वाहन चालवणं यात करतो. अशा गोष्टी आपल्या कार्यकारी गुणधर्माची बॅटरी त्वरेने संपवतात. त्याच वेळी विनासायास निसर्गाचा आस्वाद घेणं नेमकं याच्या उलट काम करतं. ते आपल्या हेतुत: अवधानाला मार्गदर्शन करणाऱ्या चेतासंसाधनांना रिचार्ज करतं.

मिंग आणि तिच्या सहकाऱ्यांनी शिकागोत केलेले अभ्यास हे कॅप्लानच्या संकल्पनांची तावून सुलाखून चाचणी करण्यासाठीच रचलेले होते. आणि आपण अगोदर पाहिलं तसं त्यातून त्या सिद्धान्ताची पुष्टी करणारे नाट्यमय पुरावे मिळाले होते. त्याचप्रमाणे इतर काही प्रयोगांतूनही निसर्गाच्या शक्तीचा दाखला मिळाला होता.

आता क्लासिक बनलेला एक प्रयोग २००७मध्ये माझ्या ॲन रबरमधील घराजवळच हाकेच्या अंतरावर करण्यात आला होता. मार्क बरमन आणि त्याच्या सहकाऱ्यांनी सहभागींना प्रयोगशाळेत पाचारण केलं होतं आणि त्यांच्या अवधान क्षमतेची कठोर परीक्षा पाहणारी एक चाचणी घेण्यात आली. त्यांना आकड्यांचे अनेक क्रम ऐकवण्यात आले ज्यांची लांबी तीन ते नऊ आकडे अशी होती आणि मग त्यांना ते उलट्या क्रमात पुन्हा बोलायला सांगण्यात आलं. त्यानंतर सुमारे एका तासासाठी निम्मे सहभागी एका स्थानिक वनस्पती उद्यानात गेले तर उरलेल्यांनी तितक्याच वेळासाठी ॲन रबरच्या व्यापारी भागातल्या एका गजबजलेल्या रस्त्यावर चक्कर मारली. मग ते प्रयोगशाळेत परत आले आणि पुन्हा अवधान चाचणीला सामोरे गेले. एका आठवड्यानंतर त्यांच्यात अदलाबदली करण्यात आली म्हणजे प्रत्येकाला मागच्या आठवड्यात ती व्यक्ती ज्या मार्गावर फिरायला गेली त्याविरुद्ध दुसऱ्या मार्गावर फिरायला पाठवण्यात आलं.

निष्कर्ष : शहरी फेरफटक्यापेक्षा निसर्गातल्या फेरफटक्यानंतर सहभागींची अवधान चाचणीतली कामगिरी लक्षणीयरीत्या सुधारली होती. आकड्यांचा क्रम उलटा करणं आणि प्रयोगादरम्यान त्याची पुनरुक्ती करता येण्याची त्यांची क्षमता बरीच तीव्र झाली होती. शिवाय, सहभागींनी मारलेला हा फेरफटका रमणीय उन्हाळ्यातला आहे की कंटाळवाण्या हिवाळ्यातला यावर परिणाम अवलंबून नव्हते. वर्षातला कोणताही काळ असो, अवधान साधण्यामध्ये निसर्गातला एक फेरफटका शहरातल्या फेरफटक्यापेक्षा त्यांना निश्चितच अधिक साहाय्यकारी ठरला होता.

बरमन आणि त्याच्या सहकाऱ्यांनी इतर लोकसमूहांवरही हा प्रयोग करणं चालू ठेवलं. एका आणखी उपग्रहीय अभ्यासात ज्यात ९,००,००० पेक्षा अधिक सहभागी सामील होते त्यात आढळलं की हरित क्षेत्रांच्या न्यूनतम सान्निध्यात ज्या मुलांची वाढ होत असते त्यांना प्रौढत्वात खिन्नमनस्कता आणि अस्वस्थता यांसारखे मनोविकार होण्याचा धोका १५ ते ५५ टक्के अधिक असतो. मिंगच्या शिकागोमधील कामाच्या जोडीने केलेले हे सगळे अभ्यास असंच सुचवत होते की निसर्गाचे फायदे केवळ अवधान संसाधनांपुरते मर्यादित नसतात, तर ते आपल्या भावनांनाही लागू होतात.

इतर लोकांना त्यांचा आतला आवाज काबूत ठेवण्यात मदत करताना अवधान सांभाळण्याची आपली क्षमता किती महत्त्वाची आहे याचा विचार केला तर मानवी भावनांवर पडणाऱ्या निसर्गाच्या परिणामांचा अर्थ लक्षात येऊ शकेल. शेवटी आपण आतापर्यंत अभ्यासलेल्या दूरत्व साधण्याच्या तंत्रांचा भर हा मन एकाग्र करण्यावर असतो. जर तुम्हाला मन एकाग्र करता येत नसेल तर नोंदवही ठेवणं, 'कलाप्रवास' करणं किंवा भिंतीवरच्या माशीच्या भूमिकेतून परिस्थितीकडे पाहणं अवघड असतं. शिवाय, आपल्या त्रस्त करणाऱ्या गोष्टींपासून आपल्या आतल्या आवाजाला दूर ठेवता येण्याची किंवा आपण तणावपूर्ण परिस्थितीचा विचार नव्याने करता येण्याची आपली क्षमता यासाठीसुद्धा आपले कार्यकारी गुणधर्म काही रिकाम्यापोटी काम करू शकत नाहीत. परंतु मिंग आणि इतर वैज्ञानिकांनी निसर्ग थेट रवंथेचं प्रमाण कमी करू शकतो का याची चाचणी तोवर कधीही केली नव्हती. ती २०१५ साली पॅालो अल्टो, कॅलिफोर्निया इथल्या स्टॅन्फोर्ड विद्यापीठात करण्यात आली.

हाताच्या बोटांवर मोजण्याइतके गजबजलेले रस्ते सोडले तर पर्णाच्छादित, उपनगरीय पॅालो अल्टो हे आडदांड, गर्दीने खच्चून भरलेल्या

शिकागोच्या अगदी विरुद्ध होतं. तिथल्या संशोधकांनी रचलेल्या प्रयोगात सहभागींना ९० मिनिटे पायी फिरायचं होतं; ते एक तर गजबजलेल्या शहरी भागात किंवा स्टॅन्फोर्ड विद्यापीठाला लागून असलेल्या हरितक्षेत्रात. प्रयोगाच्या शेवटी जेव्हा वैज्ञानिकांनी लोकांची रवंथपातळी मोजली तेव्हा निसर्गात फेरफटका मारणाऱ्या गटात असलेल्या सहभाग्यांनी कमी वटवटीचा अनुभव केल्याचं सांगितलं; तसंच त्यांच्या रवंथेला कारक असलेल्या मेंदूच्या भागांच्या मंडळात कमी हालचाल नोंदवण्यात आली.

शहरातच जन्मलेला आणि वाढलेला अंतर्बाह्य शहरी म्हणून मला तुम्हाला इथे जरा थांबा असं सांगावंसं वाटतं. गेल्या दोन शतकांमध्ये मानवी नागरीकरणात 'ग्रामीण ते शहरी' असं फार मोठं स्थित्यंतर झालं आहे आणि २०५०पर्यंत जगाच्या एकूण लोकसंख्येपैकी सुमारे ६८ टक्के लोक शहरांतून राहतील असं अनुमान आहे. जर तुम्ही या शहराळलेल्या जगाचा भाग असाल तर निसर्ग आणि हरितक्षेत्राचं घटलेलं सान्निध्य असलेल्या मानवतेच्या विशाल कोयत्यासारख्या आवाक्यामुळे तुम्हाला काळजी वाटणं साहजिक आहे. मला जेव्हा प्रथम या संशोधनाबद्दल कळलं तेव्हा मी खरंच बेचैन झालो होतो. मला वाटलं की वयाची सुरुवातीची अठ्ठावीस वर्षं फिलाडेल्फिया आणि न्यू यॉर्कसारख्या दाट, काँक्रिटच्या शहरांत गेल्यामुळे, माझ्यासारख्याच शहरी जीवनाचा अनुभव घेतलेल्या प्रत्येकच व्यक्तीप्रमाणे, माझ्या वाट्यालासुद्धा कमालीचं अनारोग्य, बिघडलेलं व्यवधान आणि अधिक रवंथकारी विचारांना सामोरं जाणं अटळ होतं की काय?

सुदैवाने, या प्रश्नाचं उत्तर नकारार्थी होतं. मनाला 'हिरवं' करण्यासाठी तुम्हाला काही निसर्गानं वेढलेलं असणं आवश्यक नाही. कॅप्लानच्या अवधान पुनर्स्थापना सिद्धान्ताचं मूलभूत तत्त्व जरा आठवा. ते असं सांगतं की निसर्गाचे सदैव उपस्थित असलेले सूक्ष्म गुण मेंदूसाठी बॅटरीसारखं काम करतात. अर्थात, मृदू आकर्षण निर्माण करणारे निसर्गाचे दृश्यमान गुणधर्म केवळ तुम्ही निसर्गाच्या प्रत्यक्ष जवळ असाल तरच असे परिणाम साधतात असं नव्हे. छायाचित्रं आणि व्हिडिओद्वारे परहस्ते मिळणारा अनुभवही अवधानात्मक संसाधनांची भरपाई करतो. याचा अर्थ केवळ निसर्गदृश्यांच्या छायाचित्रांकडे किंवा व्हिडिओंकडे नजर टाकून तुम्ही निसर्गाला आणि त्याच्या किरकोळ फायद्यांनाही आपल्या शहरी वातावरणात किंवा खरं

म्हणजे कुठल्याही वातावरणात आणू शकता. अविश्वसनीय वाटलं तरी आभासी निसर्ग हा मानवी मनाच्या दृष्टीने आभासी असला तरी निसर्गच असतो.

२०१६मध्ये प्रसिद्ध झालेल्या एका संशोधनात आपण आधी पाहिलं तसं आयत्या वेळी भाषणाचं भयंकर काम देऊन सहभागींच्या मनात ताण निर्माण करण्यात आला. त्यानंतर त्यांना सहा मिनिटांचा एक व्हिडिओ दाखवण्यात आला, ज्यात वेगवेगळ्या प्रमाणात हिरवाई असलेले वस्तीतले रस्ते दाखवले गेले होते. काही 'दरिद्री' सहभागींना एकही झाड नसलेल्या घरांच्या ओळी असलेला रस्त्याचा व्हिडिओ दाखवण्यात आला, तर 'श्रीमंत' सहभागींना झाडांनी गजबजलेल्या वस्तीतल्या फेरफटक्याचा व्हिडिओ दाखवण्यात आला. निसर्गाचं जास्तीतजास्त दर्शन झालेल्यांनी कमी हरितक्षेत्र दर्शन झालेल्या सहकाऱ्यांच्या तुलनेत तणावापासून सावरण्याच्या स्वत:च्या क्षमतेत ६० टक्के अधिक वृद्धी दाखवली.

संशोधनाचा बहुतांश भर जरी निसर्गाच्या दृश्यमानतेच्या मनोवैज्ञानिक फायद्यांवर असला तरी आपली इतर ज्ञानेंद्रियं मात्र अशा आश्चर्यजनक परिणामांकडे जाणारी वाट दाखवत नसावेत असं मानायचं काहीच कारण नाही. लोकांना नैसर्गिक आवाज जसं पावसाचा आवाज, रातकिड्यांची किरकिर ऐकवल्याने त्यांच्या अवधानात्मक कार्याची कामगिरी सुधारते असं २०१९च्या एका अभ्यासात आढळलं. निसर्गाच्या अशा ध्वनिरूपाचांही समावेश मृदू आकर्षणात करता येईल.

एकंदरच, या निष्कर्षांमुळे असं म्हणता येईल की निसर्ग आपल्याला आपल्या आतल्या आवाजाची देखभाल करायला 'बाहेरून आत' असं एक साधन पुरवतो. आणि आपण जितकं निसर्गाला सामोरे जाऊ तेवढं आपलं आरोग्य सुधारतं. त्यामुळे आपल्याला वटवट कमी करण्याच्या दृष्टीने आपल्या परिसराची आखणी करण्यासाठी रग्बीच्या खेळातल्यासारखं प्लेबुक मिळतं. आणि नवं तंत्रज्ञान अमलात आणल्याने गोड फळं चाखणं सोपं होण्याची शक्यता राहते. वानगीदाखल, मार्क बरमन आणि त्याची सहकारी कॅथरीन स्कर्ट्झ यांनी री-ट्यून (ReTUNE - Restoring Through Urban Nature Experience) नावाचं एक ॲप विकसित केलं. यात शिकागो विद्यापीठाच्या आसपासच्या परिसरातील प्रत्येक ब्लॉकमधील हिरवाई, गोंगाट आणि गुन्हेगारीचं प्रमाण यांचं एकत्रीकरण करून एक

निसर्गत्वाची गुणसंख्या निर्धारित करण्यात आली. जेव्हा वापरकर्ते त्यांचं गंतव्य स्थान ॲपमध्ये टाकतात तेव्हा ते त्यापायी फेरीची पुनर्स्थापनेची क्षमता जास्तीतजास्त होईल असा रस्ता दाखवतं. असं करताना किती वेळा रस्ता ओलांडावा लागेल किंवा फेरीची लांबी, असे व्यावहारिक मुद्देसुद्धा विचारात घेतले जातात. जर हे परिणामकारक ठरलं तर साहजिकच पुढची पायरी म्हणजे ॲपचा सगळीकडे विस्तार करणं ही असेल. अर्थात, तुमच्या दैनंदिन आयुष्यात निसर्गाचं सान्निध्य वाढवायला तुम्हाला काही ॲपची गरज नाही. फक्त तुम्ही ज्या परिसरातून जात असता त्याचा बारकाईने अभ्यास करा आणि त्यानुसार आपले मार्ग बदला इतकंच.

आपल्या मनाचं निसर्गाबरोबरचं नातं दाखवून देतं की भौतिक जग आपल्या आत खोलवर चाललेल्या मनोवैज्ञानिक प्रक्रियांवर प्रभाव टाकण्यासाठी सक्षम असतं. परंतु निसर्गाची विपुल संख्येतली मृदू आकर्षणं ही याचा फायदा घेण्याचा केवळ एकच मार्ग आहेत. आपला आतला आवाज नियंत्रित करायला मदत करणारा आणखी एक गुणधर्म आहे. फक्त फरक इतकाच की हे साधन नैसर्गिक जगतातल्या आपल्या भोवतालापुरतं मर्यादित नाही. आपल्याला ते एखाद्या संगीत जलशात, संग्रहालयात किंवा एखादं बाळ पहिलं पाउल टाकत असता पाहतानाही मिळू शकतं.

स्वत:ला आक्रसून घेताना :

सुझेन बॉटने तराफ्यावर चढून वल्हं हातात घेतलं तसं ती उत्साहाने थरथरली होती. त्यानंतरचे चार दिवस इतर तीन तराफ्यांवरच्या लोकांसोबत ती युटा राज्याच्या चमचमत्या ग्रीन रिव्हरमध्ये वल्ही चालवणार होती. दिवसा ते पिवळसर तांबूस रंगाच्या किल्ल्याच्या तटबंदीसारख्या दर्या पाहणार होते. रात्री लखलखत्या शेकोटीभोवती बसून दिवसभरातल्या कामगिरीविषयी बोलणार होते.

वरवर पाहिलं तरी तो गट काही नेहमीच्या रानभटक्या हौशी लोकांचा वाटत नव्हता. त्यातले बहुतांश जण निवृत्त सैनिक होते ज्यांनी लढाया पाहिलेल्या होत्या. शिवाय काही पूर्वाश्रमीचे अग्निक होते जे ९/११च्या घटनास्थळावर प्रथम पोहोचणाऱ्यांपैकी होते. निसर्गासोबत जोडले जाण्याच्या दृष्टीने रचलेल्या ग्रीन रिव्हरमधल्या एका पूर्णपणे नि:शुल्क सहलीसाठी

निवृत्त जवानांची गरज आहे, अशा जाहिरातीला प्रतिसाद देऊन त्यातला प्रत्येक जण तेथे पोहोचला होता. अर्थात, त्यात एक मेख होती; ती सहल एक शास्त्रीय प्रयोगसुद्धा होती. असं असलं तरी सहभागींना फक्त वल्ही वल्हवायची होती आणि काही प्रश्नावली भरून द्यायच्या होत्या.

बॉट त्या गटापासून काहीशी वेगळी होती. ती काही आघाडीवरची सैनिक नव्हती की अग्निशमनाचा तिला काही अनुभव होता. २००० साली कॉलरॅडो सरकारी विद्यापीठातून नैसर्गिक साधनसंपत्तीची देखभाल या विषयात पीएचडी मिळाल्यावर विद्यापीठीय विश्वातील शोधनिबंध लिहा किंवा संपून जा, या कार्यसंस्कृतीमुळे ती थकून गेली होती. तेव्हा तिने पुनर्विकास, म्हणजे छोट्या शहरांना पुन्हा ऊर्जितावस्था प्राप्त करून देण्याचं काम सुरू केलं. परंतु इतर अमेरिकींच्या तुलनेत, ज्यात इराकमध्ये वरिष्ठ गुप्तचर अधिकारी म्हणून काम करणारा तिचा भाऊपण होता, आपण नेहमी एक सुखवस्तू, सुदैवी जीवन जगत आलो आहे याची जाणीव तिला सतत होती. काही लोकांची रवंथ ते काय करतात यातून निर्माण होते परंतु तिची मात्र ती काय करत नव्हती यातून निर्माण झाली होती. तिला बदलाची गरज होती.

राज्यातच अनेक वर्षं काम केल्यावर बॉटला इराकमध्ये परराष्ट्र मंत्रालयाच्या एका कंत्राटदाराकडे नोकरी मिळाली. तो कंत्राटदार देशातल्या वेगवेगळ्या प्रदेशांचा मजबूतपणे ताबा घेण्याच्या तिथल्या नव्या सरकारच्या प्रयत्नांमध्ये मदत करत होता. जानेवारी २००७मध्ये ती बगदादला पोहोचली आणि रामादी शहरात एक वर्ष राहिली, एक असं शहर ज्याला टाइम मासिकाने 'इराकमधील सर्वांत जास्त धोकादायक जागा,' असं बिरुद ती तिथे उतरण्याच्या फक्त एक महिना आधीच दिलं होतं. तिने तिचा तिथाला बराचसा काळ नव्या इराकी सरकारसाठी दीर्घकालीन सत्ता-स्थित्यंतराचं धोरण तयार करण्यात खर्ची घातला. यासाठी तिला नौसैनिक आणि लष्करी अभियंत्यांच्या छोट्या चमूसोबत काम करावं लागलं. तिच्या प्रवासात अंगात चिलखत घालणं, चिलखती वाहनांत फिरणं आणि स्नायपर बंदुकांचा गोळीबार टाळत वाहनांकडून इमारतींकडे धावणं अशा गोष्टींचा समावेश होता. ती कॉलरॅडोच्या सुखवस्तू आयुष्यापासून कोसो दूर होती.

या नव्या कामामुळे तिच्या आयुष्याला एक ध्येय मिळालं जे आजवर हरवलं होतं. त्याच वेळी ती एका भावनिक कडेलोटापर्यंतसुद्धा पोहोचली होती. युद्धात कामी आलेल्या सहकाऱ्यांच्या शोकसभेत तिला नियमितरीत्या

भाग घेणं आणि कामादरम्यान इतर विदारक गोष्टींचं साक्षीदार होणं तिला भाग पडलं होतं, ज्यासाठी ती अजिबात मानसिकरीत्या तयार नव्हती. उदा., कार बॉम्बस्फोट, जमिनीवरचं युद्ध आणि हत्याकांडं. रक्तपात हे तर रोजच्या जगण्याचा एक भाग बनलं होतं.

२०१०मध्ये बॉट अमेरिकेत स्वगृही परतली आणि तिला वटवटीनं घेरलं. आपले अनेक सहकारी जगू न शकले असताना आपणच का बचावलो असू, याबाबतचे प्रश्न तिच्या सततच्या ताणाचे कारण बनले. तिने पाहिलेल्या भयंकर दृश्यांच्या आठवणी तिच्या मनात पिंगा घालत. सोबतच ती नुकतीच ज्या भागात राहून आणि काम करून आली होती तिथे इसिसच्या वाढत्या प्रभावाच्या बातम्या सतत कानांवर येत होत्या. जेम्स फोली नावाच्या ज्या पत्रकारासोबत तिने जवळून काम केलं होतं त्याचा 'सीरिया इसिस'ने शिरच्छेद केला आहे हे कळल्यावर तर तिच्या मनातला गोंगाट अगदी तारसप्तकात पोहोचला होता. तिची अनिच्छा असतानाही का कोण जाणे, त्या शिरच्छेदाचा इसिसने इंटरनेटवर टाकलेला व्हिडिओ तिने पाहिला. आणि त्यांनतर ती कधीच पूर्वीची राहिली नाही. काही काळाने तिने या राफ्टिंग सहलीची जाहिरात पाहिली होती.

त्यांच्या पहिल्या दिवशीचा जलविहार संपल्यावरच्या सायंकाळी बॉटने एक छोटी प्रश्नावली भरून दिली. त्यात तिला तिच्या मनात निरनिराळ्या प्रकारच्या किती सकारात्मक भावना आल्या याचा गुणानुक्रम विचारला होता. बर्कले येथील कॅलिफोर्निया विद्यापीठातल्या मनोवैज्ञानिक क्रेग ॲण्डरसन (जो या सहलीतही सामील होता) याच्या नेतृत्वाखालील वैज्ञानिकांचा एक गट सामान्य पण आजवर फारशा न अभ्यासलेल्या दिव्यत्वाच्या भावनिक अनुभवांच्या प्रभावांना समजून घेण्यासाठी सहलीतल्या सहभागींच्या प्रतिसादांकडे आशेने पाहत होता.

जेव्हा एखादी सहजासहजी उमजू न शकणारी भव्य गोष्ट आपण पाहतो तेव्हा आपल्याला वाटणारी अप्रुपाची भावना म्हणजे दिव्यत्व. नैसर्गिक वातावरणात तर अशा गोष्टींचा पूरच आपल्या भोवती आलेला असतो जेव्हा आपण एक सुंदर सूर्यास्त बघतो, मैलोगणिक उंच पर्वताचं शिखर पाहतो किंवा नेत्रसुखकारक देखावा पाहतो. दिव्यत्वाची भावना ही स्वत:च सीमोल्लंघन करणारी एक अशी भावना असते जिच्यामुळे लोकांना त्यांच्या गरजा आणि इच्छा यांच्या पलीकडे जाऊन विचार करता येतो

आणि प्रत्यय घेता येतो. याचं चित्र दिव्यत्वाची प्रचिती देणारा अनुभव आल्यावर मेंदूत काय चालतं हे पाहिल्यास बघता येतं. या वेळी स्व-स्नात होण्याविषयीची मज्जासंस्थीय हालचाल मंदावते जी साधारणपणे ध्यानधारणा किंवा व्यक्तीची स्वत्वाची जाणीव आणि बाहेरचं जग यांतल्या सीमारेषा धूसर करण्याबाबत कुप्रसिद्ध असलेली LSD सारखी मादक द्रव्ये घेतल्यावर मेंदूचा प्रतिसाद असतो तशीच असते.

हा दिव्यत्वाचा अनुभव फक्त निसर्ग आणि घराबाहेरच्या भव्यतेपुरता मर्यादित नसतो. काही लोकांना तो ब्रुस स्प्रिंगस्टीन या रॉकस्टारला संगीत जलशात बघून होतो, किंवा एमिली डिकिंसनची एखादी कविता वाचून होतो किंवा लुव्र संग्रहालयात मोनालिसाचं चित्र बघून होतो. काही लोकांना हा दिव्यत्वाने भारलेला अनुभव वैयक्तिक स्तरावर एखादी असामान्य गोष्ट बघून होतो. उदा., एखादा अटीतटीचा क्रीडा सामना बघणं किंवा अमेरिकी संविधानासारखी एखादी ऐतिहासिक वस्तू बघणं किंवा एखादा शिशू त्याचं पहिलं पाऊल टाकतो अशी हृदयाजवळ असणारी प्रचंड महत्त्वाची घटना होताना बघणं. उत्क्रांतिजन्य मनोविज्ञानाचा अभ्यास करणाऱ्या शास्त्रज्ञांच्या सिद्धान्तानुसार आपल्यात ही भावना विकसित झाली कारण त्यामुळे आपल्याला आपला स्वार्थ कमी करून इतरांशी जुळवून घ्यायला साहाय्य होतं. याचं कारण धोकादायक परिस्थितींमध्ये बचावासाठी टोळ्यांची कामगिरी कैक पटींनी सरस असते आणि एकत्र काम केल्याने मोठमोठी उद्दिष्टं साध्य करता येतात.

परंतु बर्कलेच्या चमूला तराफास्वारांना नदीच्या गर्जणाऱ्या क्षिप्रिकांना पार केल्याने दिव्यत्वाचा अनुभव येतो का, इतकंच पाहण्यात रस नव्हता. ते तर त्यांच्या मते होणारच होतं. सहल संपल्यावरसुद्धा सहलीवरच्या दिव्यत्वाचा अनुभव त्यांच्या तणावावर काही दीर्घकालीन परिणाम सोडतो का, हे जाणून घेण्यात त्या चमूला खरा रस होता.

त्यामुळे राफ्टिंग सहलीच्या सुरुवातीला आणि ती संपल्यावर एका आठवड्याने, अँडरसनने तराफास्वारांना त्यांच्या स्वस्थ असण्याची, तणावाची आणि आघातोत्तर ताण-विकाराची पातळी दाखवणारे एकक लिहिण्यास सांगितले. दोन्ही चाचण्यांच्या दरम्यान पुलाखालून बरंच पाणी वाहून गेलेलं होतं. त्यांनी त्यांच्या चार दिवसांच्या सहलीदरम्यान डझनावारी मैलांचा तराफाविहार केला होता, नदीकाठाने हायकिंग करत कित्येक

दुपारी घालवल्या होत्या आणि हजारो वर्षांपूर्वीची प्रागैतिहासिक काळातील कातळशिल्पे पाहिली होती जी पाहून ते आता ज्या मार्गाने गेले होते त्याच मार्गाने आता विस्मृतीत गेलेल्या समूहांचा विचार करून त्यांना अप्रूप वाटलं होतं. या अनुभवांचा प्रभाव सहलीनंतरही टिकणार होता की, ते त्यातला काही भाग तिथेच सोडून जाणार होते?

प्रयोग संपल्यानंतर जेव्हा अँडरसनने गोळाबेरीज केली तेव्हा सहभागींनी स्वस्थपणाच्या प्रत्येक परिमाणावर लक्षणीय सुधारणा दाखवलेली त्याला आढळली. त्यांच्या ताणाची आणि आघातोत्तर ताण-विकाराची पातळी खालावली होती आणि त्याच वेळी त्यांच्या एकूणच आनंदीपणाची, जगण्यातल्या समाधानाची आणि आपलेपणाची पातळी सुधारली होती. आपल्या परीने हे रोचक निष्कर्ष होते. पण असं होण्याला काय कारणीभूत ठरलं याबाबतचा निष्कर्ष हा सर्वाधिक रोचक होता. अँडरसन आणि त्याच्या सहकाऱ्यांच्या अपेक्षेप्रमाणेच तराफास्वारांना सहलीदरम्यान रोज कितपत नवलाई, समाधान, धन्यता, आनंद किंवा अभिमान वाटला याचा तो परिणाम नव्हता. तर त्यांना दिव्यत्वाची किती प्रचिती आली याचा होता. सुझेनलाही या सगळ्या उत्साहवर्धकांसोबतच अधिक शांत अशा आतल्या आवाजाची अनुभूती आली होती. ''त्या सहलीने माझा दृष्टिकोन आमूलाग्ररीत्या बदलला,'' दोन वर्षांनंतर ती मला सांगत होती.

जेव्हा तुम्ही एखाद्या भव्य आणि अवर्णनीय गोष्टीच्या सान्निध्यात असता तेव्हा तुम्ही आणि तुमचा आतला आवाजच जगाच्या केंद्रस्थानी आहे हा दृष्टिकोन कायम ठेवणं अजिबातच सोपं नसतं. तेव्हा चेतापेशींच्या संपर्कस्थानांदरम्यानचा विचारांचा प्रवाह आपण आधी पाहिलेल्या इतर दूरत्वसाधक तंत्रांप्रमाणेच बदलत असतो. अर्थात, दिव्यत्वाच्या प्रकरणात तुम्हाला एखाद्या दृश्याभ्यासावर लक्ष केंद्रित करण्याची किंवा निराशाजनक अनुभवाला दुसऱ्या चौकटीतून पाहण्याची गरज नसते. या अर्थी हे स्वतःच स्वतःला नाव घेऊन संबोधण्यासारखं आहे. म्हणजे तुम्हाला फक्त अनुभव मिळतो, तो कसलाही असो आणि त्यानंतर मिळतो तो आराम. अशा दिव्य देखाव्यापुढे उभं असताना तुम्हाला जसं लहान असल्यासारखं वाटतं, ज्याला 'स्वतःला आक्रसून घेणं', असं म्हणतात, तेव्हा तुमच्या समस्यासुद्धा तशाच लहान होतात.

बर्कलेचा ग्रीन रिव्हरच्या चंदेरी पाण्यातला राफ्टिंगचा प्रयोग हा दिव्यत्वाला शारीरिक आणि मानसिक लाभांशी जोडू पाहणाऱ्या वाढत्या

संशोधनाचं फक्त एक उदाहरण आहे. वानगीदाखल, दुसऱ्या एका अभ्यासाने दाखवलं की दिव्यत्वामुळे लोकांना त्यांच्याकडे अधिक वेळ उपलब्ध आहे असं वाटू लागतं. ते जास्त वेळ घेणाऱ्या पण अधिक परतावा देणाऱ्या कामांना कमी वेळ घेणाऱ्या (आणि त्यामुळे कमी परतावा देणाऱ्या) कामांपेक्षा अधिक प्राधान्य देऊ लागतात. उदा., नवीन घड्याळ घेण्याच्या भौतिक कामापेक्षा ब्रॉडवेच्या रंगमंचावर एखादा कार्यक्रम बघायला जाणं. असं असताना, शरीराच्या पातळीवर दिव्यत्वाचा संबंध घटलेल्या सूज, दाह यांच्याशी आहे.

खरं तर दिव्यत्वाचा आपल्या वर्तणुकीवरचा प्रभाव इतका तीव्र असतो की इतर लोकही त्याची नोंद घेतल्यावाचून राहू शकत नाहीत. 'दिव्यत्व-प्रेमी' लोक त्यांच्या मित्रांना अधिक नम्र वाटतात, असं प्रयोगांच्या एका समूहात आढळलं. ते अधिक विनयशील आणि स्वतःच्या शक्ती आणि दुर्बलता यांबद्दल अधिक संतुलित विचारांचे असतात. ही दोन्ही शहाणपणाची लक्षणं आहेत. ते त्यांच्या यशाचं श्रेय बाहेरच्या प्रभावाला देण्यातही कुचराई करत नाहीत.

आपल्या भावजीवनात दिव्यत्वाच्या भूमिकेचा विचार करत असताना एक महत्त्वाचा इशाराही देणं भाग आहे. संशोधनांचा बराचसा भाग जरी दिव्यत्वाला सकारात्मक परिणामांशी जोडत असला तरी दिव्यत्वकारक अनुभवांचा एक उपगट नकारात्मक भावनांना चालना देऊ शकतो, असं वैज्ञानिकांना दिसून आलं आहे. या सामान्यांना नकारात्मक अर्थाने 'ऑफुल' म्हणू या. उदा., एखादं चक्रीवादळ, दहशतवादी हल्ला यांची दृश्यं पाहणं किंवा एखाद्या कोपिष्ट देवतेवर विश्वास असणं. (संशोधनानुसार दिव्यत्वाशी संबंधित सुमारे ८० टक्के घटना उत्साहवर्धक असतात आणि २० टक्के त्याउलट.) असे अनुभव दिव्यत्वाची प्रचिती देणारे समजले जातात कारण ते एखाद्या भव्य सूर्यास्तासारखेच विशाल आणि गुंतागुंतीचे असतात की आपल्याकडे त्यांचं कुठलंही सरळसोपं स्पष्टीकरण नसतं. फक्त फरक इतकाच की लोक त्यांच्याकडे एक धोका म्हणून पाहतात. आणि नंतर लक्षात आल्याप्रमाणे जेव्हा आपण या दिव्यत्वाच्या समीकरणात थोडा धोका मिसळतो तेव्हा, अपेक्षितपणेच; विचारांचं रूपांतर वटवटीत होतं.

दिव्यत्वाची कार्यकारी शक्ती म्हणजे आपल्याला क्षुद्रत्वाची जाणीव करून देण्याची क्षमता. जेणेकरून आपण एका महान भव्यतेकडे आपल्या

आतल्या आवाजाचं नियंत्रण सोपवण्यास उद्युक्त होतो. पण यासोबतच आपल्या भोवतालाकडे एक आणखी कळ असते जी फिरवून तो आपल्या आत्मसंवादात सुधारणा करू शकतो. हे मात्र जीवनाच्या नैसर्गिक भव्यतेला शरण जाण्याच्या अगदी विरुद्ध असतं- एक अशी कळ जी फिरवल्याने आपलं नियंत्रण तर कुठे जात नाही. उलट आपल्याला ते पुन्हा मिळवण्यात मदतच होते.

नदालचं तत्त्व :

ही जून २०१८मधली घटना आहे. स्पेनचा टेनिस सुपर स्टार राफेल नदालने त्याचं अकरावं फ्रेंच ओपनचं जेतेपद मिळवण्यासाठी अंतिम सामन्यात मातीच्या कोर्टावर पाऊल ठेवलं. पॅरिसमधील त्या उन्हाळ्या दिवशी, पंधरा हजार चाहते एक जागतिक दर्जाचा सामना बघण्यासाठी अधीर झाले असताना, तो आणि त्याचा ऑस्ट्रियन प्रतिस्पर्धी डोमिनिक थियेम एकमेकांशी झुंजण्यासाठी लॉकर रूमच्या बाहेर आले. नदालने तो नेहमी जे करत असे तेच त्याने केलं. आधी तो एका हातात रॅकेट घेऊन आपल्या बाकापर्यंत चालत गेला. मग त्याने गर्दीकडे बघत आपलं सरावाच्या वेळचं जॅकेट उतरवलं, पायांच्या चवड्यांवर उभं राहून मागे-पुढे जोरदार उड्या मारल्या. आणि नेहमीप्रमाणे आपलं स्पर्धा-ओळखपत्र बाकावर सुलट करून ठेवलं.

आणि मग सामना सुरू झाला.

नदालने पहिला सेट जिंकत मुसंडी मारली. प्रत्येक पॉइंटनंतर तो आपल्या केसांशी आणि शर्टशी चाळे करत होता; जणू काही त्यांना त्यांच्या जागी आवरून ठेवतो आहे. खेळात विश्रांती झाली की तो एक शक्तिवर्धक पेय आणि पाणी घेत असे आणि त्या दोन्ही बाटल्या परत ठेवून देत असे - अगदी आधी होत्या तशा - त्याच्या खुर्चीच्या समोर डावीकडे एकामागे एक, मैदानाला कर्णाकार अशा.

दोन सेटनंतर नदालने थियेमचा पराभव केला आणि फ्रेंच ओपन पुन्हा एकदा आपल्या खिशात टाकली.

तुम्हाला वाटत असेल की, जागतिक दर्जाच्या क्रीडापटूशी स्पर्धा करणं आणि दुखापत होऊ न देणं हे व्यावसायिक टेनिसचा सगळ्यात

मोठा भाग असेल. पण नदालसारख्या इतिहासातल्या महान खेळाडूंपैकी एक असलेल्याच्या बाबतीत मात्र ते खरं नव्हतं. तो सांगतो, ''टेनिस सामन्यात मला सर्वांत जड काय जातं ते माहितेय? माझ्या डोक्यातल्या आवाजांना गप्प करणं.'' आणि त्याचे मैदानावरचे चित्रविचित्र चाळे त्याच्या अनेक चाहत्यांना जरी मनोरंजक आणि तितकेच विक्षिप्त वाटत असले तरी ते त्याच्या डोक्यातले आवाज गप्प करण्यासाठी चपखल आणि तार्किक ठरत होते.

आपलं ओळखपत्र नेहमी सुलटं करून ठेवणं, पाण्याच्या बाटल्यांना बाकासमोर काळजीपूर्वक रचून ठेवणं आणि प्रत्येक सर्व्हपूर्वी केस नीट करून घेणं याद्वारे नदाल पूरक नियंत्रण नावाची एक प्रक्रिया करत होता. म्हणजे तो त्याच्या भौतिक सभोवतालात एक व्यवस्था, एक नीटनेटकेपणा आणण्याचा प्रयत्न करत होता जी वास्तविक त्याला त्याच्या मनात आणायची होती. त्याच्याच शब्दांत सांगायचं तर, ''ती सामन्यात उतरण्याची माझी एक पद्धत आहे, माझ्या मनात मला जो व्यवस्थिपणा हवा असतो तो माझ्या सभोवतालात आणण्याची.''

आपल्या सभोवतालातल्या घटकांची सु-रचना करण्याची आपली ही वृत्ती केवळ आपल्या कामगिरीच्या मूल्यमापनावेळीच आपल्या वटवटीविरुद्ध ढाल बनून राहते असे नव्हे. तर ती त्याही पलीकडे उपयोगी पडते. आपण व्यापत असलेल्या कुठल्याही अवकाशात ती लागू होऊ शकते. परिणामी, माणूसप्राणी अनेक मार्गांनी त्याच्या अवतीभोवती एक व्यवस्था आणण्याचा प्रयत्न करत असतो- आणि त्याद्वारे त्याच्या मनातही. त्यातले काही तर राफेल नदालच्या उदाहरणाशी अत्यंत मिळतेजुळते असतात. मेरी कोंडो आणि तिचं २०१४ साली आलेलं पुस्तक 'द लाइफ चेंजिंग मॅजिक ऑफ टायडिंग अप' - अर्थात, पसारा आवरण्याची आयुष्य बदलावणारी जादू यांच्या जागतिक प्रभावामागचं हे स्पष्टीकरण असू शकतं. आपल्याला आनंद देणाऱ्या वस्तू तेवढ्या ठेवून घरांचं डी-क्लटरिंग अर्थात निर्कचरीकरण करणं हे तिचं तत्त्वज्ञान ही आपल्या भोवतालावर व्यवस्थितपणा लादून आपल्या वाटण्यावर प्रभाव टाकण्याची एक रणनीती आहे.

परंतु आपल्या भोवतालात आवरासावर केल्याने आपल्या मनात काय चाललं आहे यावर कसा परिणाम होत असावा? या प्रश्नाचं उत्तर देण्याआधी आपल्यामध्ये जगावर हवा तास प्रभाव टाकण्याची क्षमता आहे

असा जो विश्वास असतो, ज्याला नियंत्रणाचा आभास म्हणतात, तो आपल्या आयुष्यात कोणती महत्त्वाची भूमिका बजावतो हे समजून घ्यावं लागेल.

स्वतःवर नियंत्रण असणं ही एक तीव्र मानवी प्रेरणा आहे. आपलं आपल्या भविष्यावर नियंत्रण आहे ही भावना अनेक गोष्टींवर प्रभाव टाकते; जसं आपण आपल्या ध्येयसिद्धीसाठी प्रयत्न करतो का, असं करताना आपण किती जोर लावतो आणि आव्हानं समोर आल्यावर आपण किती काळ तग धरून ठेवू शकतो. यावरून लोकांमधल्या नियंत्रणाच्या भावनेला वाढवण्याचा संबंध शारीरिक आरोग्य आणि भावनिक तंदुरुस्तता एवढाच न राहता तो शाळेत आणि कामाच्या ठिकाणची सुधारलेली कामगिरी ते अधिक समाधानी नातेसंबंध अशा फायद्यांपर्यंत जोडलेला असतो यात काही नवल नाही. याउलट, नियंत्रण सुटल्याच्या भावनेने आपल्या वटवटीला चालना मिळते आणि आपण ते पुन्हा प्राप्त करण्यास उद्युक्त होतो. अशा वेळी आपल्या भौतिक सभोवतालाकडे मोर्चा वळवणं तार्किक असतं.

तुम्हाला परिस्थिती पूर्णपणे आपल्या नियंत्रणात आहे असं वाटून घ्यायचं असेल तर तुम्ही तुमच्या मर्जीप्रमाणे परिणाम आणू शकता; एवढंच नव्हे तर तुमच्या आजूबाजूचं जग हे एक शिस्तबद्ध, व्यवस्थित जग असून तुम्ही केलेल्या कोणत्याही कृतीचा अपेक्षित परिणामच होईल असाही तुमचा विश्वास असला पाहिजे. आपल्या जगात एक व्यवस्थितपणा दिसणं हे दिलासादायक असतं कारण त्यामुळे जीवनाला दिशा देणं सुकर होतं आणि भविष्याचा अंदाज अधिक चांगल्या प्रकारे लावता येतो.

बाह्य जगतात शिस्तबद्धतेची आपली निकड इतकी जास्त असते की एका अभ्यासात आढळल्याप्रमाणे, सहभागींनी एका वटवटकारी घटनेला आठवल्यानंतर आणि त्यांच्या तेव्हाच्या नियंत्रणाच्या अभावावर लक्ष दिल्यानंतर त्यांना प्रत्यक्ष नजरेसमोर आभासी आकृतिबंध दिसू लागले होते. इतर गोष्टींमध्ये शिस्तीची कल्पना करण्याऐवजी त्यांच्या मनाने त्यांना आकृतिबंधांचीच कल्पना करायला लावली. आणखी एका प्रयोगात भोवतालातली गोंगाटाची पातळी कमी न करू शकणाऱ्या सहभागींना दोन वस्तूंत निवड करण्यास सांगण्यात आलं; काळी चौकट असलेलं वॉटर लिलीच्या फुलाचं चित्र असलेलं पोस्टकार्ड जिथे काळी चौकट हे एका रचनेचं द्योतक होतं किंवा दुसरं त्यासारखंच; पण चौकट नसलेलं पोस्टकार्ड.

सरासरी विचार केला तर त्यांनी रचनात्मक चौकट असलेल्या पोस्टकार्डलाच प्राध्यान्य दिलं होतं जे शिस्तबद्धतेची दृश्यमान खूण होती.

वैज्ञानिकांनी कशाचा शोध लावला तर तो हा की, नदालप्रमाणेच आपणही आपल्या भोवतालातल्या वस्तूंची नीट मांडणी करणं आणि तो विशिष्ट, नियंत्रित करण्यासारख्या रचनाबंधात राहील याची खात्री करणं; याद्वारे आपल्या जगात एका शिस्तीची कल्पना करत असतो- आणि मग त्यालाच आपल्या मनालाही लागू करतो.

एका भागातील गोंधळाची (म्हणजे आपलं मन) दुसऱ्या भागाला (म्हणजे आपल्या भौतिक भोवतालाला) शिस्त लावून करणं यातला सगळ्यात गमतीचा भाग म्हणजे त्याच्या आपल्या आतल्या आवाजाला जन्म देणाऱ्या विशिष्ट विषयाशी काहीही संबंध नसतो. यामुळे आपल्या भोवतालाला शिस्त लावणं हे इतकं उपयुक्त असतं कारण ते कधीही सोपं असतं. आणि असं करणं प्रभावशाली असतं. उदाहरणार्थ, जग ही एक शिस्तबद्ध जागा आहे हे वर्णन केवळ वाचल्यामुळे अस्वस्थता कमी होत असल्याचं एका प्रयोगात दिसून आलं. त्यामुळे संशोधन सांगतं तसं शिकागोतलं रॉबर्ट टेलर होम्स असो किंवा सुझेन बॉट इराकमध्ये जिथे कामाला होती ती जागा असो; जे लोक अधिक गैरसोयीच्या वस्तीत राहतात त्यांना खिन्नमनस्कतेचा अनुभव अधिक येतो. याचं एक कारण म्हणजे ते त्यांच्या भोवतालात बघत असलेली अव्यवस्था.

आजकालच्या युगात, अनेक लोक एखाद्याने त्याच्या भोवतालात व्यवस्थितपणा आणण्याचा सतत प्रयत्न करत राहणं याकडे एक विकृती म्हणून पाहतात. उदा., ऑब्सेसिव्ह कंपल्सिव्ह डिसॉर्डर असलेल्या लोकांच्या एका उपगटाचा विचार करू जे वस्तू नीटनेटक्या मांडण्याबाबत अति आग्रही असतात. पूरक नियंत्रणावरचं संशोधन सुचवतं की हे लोक सगळं आपल्या नियंत्रणात आहे या वाटण्यासाठी सगळ्यांमध्येच असलेली आपल्या भोवतालावर नियंत्रण असण्याची इच्छा अति ताणतात इतकंच. त्यांना काही धरबंध नसला तरी ते जे करतात त्यामागे एक तर्कशास्त्र असतं.

ओसीडी नावाचा हा मानसिक विकार धोकादायक बनतो. याचं कारण हे की ह्या अवस्थेतले लोक भोवतालातल्या शिस्तबद्धतेची जी गरज दाखवतात ती अतिरेकी असते आणि ती त्यांच्या साधारण दैनंदिन आयुष्यात

ढवळाढवळ करते. समांतररीत्या, आपली शिस्तबद्धतेची निकडसुद्धा आपल्या व्यापक सामाजिक भोवतालात हाताबाहेर जाऊ शकते.

आपली शिस्तबद्धतेची गरज आणि निसर्ग व दिव्यत्वाचे लाभ यांबद्दलच्या संशोधनांतून आपण आपल्या मनाप्रमाणेच आपल्या भौतिक भोवतालाशीही किती घट्टपणे गुंफले गेले आहोत हे स्पष्ट झालं आहे. ते एकाच महावस्त्राचा भाग आहेत. आपण आपल्या भौतिक अवकाशात रुजलेले आहोत आणि या अवकाशाचे निरनिराळे गुण आपल्यातल्या मनोवैज्ञानिक बलांना कार्यान्वित करतात ज्यामुळे आपण काय विचार करतो, आपल्याला कसं वाटतं यावर प्रभाव पडत असतो. आपण भोवतालाच्या विविध गुणांकडे का ओढले जातो इतकंच आपल्याला आतापर्यंत माहीत झालं आहे असं नव्हे; तर त्यांच्याकडून अधिकचे फायदे मिळवण्यासाठी सुयोग्य निर्णय कसे घ्यायचे हेसुद्धा आपल्याला माहीत झालं आहे.

२००७मध्ये रॉबर्ट टेलर होम्समधलं शेवटचं घर पाडण्यात आलं. तिथल्या रहिवाशांना बऱ्याच पूर्वी तिथून दुसरीकडे नेण्यात आलं होतं आणि एके काळचं शहरी अनिष्टता, विलगीकरण व सामाजिक विकारांचं प्रतीक आता मिश्र उत्पन्न घरं, किरकोळ बाजार व सामुदायिक कार्यासाठीच्या जागा असलेलं नवं संकुल बनणार होतं. तिथे कधीतरी राहिलेल्या आणि तिथल्या गुन्हेगारी व हिंसेच्या आठवणी असलेल्या लोकांसाठी तर हे सकारात्मक, शिस्तबद्ध परिवर्तन दिव्यत्वकारक ठरू शकणार आहे.

या नव्या रूपात रहिवाशांना लाभ होईल अशा रीतीने हरितक्षेत्र अंतर्भूत होणार आहेत का हे अद्याप ठरायचं आहे. परंतु त्या संकुलाने मागे सोडलेल्या वारशाचे पडघम अजूनही शिकागोच्या इतिहासात ऐकू येतात आणि विज्ञानाच्या इतिहासातसुद्धा. आपला भोवताल आपण काय विचार करतो, आपल्याला काय वाटतं आणि आपण काय कृती करतो, यावर प्रभाव टाकण्यात किती निर्णायक भूमिका बजावतो आणि आपल्या फायद्यासाठी आपल्या भोवतालावर नियंत्रण ठेवण्याचं महत्त्व किती, याचं हे एक चिरस्थायी उदाहरण आहे.

आपल्या भोवतालात कितीही क्षमता असली तरी केवळ आपल्या भोवतालामुळे आणि त्यातल्या गोष्टींमुळेच आपल्याला मानसिक दिलासा मिळतो असं नव्हे. नियंत्रण मिळवण्याच्या आपल्या गरजेच्या बाबतीत

आपण जसं पाहिलं की, आपण आपला आतला आवाज काबूत ठेवायला काही विशिष्ट गोष्टी करतो त्याप्रमाणे नदालसारखी शिस्त लादणं ही फक्त एक सुरुवात आहे. आपल्या हाती असलेली साधनं ही काही वेळा इतकी विचित्र असतात; त्यांचे प्रभाव एवढे तीव्र असतात की जणू काय ते एक जादूईच आहेत.

प्रकरण सात

मनाची जादू

१७६२ सालच्या एका सकाळी तीन वर्षांची मारिया थेरेसिया वॉन पॅरेडिस जागी झाली तेव्हा तिची दृष्टी गेली होती.

रोमन सम्राज्ञीच्या एका सल्लागाराची कन्या असलेली मारिया थेरेसिया व्हिएन्नात वाढली होती आणि दृष्टिहीन झाली असली तरी एक चैतन्यपूर्ण आयुष्य जगली होती. जन्मत:च एक सांगीतिक चमत्कार असलेल्या तिने क्लॅव्हिकॉर्ड नामक एका वाद्यावर प्रभुत्व मिळवलं होतं. हा एक प्रकारचा आयताकृती कीबोर्ड आणि ऑर्गन असतो. तिचं कौशल्य आणि जोडीला अपंगत्व यांनी सम्राज्ञीचं लक्ष आणि दातृत्वाला आकर्षित केलं होतं. सम्राज्ञीने तिला निर्वाह भत्ता आणि शक्य ते उत्तम शिक्षण मिळेल याची सोय केली होती. कुमार वयात येईपर्यंत ती व्हिएन्ना आणि इतर ठिकाणच्या खासमखास उच्चभ्रूंच्या सभेत कला सादर करणारी एक प्रसिद्ध संगीतकार बनली होती. कधीकधी तर मोझार्टसुद्धा तिच्यासाठी एकल संगीत रचना रचून देत असे. तरी मारिया थेरेसियाच्या पालकांनी तिची दृष्टी परत मिळवण्यासाठीचे प्रयत्न करणं काही सोडलं नव्हतं.

ती जसजशी मोठी होत गेली तसतसे डॉक्टरांनी तिच्यावर विविध प्रकारे उपचार करून पाहिले. तिच्या डोळ्यांत जळू सोडण्यापासून ते तिला विजेचे झटके देण्यापर्यंत. पण सगळं मुसळ केरात. तिची दृष्टी काही परत आली नाही. उलट हे उपचार तिला आणखी व्याधी देऊन गेले. ती अठरा वर्षांची होईपर्यंत तिला उलट्या, अतिसार, डोकेदुखी आणि ग्लानी येण्याचे झटके सतत येऊ लागले.

आता या गोष्टीत फ्रांझ अँन्टॉन मेस्मर या व्हिएन्नात शिकलेल्या गूढ वैद्याचा प्रवेश होतो जो शहरातल्या उच्चभ्रू लोकांमध्ये चांगलाच मिसळलेला होता. तो करत असलेल्या दाव्यानुसार त्याने एक अशी वैद्यकीय उपचारपद्धती शोधून काढली होती की ज्यात फक्त चुंबकीय गुणधर्म वापरून विश्वात संचार करणाऱ्या सूक्ष्म शक्तीचा प्रवाह बदलून विविध प्रकारच्या शारीरिक आणि भावनिक व्याधींवर उपचार करता येतो. मेस्मर लोहचुंबक आणि स्वत:चे हात वापरून या अदृश्य शक्तीला प्रवाहित करून लोकांचे आजार दूर करत असे. तो याला शारीर चुंबकत्व असं म्हणत असे. या प्रकाराला नंतर त्याच्याच नावावरून 'मेस्मरिझम' असं म्हणण्यात येऊ लागलं.

१७७७ साली, वयाच्या अठराव्या वर्षी मारिया थेरेसियाने मेस्मरकडे उपचार घेणं सुरू केलं. त्या काही महिने चाललेल्या उपचारांदरम्यान तो तिच्या डोळे आणि शरीराला त्याच्या चुंबकांनी स्पर्श करत असे, तिला शारीर चुंबकत्वाबाबत आणि त्याने ती कशी व्याधिमुक्त होणार आहे याबद्दल सांगत असे. ती तिच्या आई-वडिलांप्रमाणेच एक श्रद्धाळू व्यक्ती होती आणि त्यामुळे अपेक्षेप्रमाणे तिची दृष्टी चमत्कारिकरीत्या परत आली. एकदम नव्हे तर थांबत थांबत.

प्रथम तिला फक्त धूसर प्रतिमा दिसत. पण नंतर तिला काळ्या आणि पांढऱ्या वस्तूंमध्ये भेद करता येऊ लागला. यथावकाश, तिची रंगांची जाणीव परतली. तिला खोली आणि वस्तूंचं आकारमान यांबद्दलची बोधजाणीव जरी अद्याप आली नसली तरी हळूहळू ती मानवी चेहरे ओळखू लागली. परंतु इतक्या वर्षांनी हे दिसल्यावर आनंद वाटण्याऐवजी तिला त्यांची भीती वाटू लागली; विशेषत: नाकांची. कारण दृश्यमान जग तिच्यासाठी तोवर परकं बनून गेलं होतं. तरीपण हा बदल विलक्षण होता. अखेरीस तिला दिसू लागलं.

थोडक्यात अशी कहाणी होती :

मारिया थेरेसियाच्या पालकांचे मेस्मरशी टोकाचे मतभेद झाले ज्याची परिणती त्यांचे उपचाराचे सत्र बंद होण्यात झाली. एक अफवा अशी होती की तिची दृष्टी पूर्णपणे परत आली तर तिचा भत्ता बंद होईल अशी भीती तिच्या पालकांना वाटत होती. दुसरी एक वदंता होती की मेस्मर आणि मारिया थेरेसिया यांच्या मध्ये अनैतिक संबंध होते. ते काही असो; पण त्यांचा सोबतीचा काळ संपला होता आणि अफवांचा बाजार गरम झाल्यामुळे मेस्मर व्हिएन्ना सोडून निघून गेला. आणि शारीर चुंबकत्वाचा

हा हाडाचा वैद्य जसा तिच्या आयुष्यातून निघून गेला तशी तिची दृष्टीही. दुसऱ्यांदा.

अर्थात मेस्मरची कथा इथे संपणारी नव्हती.

व्हिएन्ना सोडून पॅरिसला आल्यावर त्याने एक दवाखाना उघडला आणि तो उच्चभ्रू लोकांच्या पुढेपुढे करू लागला. त्याने तर राजा लुई सोळावा याची पत्नी मारी अँटोनियत आणि तिच्या एका भावावरही उपचार केले होते. नंतरच्या वर्षांत तर मेस्मरची मागणी इतकी वाढली की त्याने अधिकाधिक नफ्यासाठी एकाच वेळी जास्तीतजास्त रुग्णांवर उपचार करता येईल अशी नवी पद्धत शोधली. तो एकाच वेळी खूप लोकांना एका लाकडी घंगाळाभोवती खांद्याला खांदा लावून बसण्यास किंवा उभं राहण्यास सांगत असे. ते घंगाळ पाणी आणि चुंबकभारित लोखंडाच्या तुकड्यांनी भरलेलं असे. घंगाळाच्या बाहेर धातूचे गज निघालेले असत, पार्श्वभूमीवर मंद संगीत वाजत असे आणि रुग्ण त्यांच्या शरीराच्या व्याधिग्रस्त भागाला गजांचा स्पर्श करत असत आणि इकडे मेस्मर गज व रुग्ण यांतील चुंबकीय शक्ती कमी-जास्त करत त्याभोवती फिरत असे.

मेस्मरच्या उपचाराचा प्रभाव त्याच्या पुढ्यात आलेल्या रुग्णानुसार वेगवेगळा असे, काहींच्या बाबतीत तर फारच जास्त. काही लोकांना त्यांच्या व्याधिग्रस्त भागात मुंग्या आल्यासारखं वाटे. काही लोक दौरा पडल्यासारखे आचके देत. बाकींना मात्र फक्त बरं वाटे. पण प्रत्येकातच सुधार होई असं नसे. काही लोकांना थोडं वेगळं वाटत असे; म्हणजे अजिबातच काही वाटत नसे.

अखेरीस, १७८४मध्ये मेस्मरिझमची कीर्ती ऐकून राजा लुईचे कान किटले होते. त्याने मेस्मरच्या तंत्राचा तपास लावण्यासाठी वैज्ञानिकांचा एक शाही आयोग नेमला, ज्याचं नेतृत्व खुद्द बेंजामिन फ्रँकलिनकडे होतं जो त्या वेळी पॅरिसमध्ये राजदूत म्हणून काम करत होता. सुरुवातीपासूनच आयोग मेस्मरच्या तंत्राबद्दल साशंक होता. मेस्मराइझ होण्यामुळे काही लोकांना फायदा झाला होता यात त्यांना शंका नव्हती. परंतु त्यामागचं कारण ही एक अदृश्य शक्ती आहे यावर मात्र त्यांना मान्य नव्हतं.

आयोगाच्या तपासातून त्यांचं मत बदलेल असं फारसं काही हाती आलं नाही. उदाहरणार्थ, एका प्रयोगात मेस्मरिझमवर ठाम विश्वास असलेल्या एक स्त्रीला बंद दाराआड बसवण्यात आलं होतं. पलीकडच्या

बाजूने मेस्मरनेच शिकवलेल्या एक डॉक्टरने चुंबकीय शक्तीचा प्रयोग केला. जेव्हा त्या स्त्रीला पलीकडे कोण आहे हे माहीत नव्हतं तेव्हा तिने मेस्मराइझ होण्याचं एकही चिन्ह दाखवलं नाही. आणि जसं त्या डॉक्टरनं स्वतःच्या अस्तित्वाची जाणीव करून दिली तत्क्षणी ती स्त्री झटके मारू लागली आणि उसळ्या मारू लागली, जे उपचारांचं यश समजलं जात होतं. यासारखी अनेक प्रात्यक्षिकं त्यानंतर करण्यात आली.

तपासकार्य संपल्यावर फ्रँकलिन आणि त्याच्या आयोगाने मेस्मरच्या पद्धतींवर जोरदार आक्षेप घेणारी टीका प्रसिद्ध केली. त्यांनी लिहिलं की त्यांना फक्त एकच उपचार शक्ती आढळली जी मुळात मानवी मनातच असते. ती म्हणजे कोणतेही शारीर चुंबकत्व नसून लोकांच्या मनात आपल्याला अमुक प्रकारे वाटावं अशी अपेक्षा असल्यावर त्याप्रमाणेच (सकारात्मक परिणाम) होणे ही होय. मेस्मर जरी एका अस्तित्वात नसलेल्या शक्तीची वकिली करत असला तरी आज दोनशे वर्षांनंतर आपल्याला कळलं आहे की त्याने जगाला वटवटीचा सामना करायला उपयुक्त अशा एका अनोख्या साधनाची तोंडओळख करून दिली होती. असं एक साधन ज्याचा अलीकडच्या काळात वैज्ञानिक संशोधनात विपुल उपयोग होतो ते म्हणजे आपल्या विश्वासाची जादूसमान शक्ती आणि त्याचे आपलं मन आणि शरीरावर होणारे लक्षणीय परिणाम.

मेस्मरने शारीर चुंबकत्वाचा शोध वगैरे लावला नव्हता, तर फक्त प्लासिबोची मात्र दिली होती.

वरी डॉल्स ते नाकाचा स्प्रे :

लोकांना जर तुम्ही प्लासिबो म्हणजे काय असं विचारलं तर बहुतांश लोक सांगतील की, खरं म्हणजे प्लासिबो म्हणजे काहीच नसतं. सर्वसाधारण माहितीप्रमाणे प्लासिबो म्हणजे औषधशास्त्रीय संशोधनात वापरण्यात येणारी अशी एक वस्तू– जी खऱ्या औषधाच्या उपयुक्ततेचा अदमास बांधण्यासाठी वापरली जाते. बऱ्याच प्रकरणांत शक्यतो ती एक साखरेची गोळीच असते. प्रत्यक्षात प्लासिबो म्हणजे काहीही असू शकतं. केवळ गोळीच नव्हे तर एखादी व्यक्ती, वातावरण एवढंच नव्हे तर एखादी शुभ शकुनी गोष्टसुद्धा. प्लासिबोबाबत सगळ्यात रोचक गोष्ट म्हणजे त्यात कोणताही औषधी घटक नसले तरी त्यांच्यामुळे आपल्याला बरं वाटल्याची भावना होते.

एखादं नवीन औषध किंवा नवीन प्रक्रिया यांचे केवळ ते घेतल्याची भावना याच्या पुढे जाऊन सुस्पष्ट असे काही वैद्यकीय परिणाम आहेत का याची खातरजमा करण्यासाठी आम्ही संशोधनक्षेत्रात प्लासिबोचा उपयोग करतो. यातून मनाकडे बरं होण्याची स्वत:ची लक्षणं खरी असणं हे अधोरेखित होत असलं तरी प्लासिबो स्वयंभूरीत्या काही फार महत्त्वाचे आहेत असं नव्हे. एका मोठ्या ध्येयासाठी साहाय्यभूत ठरणारं आणि स्वत:चा असा खास उपयोग नसणारं साधन म्हणूनच पूर्वीपासून त्यांच्याकडे पाहण्यात आलेलं आहे.

पण इथेच नेमकं चुकतं.

अर्थात बेन फ्रँकलिन मात्र इथे चुकला नाही. शारीर चुंबकत्व जरी खरं नसलं तरी मेस्मरने त्याच्या रुग्णांना दिलेले लाभ मात्र खरे होते हे त्याला समजलं होतं. परंतु उपचारांबाबत मनाच्या भूमिकेबाबतचा त्याचा कालजयी दूरदर्शी विचार मात्र मेस्मरच्या खळबळजनक गोष्टीच्या कल्लोळात दबून गेला. ही स्थिती विसाव्या शतकाच्या मध्यापर्यंत कायम होती जेव्हा संशोधानासाठी प्लासिबो निष्फळ, काहीच नाही आहेत; या कल्पनेला वैज्ञानिकांनी आव्हान द्यायला सुरुवात केली. आता आपल्याला माहीत आहे की ते नक्कीच 'काहीतरी' म्हणजे विश्वास आणि बरं होणं हे मनोवैज्ञानिक पातळीवर एकमेकांशी गुंफलेले असणं याचे उल्लेखनीय प्रमाण आहेत आणि वटवट कमी करण्यासाठी एक चोरदरवाजापण आहेत.

प्लासिबो हे वस्तू किंवा चिन्हांना 'जादू'शी जोडण्याच्या प्राचीन परंपरेचा एक भाग आहेत. सोलोमन राजाच्या पौराणिक मुद्रेत एकमेकांत गुंतलेले दोन त्रिकोण होते. ही मुद्रा इतर गोष्टींसह धोकादायक दानवांना पळवून लावत असे, असा लोकांचा विश्वास होता. त्याचप्रमाणे, नाझीवादाशी जोडल्या जाण्याच्या फार आधी 'स्वतिक' हे उज्ज्वल भविष्याचं एक प्रतीक मानलं जात होतं. आणि आजही ग्वाटेमालामध्ये मुलांना कशाचीतरी फार भीती वाटू लागली की त्यांच्याकडे पारंपरिक माया संस्कृतीच्या पोशाखातल्या लहान बाहुल्या दिल्या जातात ज्यांना 'वरी डॉल्स' म्हणतात. त्यांचं काम मुलांवरची संकटं दूर करणं असतं.

अनेक लोक त्यांचे वैचित्र्यपूर्ण शुभ शकुन स्वत:च विकसित करतात. उदाहरणार्थ, मॉडेल हैदी क्लूम विमानप्रवासात नेहमी एका छोट्या पिशवीत तिचेच पडलेले दुधाचे दात घेऊन जात असते आणि

हवेतली खळबळ निर्माण झाली तर त्या पिशवीला गच्च पकडून ठेवते. (हे फारच विचित्र आहे याची मला कल्पना आहे, पण तिला ते उपयोगी पडतं.) मायकेल जॉर्डन प्रत्येक सामन्यात त्याच्या शिकागो बुल्सच्या गणवेशाखाली त्याचे कॉलेजमधले शॉर्ट्स घालतो. इतक्यात स्फटिकांच्या बरं करण्याच्या शक्तीचा व्यवसाय फार मोठा म्हणजे अगदी अब्जो डॉलर्सचा झाला आहे. व्यापक पातळीवर पाहिलं तर प्लासिबो ही सामान्य गोष्ट आहे. भारलेल्या वस्तूंवर प्रेम करणाऱ्या लोकांना भरकटलेले समजून नाकारणं ही आपली चूक होईल. वैज्ञानिकदृष्ट्या सांगायचं तर ते बऱ्यापैकी तार्किक असतं.

उत्तरोत्तर झालेल्या अभ्यासांनी हेच दाखवून दिलं आहे की, एखादा प्लासिबो – जशी एखादी भारलेली वस्तू, आश्वासक मानवी उपस्थिती (देवऋषी किंवा विश्वासातल्या डॉक्टरसारखी) किंवा एखादं विशिष्ट वातावरण हा आपल्याला बरा करेल यात नुसता विश्वास असण्यानेसुद्धा खरंच तसं वाटू लागतं. उदाहरणार्थ, इरिटेबल बॉवेल सिंड्रोम असलेल्यांच्या पोटात येणारे मुरडे कमी होतात, अर्धशिशिच्या रुग्णांना कमी प्रमाणात डोकेदुखीचे दौरे पडतात आणि दमेकऱ्यांच्या श्वसनसंस्थेत सुधारणेची चिन्हं दिसतात. अर्थात, प्लासिबोंमुळे मिळणाऱ्या दिलाशाचं प्रमाण मेस्मरच्या रुग्णांसारखं वेगवेगळ्या आजार आणि रुग्णांमध्ये लक्षणीयरीत्या वेगवेगळं असतं. काही लोकांमध्ये ते भरपूर असलं तर काही लोक मात्र नैसर्गिकपणेच प्लासिबोंबाबत इतरांपेक्षा अधिक संवेदनाक्षम असतात.

प्लासिबो पार्किन्सनच्या आजारावरसुद्धा प्रभावशाली असतात. एका प्रयोगात वैज्ञानिकांनी पारकिन्सनची प्रगत लक्षणं असलेल्या रुग्णांच्या मेंदूत एक नवं आश्वासक रासायनिक औषध इंजेक्शनद्वारे टोचलं. यातून डोपामाइनच्या निर्मितीला चालना मिळेल, अशी आशा होती; कारण त्याची कमतरता हे या आजाराचं मूळ कारण असतं. शस्त्रक्रिया झाल्यावर वैज्ञानिकांनी रुग्णांच्या लक्षणांवर पुढची दोन वर्षं लक्ष ठेवलं. निष्कर्ष प्रथमदर्शनी उत्साहवर्धक होते. ज्या सहभागींना इंजेक्शन मिळाले होते त्यांच्या लक्षणांमध्ये बऱ्यापैकी घट झाली होती. पण एक प्रश्न निर्माण झाला. 'लुटुपुटूच्या शस्त्रक्रिये'च्या गटातल्या, म्हणजे ज्या सहभागींच्या मेंदूत इंजेक्शनद्वारे औषध नव्हे तर प्लासिबो सोडण्यात आला होता त्यांच्याही लक्षणात सारखीच घट झाली होती. त्यांना वाटलं की त्यांनाही विशेष उपचार मिळाले आहेत, त्यामुळे

त्यांच्या मेंदूने आणि शरीरानेही तसाच प्रतिसाद दिला. या आणि अशा अनेक संशोधनांतून मिळालेला संदेश स्पष्ट आहे : 'आपलं मन काही वेळेला आधुनिक वैद्यकाइतकंच शक्तिशाली असतं.'

पण मग वटवटीचं काय? शेवटी मेस्मरने 'हिस्टेरिया'च्या रुग्णांनाही बरं केलंच होतं ना. स्वतःच्या उसळलेल्या भावनांना आवर घालणं ज्यांना जमत नसे अशांसाठी कधीकाळी ती संज्ञा वापरत. शारीर चुंबकत्वाच्या प्लासिबोने त्यांनासुद्धा फायदा झाला होता. याचा अर्थ प्लासिबो आतल्या आवाजावरही उपयुक्त ठरतात का? एके दिवशी कॉफीचा आस्वाद घेताना मज्जावैज्ञानिक टॉर वॅगरशी मी याच प्रश्नाची चर्चा सुरू केली. साल होतं २००६, मी अद्याप पदवीचा विद्यार्थीच होतो आणि तो कोलंबिया विद्यापीठातून नुकताच बाहेर पडलेला सहयोगी प्राध्यापक होता.

''आपण लोकांना खाऱ्या पाण्याच्या एक स्प्रे नाकात ओढायला सांगितला तर?'' तो म्हणाला. ''तो एक वेदनाशामक आहे असं आपण त्यांना सांगू. त्यांना त्यामुळे बरं वाटेल यावर मी पैज लावायला तयार आहे. आणि तेव्हा आपण त्यांच्या मेंदूमध्येही झाकून पाहू.''

टॉर वेडा होता असं मी म्हणणार नाही, पण मी सुरुवातीला जरा साशंकच होतो हेही खरं. असो, आम्ही लवकरच प्रयोगाला हात घातला.

न्यू यॉर्क शहरातल्या प्रेमभंग झालेल्या लोकांना आम्ही त्यांच्या मेंदूंचा अभ्यास करण्यासाठी प्रयोगशाळेत बोलावलं. आम्ही सहभागींना त्यांच्याशी प्रेमात दगा करणाऱ्या व्यक्तीचं छायाचित्र दाखवलं होतं व त्याच वेळी त्यांच्या मेंदूतल्या हालचालींवर देखरेख ठेवली होती. त्या वेळी भावनिक व शारीरिक वेदना एकमेकांत कशा मिसळलेल्या असतात याचा आश्चर्यकारक शोध आम्हाला लागला होता, हे तुम्हाला आठवत असेल. पण तो प्रयोगाचा फक्त पहिला भाग होता.

सहभागींनी प्रयोगातला हा टप्पा पूर्ण केला की प्रयोगशाळेतला पांढरा अंगरखा घातलेला एक प्रयोगकर्ता त्यांना मेंदूच्या स्कॅनर यंत्रातून बाहेर सरकवे आणि मार्गिकेच्या शेवटी असलेल्या एका खोलीत घेऊन जाई. प्रयोगकर्ता दार लावून घेत असे. मग तो त्यांच्यापैकी निम्म्या लोकांना एक नाकातला स्प्रे देई आणि त्यात एक सुरक्षित क्षारयुक्त द्रावण असून पुढच्या टप्प्यातील त्यांच्या मेंदूची एमआरआय चित्रं अधिक स्पष्ट यायला त्यामुळे मदत होईल, असं सांगत असे. मग सहभागी प्रत्येक नाकपुडीत दोन वेळा

असा तो स्प्रे ओढत आणि दुसऱ्या टप्प्याच्या मेंदूचित्रणासाठी स्कॅनरकडे परतत. दुसऱ्या गटालासुद्धा अगदी अशाच प्रक्रियेतून जावं लागे, फक्त एका मोठा फरकाने. त्यांच्या स्प्रेमध्ये एक ओपिऑइड वेदनाशामक द्रव्य असून ते त्यांचा वेदनेचा अनुभव तात्पुरता बोथट करेल असं प्रयोगकर्ता त्यांना सांगत असे. तो क्षारयुक्त स्प्रे हा आमचा प्लासिबो होता.

दोन्ही गटांनी एकच क्षारद्रावण ओढलं होतं. पण आपण आपल्या वेदनांचं शमन करणारा पदार्थ घेतला आहे असा त्यातल्या निम्म्या लोकांचा विश्वास होता. आता आम्ही परिणाम मोजू लागलो.

आपण वेदनाशामक घेतलं आहे असा ज्या सहभागींचा 'समज' होता त्यांनी प्रेमातल्या नकाराबद्दल विचार करताना लक्षणीयरीत्या खूपच कमी ताण आल्याचं सांगितलं. एवढंच नव्हे तर त्यांचा मेंदूच्या डेटानेही तीच 'री' ओढली. ज्या लोकांना माहीत होतं की त्यांनी फक्त एक क्षारद्रावण घेतलं आहे त्यांच्या तुलनेत या पहिल्या गटातल्या सहभागींच्या मेंदूच्या सामाजिक वेदना मंडलात लक्षणीयरीत्या कमी हालचाल झालेली दिसली. प्लसिबोंचा लोकांना वटवटीत थेट फायदा होतो याचा आम्हाला शोध लागला होता. रासायनिकदृष्ट्या काहीही विशेष अर्थ नसलेला एक स्प्रे वटवटीवर एखाद्या वेदनाशामकासारखा काम करत होता. हे विचित्र आणि उत्साहवर्धक दोन्ही होतं : आपली मनं एकीकडे भावनिक ताण निर्माण करू शकतात आणि त्याच वेळी गुप्तपणे तोच ताण कमीसुद्धा करू शकतात.

आमच्या संशोधनाचे निष्कर्ष वैद्यकीय खिन्नमनस्कता व अस्वस्थता यांसारख्या प्रामुख्याने वटवटजन्य आजारांमध्ये प्लासिबोंचे होणारे लाभ नोंदवणाऱ्या इतर प्रयोगांना पूरकच होते. आणि अनेक प्रकरणांत ते लाभ क्षणभंगुर नसत. खिन्नमनस्कतेच्या लक्षणांचं दमन करण्यासाठी प्लासिबोंची मात्रा घेतल्याचे फायदे महिनोन्महिने टिकून राहतात असं आठ प्रयोगांच्या एका प्रचंड विश्लेषणामध्ये आढळलं होतं.

प्लासिबोंच्या व्यापक परिणामांमुळे एक प्रश्न उपस्थित होतो, तो म्हणजे ते इतक्या अद्भुतरीत्या कसं काम करतात. पण नंतर समजल्याप्रमाणे त्यात एवढं अद्भुत असं काही नसतं. याचा संबंध आपण जागे असताना आपला मेंदू हर एक क्षणी ज्याची गरज असते त्याच्याशी आहे, ते म्हणजे 'अपेक्षा'.

मोठ्या अपेक्षा :

३ ऑगस्ट २०१२ रोजी कॉमेडियन टिग नोटारो लॉस एंजल्सच्या लार्गो क्लबमध्ये मंचावर उभी राहिली आणि एक हास्यच्छटा सादर केली जी ताबडतोब ऐतिहासिक बनून गेली. चार दिवसांपूर्वीच आपल्या दोन्ही स्तनांमध्ये कर्करोग झाल्याचं तिला कळलं होतं. पण हा गेल्या काही काळातल्या दुर्दैवी घटनांच्या माळेतला परमोच्च बिंदू होता. ती न्यूमोनियाने गंभीर आजारी झाली होती आणि एक भयंकर प्रेमभंगातून ती गेली होती. आणि तिच्या आईचा उंचावरून पडून मृत्यू झाला होता. यातली कोणतीही गोष्ट मजेशीर नव्हती तरी तिने माइक हातात घेतला आणि बोलणं सुरू केलं.

''गुड इव्हनिंग,'' नोटारो म्हणाली. ''हॅलो, मला कर्करोग आहे.''

पुढच्या पंचलाइनच्या अपेक्षेने गर्दीत हशा पिकला.

''हाय, कसे आहात तुम्ही? प्रत्येकाचं बरं चाललंय ना?'' तिने बोलणं चालू ठेवलं. ''मला कर्करोग आहे.''

काही लोक हसले. उरलेल्यांचा श्वास रोखला गेला. तो विनोद नव्हता हाच एक विनोद होता.

विनोदाचा एक भाग म्हणजे लोकांना बेचैन करून सोडणं असेल तर नोटारोने नेमकं तेच केलं होतं. आणि हे तर फारच बचैन करणारं होतं. पण नोटारोचं श्रेष्ठत्व हे की ती हसू आणि अश्रू यात तारेवरची कसरत करत होती आणि तिने बरेच हशे कमावले. उदाहरणार्थ, आता तिचं ऑनलाइन डेटिंग जग या नव्या तातडीमुळे कसं बदलणार आहे हे सांगू लागली. ''मला कर्करोग आहे'' ती म्हणाली ''फक्त गंभीर व्यक्तींनीच संपर्क साधावा''.

तिची हास्यच्छटा याच प्रकारे नवलाची, दु:खद, शौर्याची आणि विनोदी वळणं घेत तब्बल एकोणतीस मिनिटे चालू राहिली आणि तिच्या गळ्यात प्रसिद्धी व यशाची नवी माळ घालती झाली (आणि सुदैवाने तिने नंतर कर्करोगावर मात केली.) ही वानगी देण्यासारखी गोष्ट मला याकरता वाटते की आपलं काम कसं चालतं यात अपेक्षांची किती महत्त्वाची भूमिका आहे हे यातून अधोरेखित होतं.

एका खात्रीने वटवटकारी असलेल्या आणि अत्यंत गंभीर विषयांपैकी असलेल्या एकावर बोलताना आपण लोकांना हसवू शकतो हे नोटारोला माहीत होतं. तिला काय करायचं होतं तर फक्त योग्य शब्द योग्य क्रमात, योग्य

सुरात आणि योग्य विरामांसहित उच्चारायचे होते. तिला हे कसं साधायचं हे माहीत होतं कारण आपल्या अपेक्षा, म्हणजे ती काय करू शकते आणि त्याचे परिणाम काय होतील या, किती नेमक्या आहेत याची तिला कल्पना होती. याच संकल्पनेला पुढे नेलं तर आपण सगळे आयुष्याच्या प्रत्येक क्षणी अपेक्षांवर कसं अवलंबून असतो याची जाणीव होईल.

तुम्ही चालता, हालचाल करता, बोलता. आता क्षणभर विचार करा– तुम्ही या गोष्टी कशा करू शकता. चालताना पाऊल कुठे ठेवायचं, चेंडू झेलायला कुठे धावायचं किंवा मोठ्या जनसमूहापुढे बोलताना आवाज कसा फेकायचा हे तुम्ही कसं ठरवता? आपण हे करू शकतो याचं कारण हे की आपण सतत, जाणतेपणी आणि अजाणतेपणीही; यानंतर पुढे काय होणार याचा अंदाज बांधत असतो आणि आपला मेंदू त्याप्रमाणे प्रतिसाद देण्याची तयारी करतो.

मेंदू हे आपल्याला जगात विहार करण्यास सतत मदत करणारं एक अंदाजयंत्र आहे. आपल्याला ज्याची गरज आहे ते साध्य करायला आपण जितका जास्तीतजास्त पूर्वानुभव गोळा करू शकू तेवढं आपण चांगलं करू शकतो. आणि हे केवळ आपल्या वर्तणुकीपुरतं मर्यादित नाही. ते आपल्या शरीरातल्या अंतर्गत अनुभवांनाही लागू पडतं जिथे प्लासिबो चित्रात येतात. आपली मनं आणि शारीरिक आरोग्य यांवर प्रभाव पाडण्यासाठी अपेक्षांच्या शक्तींना नियंत्रित करण्यासाठीची ते एक युक्ती आहेत.

जेव्हा एखादा डॉक्टर तुम्हाला बरं वाटेल असं सांगतो तेव्हा तुम्हाला त्यातून अशी माहिती मिळत असते ज्याद्वारे तुम्हाला कालांतराने प्रत्यक्ष कसं वाटणार आहे याचा अंदाज बांधू शकता आणि विशेषत: त्याच्याकडे जर फॅन्सी वैद्यकीय पदव्या असतील, अंगात पांढरा कोट असेल आणि अधिकारवाणीने बोलणं असेल तर नक्कीच. हा काही विनोद नाही. संशोधन सांगतं की तुम्हाला कदाचित वरवरच्या वाटणाऱ्या गोष्टी– जसं डॉक्टरने पांढरा कोट घातला आहे की नाही, त्याच्या नावाच्या मागे पदव्या लागल्या आहेत की नाहीत, इतकंच काय तुम्हाला देण्यात आलेली औषधं 'ब्रॅण्डेड' आहेत की जेनेरिक– अजाणतेपणी आपला विश्वास दृढ करत असतात.

जसं आपलं आयुष्य पुढे सरकतं तसं काही वस्तू आणि लोक आपल्या आरोग्यावर कसा परिणाम टाकतात याचे काही आडाखे आपल्यात आपोआप विकसित होतात. रशियन प्रायोगिक मेंदूवैज्ञानिक इवान पावलोवच्या

प्रसिद्ध प्रयोगातील लाळघोट्या कुत्र्यांप्रमाणे आपल्याला औषधाची गोळी नुसती दिसली की ती घेतल्याने आपल्याला बरं वाटेल, असं आपल्याला आपसूकच वाटू लागतं. बऱ्याचदा हे काय चालू आहे किंवा कसं काम करतं याबद्दल आपण अनभिज्ञ असतो.

अपेक्षांचा हा मार्ग, जो पुढे जाऊन प्लासिबोंचाही होतो; तो अचेतन पातळीवर असतो. किंबहुना ते मुद्दाम केलेल्या विचाराचं अपत्य नसून एक स्वयंचलित, प्रतिक्षिप्त प्रतिसाद असतो. अर्थात कृंतक (कुरतडणारे प्राणी) आणि इतर प्राणीसुद्धा प्लासिबोंना अशाच स्वयंचलित पद्धतीने प्रतिसाद देतात, असं अभ्यासांती आढळलं यात काही नवल नाही. अशा प्रकारचा प्रतिसाद हा प्रतियोजक (बदलता) असतो. विविध प्रकारच्या प्रसंगांत आपण त्वरित आणि प्रभावी प्रतिक्रिया कशी द्यावी याचे फार चांगले आडाखे त्यामुळे आपल्याला बांधता येतात. असं असलं तरी आपल्या मेंदूत आपल्या प्रतिसादांना वाट दाखवणारा आणखी एक मार्ग उत्क्रांत झालेला आहे, तो म्हणजे सबोध विचार.

जेव्हा माझं डोकं दुखत असतं आणि मी एक वेदनाशामक घेतो, तेव्हा त्या गोळीने मला बरं वाटणार आहे हे मी स्वत:ला बजावत असतो. या साध्या जाणिवेमुळे माझ्या मेंदूला काहीतरी अमूल्य गोष्टीची प्राप्ती होते. त्यामुळे माझी डोकेदुखी थांबणार की नाही याबद्दलच्या माझ्या सगळ्या शंकांचं निरसन होण्यास मदत होते. उदाहरणार्थ, कशानेच फरक पडला नाही तर? मी स्वत:शीच बोलतो. याने तर फार त्रास होतोय. आता मी काय करू? गोळी घेणं ही क्रिया माझी अस्वस्थता कमी होईल अशी आशा मला दाखवते आणि असं करताना माझा आत्मसंवाद दुसरीकडे वळवते. खरं तर हे सबोध निर्णय मेंदूच्या त्याच भागांजवळून होतात जिथे आपला आतला आवाज वसलेला असतो, असं संशोधनाने दाखवून दिलं आहे.

सोपं करून सांगायचं तर माझा एक विश्वास असतो. हा विश्वास माझ्या अपेक्षांना आकार देतो, ज्यामुळे मला अखेरीस बरं वाटू लागतं. लोक आपल्याला ज्या गोष्टी सांगतात त्याच आपण नंतर स्वत:ला सांगतो. तसंच आपल्या कल्पनांना जन्म देणारे अनुभव आपल्याला आलेले असतात आणि या सगळ्या प्रक्रियेद्वारे मेंदूत अपेक्षांच्या पायाभूत सुविधा निर्माण होतात. आपल्याला माहीत असलेले लोक आणि आपल्या सोबत घडणाऱ्या घटना यांवर आपले विशिष्ट विश्वास अवलंबून असतात. पण ही प्लासिबो 'जादू' होऊ देणारं नक्की असं काय मेंदूत चालू असतं?

आपले विश्वास इतक्या विविध प्रकारच्या भावना, शारीरिक प्रतिसाद आणि अनुभवांशी संबंधित असतात की प्लासिबो परिणामाला कारक असा एकच चेतामार्ग नसतो. उदाहरणार्थ, तुम्हाला वेदना कमी होईल याचा विश्वास वाटणं याचा संबंध मेंदूतले वेदना मंडळ आणि पाठीचा कणा यांतल्या घडलेल्या हालचालीशी असतो, तर तुम्ही एक महागडे मद्य पीत असताना मेंदूतल्या आनंद मंडळात हालचाल वाढत असते. तुम्ही एखादं चरबीकारक (म्हणजे आरोग्यपूर्णच्या विरुद्धार्थी) पेय पीत आहात, असा तुमचा विश्वास असेल तर तुमच्या क्षुधाकारक घ्रेलिन या संप्रेरकातली पातळीसुद्धा कमी होत असते. थोडक्यात, जेव्हा तुम्ही कशावरतरी विश्वास ठेवाता तेव्हा तुमची चेतायंत्रणा त्याला फलद्रूप करण्यासाठी तुम्ही ज्या गोष्टीबाबत विश्वास बांधत आहात त्याचाशी संबंधित मेंदूच्या किंवा शरीराच्या इतर भागांची कार्यान्वयन पातळी कमी-जास्त करत असते.

अर्थात प्लासिबोंच्या प्रभावाला मर्यादा आहेतच. तुमच्या समस्यांमधून तुम्हाला फक्त तुमचा विश्वासच तारून नेऊ शकत नसतो. प्लासिबोंच्याही पुढे जाऊन अतिरिक्त दिलासा देणाऱ्या अनेक वैद्यकीय उपचारपद्धती आहेत. आणि प्लासिबो शारीरिक घटकांपेक्षा वटवटीसारख्या मानसिक घटकांवर अधिक प्रभावशाली असतात हे आता आपल्याला माहीत झालं आहे. असं असलं तरी प्लासिबोंची शक्ती गहन आणि नाकारण्यासारखी नाही. वास्तविक, नव्याने समोर येत जाणारे पुरावे सुचवतात की प्लासिबो वर्धक मात्रेसारखं काम करू शकतात ज्यामुळे काही औषधं आणि उपचारांचं शक्तिवर्धन होऊ शकतं.

परंतु यातली समस्या म्हणजे प्लासिबोंच्या छुप्या दरवाजापर्यंत पोहोचणं काहीसं युक्तीचं काम आहे. एखादा प्लासिबो यशस्वी होण्यासाठी आपण जी वस्तू प्राशन करतो आहोत किंवा एखादी अमुक गोष्ट करतो आहोत त्यात आजारातून बरं करण्याचे गुण आहेत असं आपल्याला कोणीतरी फसवून सांगणं गरजेचं आहे. संशोधनक्षेत्राच्या बाहेर जाऊन, जिथे प्रयोगात सामील झालेल्या लोकांना एखाद्या वेळेस सांगितलं जातं की त्यांना प्लासिबोसुद्धा मिळू शकतो, तिथे असं करणं अनैतिक आहे. इथे आपण पेचात फसतो. आपण जे औषध घेत आहोत त्याबद्दल खोटं बोलू शकत नाही. म्हणजे प्लासिबोपुरता विचार केला तर आपल्या हाती एक साधन तर असतं आपण तिचा उपयोग करू शकत नाही.

किंवा करू शकतो का? :

जर प्लासिबोंचं कार्य मुळात लोकांचे विश्वास बदलण्याबाबत असेल तर लोकांच्या अपेक्षा बदलू शकतील पण ज्यात खोटं बोलण्याची गरज पडणार नाही असे मार्ग आपण शोधले तर? खात्रीच्या स्रोतांकडून मिळालेली माहिती ही मतबदलाचं एक यशस्वी उपकरण असते. जेव्हा मला तुम्हाला अशी गोष्ट पटवून द्यायची आहे जिच्याबद्दल तुम्ही साशंक आहात; अशा वेळी वस्तुस्थिती आणि विज्ञान बऱ्याचदा कामात येतं. टेड कॅपचक आणि त्याचा हार्वर्डमधील चमू यांनी २०१०मध्ये प्रसिद्ध केलेल्या शोधनिबंधात हीच संकल्पना उचलून धरली ज्यामुळे वैज्ञानिक जगत आजवर ज्या दृष्टीने प्लासिबोंकडे बघत होतं तीच डळमळीत झाली.

प्रथम त्यांनी प्लासिबोंना चांगला प्रतिसाद देणारा एक सर्वसामान्य आजार निवडला : इरिटेबल बॉवेल सिंड्रोम अर्थात आयबीएस. कॅपचक आणि त्याच्या सहकाऱ्यानी ते संशोधन करत असलेल्या वैद्यकीय केंद्रात आयबीएस असलेल्या सहभागींना आणल्यावर त्यांना प्लासिबो म्हणजे काय, ते कसे आणि का काम करतात हे समजावलं. सैद्धान्तिकदृष्ट्या प्लासिबो गोळीबद्दल नुसतं कळलं तरी त्यांच्या अपेक्षांमध्ये असा बदल व्हायला हवा की जेणेकरून त्यांची आयबीएसची लक्षणं त्वरेने कमी व्हायला हवीत. आणि नेमकं असंच घडलं.

त्या एकवीस दिवसांच्या प्रयोगादरम्यान, ज्या सहभागींना प्लासिबोबद्दल सांगण्यात आलं पण कोणतीही गोळी देण्यात आली नाही, त्यांच्या तुलनेत ज्या सहभागींना प्लासिबो परिणामामागच्या विज्ञानाबाबत शिक्षित करण्यात आलं होतं आणि मग त्यांना प्लासिबो गोळी देण्यात येईल असं सांगण्यात आलं होतं त्यांच्यात आयबीएसची लक्षणं कमी दिसली आणि अधिक आराम पडलेला दिसला. प्लासिबोमुळे त्यांना आयबीएसपासून कसा आराम मिळू शकतो हे कळल्याने त्यांना खरंच आराम पडला.

अ-भ्रामक प्लासिबोंच्या या नव्या विचित्र शक्यतेपोटी माझ्या प्रयोगशाळेने आमचे स्वतंत्र प्रयोग केले; ज्यात आम्ही कॅपचकचे निष्कर्ष आतड्यांच्या पलीकडे जाऊन मनाच्या समस्यांनाही लागू होतात का हे पाहिलं. आम्हीही तशीच पद्धत वापरली. सहभागींचे दोन गट केले ज्यांपैकी एकाला प्लासिबोंमागच्या विज्ञानाबद्दल सांगण्यात आलं होतं. थोडक्यात, आम्ही त्यांना सांगितलं, ''तुम्हाला वाटलं की एखादा पदार्थ आपली मदत

करेल, तर तो खरंच तसं करेल.'' मग आम्ही त्यांना प्लासिबो दिला, तोच नाकातला स्प्रे आणि पुन्हा एकदा सांगितलं की त्यांना जर वाटतं की त्याच्यामुळे आपल्याला बरं वाटेल तर खरंच तसं वाटेल.

त्यानंतर आम्ही त्यांना प्रतिकूल चित्रं दाखवून त्यांच्या नकारात्मक भावनांना चाळवलं उदा., रक्त आणि रक्तपात यांची चित्रं (अशी चित्रं दाखवण्याची अनुमती सहभागींकडून आधीच घेण्यात आली होती.) अपेक्षेप्रमाणेच, प्लासिबो गटातल्या सहभागींना कमी त्रासाचा अनुभव आला. त्रासदायक चित्र पाहिल्याच्या दोन सेकंदांच्या आत त्यांच्या मेंदूत कमी हालचाल दिसली.

इतर अनेक प्रयोगशाळांनीसुद्धा याच आधारावर इतर आजारांमध्ये प्रयोग केले. उदाहरणार्थ अ-भ्रामक प्लासिबोमुळे ॲलर्जीची लक्षणे, पाठदुखी, लक्ष वेधून घेण्यासाठी अतिरिक्त चुळबुळ करण्याचा विकार आणि खिन्नमनस्कता यांत सुधारणा झालेली दिसून आली. अ-भ्रामक प्लासिबो कितपत शक्तिशाली आणि टिकाऊ असतात हे समजण्याकरता आणखी बरंच काम आपल्याला करावं लागणार आहे. परंतु या शोधांमुळे लोक आपल्या शारीरिक आणि मानसिक वेदनांचा मुकाबला कसा करू शकतात याबद्दलच्या शक्यतांचं एक नवं दालन उघडलं आहे आणि आपल्या आतल्या आवाजावर व आरोग्यावर आपल्या विश्वासाचा किती जबरदस्त प्रभाव पडतो हेसुद्धा सिद्ध झालं आहे. हे शोध आणखी एका महत्त्वाच्या गोष्टीचा उलगडा करतात, ती म्हणजे आपली वटवटविरोधी तंत्रं एका पिढीकडून दुसऱ्या पिढीकडे हस्तांतरित होण्यात असलेला संस्कृतीचा सहभाग.

आपल्या समजुतींपैकी अनेक आपल्यापर्यंत संस्कृतीच्या माध्यमातून पोहोचवल्या जातात. जसं आपल्या डॉक्टरांकडून असलेल्या अपेक्षा, शुभ शकुन आणि आपल्या भोवतालातले सगळ्या प्रकारचे अंधश्रद्धात्मक प्रभाव. या दृष्टीने कुटुंबे, समुदाय, पंथ आणि संस्कृतीची इतर रूपंसुद्धा आपल्याला वटवटीचा सामना करण्यासाठी काही साधनं पुरवतात. पण आपल्याला संस्कृतींकडून मिळणाऱ्या समजुती हे काही एकमेव 'जादूई' साधन नव्हे. त्या आपल्याला आणखी एक मार्ग देऊ करतात : अनुष्ठानं.

शार्क्ससोबत मासेमारीची जादू :

पहिलं महायुद्ध ब्रोनिस्लाव मलिनोवस्कीच्या पथ्यावरच पडलं होतं असं म्हणायचं.

हा पोलिश वंशीय, तीस वर्षांचा आणि लंडन स्कूल ऑफ इकॉनॉमिक्समधला मानववंशशास्त्राचा विद्यार्थी, १९१४ साली न्यू गिनी येथे तिथल्या मूलवासीय जनजातींमधल्या चाली-रीतींवर संशोधन करण्यासाठी पोहोचला होता. परंतु तो तिथे पोहोचल्याच्या काही काळातच पहिल्या महायुद्धाला तोंड फुटलं. त्यामुळे मलिनोवस्की मोठ्या राजकीय पेचप्रसंगात सापडला कारण तांत्रिकदृष्ट्या तो शत्रूच्या बाजूने होता. तो ऑस्ट्रीयन-हंगेरियन साम्राज्याचा नागरिक होता जे आता ब्रिटनविरुद्ध युद्ध करत होतं. आणि न्यू गिनी ऑस्ट्रीयन आधिपत्याखाली होतं, म्हणजेच ब्रिटनचं मित्रराष्ट्र होतं. परिणामी, मलिनोवस्की ना इंग्लंडला परत जाऊ शकत होता ना पोलंडला त्याच्या घरी. पण स्थानिक प्रशासनाने मात्र त्याला आपलं काम चालू ठेवण्याची परवानगी दिली. अखेरीस तो दक्षिण गोलार्धात दूर कुठेतरी युद्धापासून बाहेर बसला होता जिथे त्याने संस्कृती आणि मानवी मन यांना समजून घेण्याची शोधयात्रा आरंभली.

न्यू गिनीजवळच्या द्वीपसमूहातील ट्रॉबियंड बेटं या द्वीपसमूहावर जिथे तो आदिवासींच्या संस्कृतीचा प्रत्यक्ष अनुभव घेण्यासाठी दोन वर्षं राहिला होता, तिथल्या त्याच्या वास्तव्यातून त्याचं सगळ्यात महत्त्वाचं काम बाहेर आलं होतं. डोळ्यांवरचा चश्मा, उंच जोडे, पांढरे कपडे आणि टक्कल पडायला सुरुवात झालेलं पिवळसर डोकं यांमुळे तो काळपट त्वचेच्या, छाती उघडी ठेवणाऱ्या, तोंडात सुपारी चघळणाऱ्या आणि कॉफीसारख्या उत्तेजकामुळे दात लालसर झालेल्या द्वीपवासीयांपासून लगेच वेगळा ओळखू येत होता. तरी मलिनोवस्कीने त्यांची स्वीकृती आणि त्यांच्या परंपरांचं सखोल ज्ञान मिळवण्यात यश मिळवलं होतं, ज्यात त्यांच्या मासेमारीतल्या 'जादू'चाही समावेश होता.

जेव्हा द्वीपवासी सुरक्षित, उथळ सरोवरांमध्ये मासेमारी मोहिमांवर निघत तेव्हा ते फक्त हातात भाले घेत, डोंग्यात उडी मारत आणि त्यांच्या पसंतीची जागा मिळेपर्यंत बेटाच्या जलमार्गाच्या बाजूने विहार करत. परंतु जेव्हा ते बेटाभोवतीच्या शार्क माशांनी भरलेल्या बेभरवशी पाण्यात

मासेमारी करत तेव्हा मात्र हे ट्रॉबियंडवासी लोक वेगळेच वागत. मोहिमेवर निघण्याआधी ते आपल्या पूर्वजांना अन्न अर्पण करत, त्यांच्या डोंग्यावर कसल्यातरी वन्सपतींनी चोळत आणि चमत्कारिक मंत्र म्हणत. आणि खुल्या समुद्रात गेल्यावर ते आणखी जास्त जादूई मंत्रोच्चारण करत.

''अरे शार्क, मी तुला नष्ट करेन,'' असं त्याच्या 'किलिविला' भाषेत बोलत. ''पाण्याखाली जा रे शार्का. मर शार्क, मर.''

अर्थात, ट्रॉबियंडवासी लोक खरोखर कोणताही जादूटोणा करत नव्हते. धोकादायक मासेमारी मोहिमांवर जाण्याआधीची ते करत असलेली आखीवरेखीव तयारी केवळ त्यांच्या जमातीपुरती मर्यादित नव्हती, ती त्याच्या पलीकडे जाणारी होती. ते जे करत होते ते भावनिक पातळीवर अत्यंत व्यवहारी आणि मानवप्राण्याच्या मनोविज्ञानाबद्दल बरंच काही सांगणारं होतं.

ते अनुष्ठानात गुंतले होते जे वटवट कमी करणारं एक दुसरं साधन होतं.

जेव्हा लोक शोकात बुडालेले असतात तेव्हा धार्मिक संस्था अशौच क्रियाकर्म करायला सांगतात; जसं स्नान करणं, मृतदेहाला पुरणं आणि अंत्यसंस्कार करणं किंवा स्मृतिसभा घेणं. जेव्हा वेस्ट पॉइंट इथल्या अमेरिकी सैन्य अकादमीत शिकणाऱ्या जवानांना शेवटच्या परीक्षेपूर्वी तणावग्रस्त वाटतं तेव्हा त्यांना गणवेशात कॅम्पसमधून चालत जाऊन अमेरिकी गृहयुद्धातील जॉन सेज्विक नावाच्या एक जनरलच्या कांस्य पुतळ्यामागे असलेल्या जोड्यांच्या चक्रीला फिरवल्याने परीक्षेतली कामगिरी सुधारेल असं सांगितलं जातं. उद्योगक्षेत्रातही ह्या कर्मकांडांचा चंचुप्रवेश वाढला आहे असं आपल्याला दिसतं. जेव्हा २०१४मध्ये साउथवेस्ट एअरलाइन्स या विमान कंपनीनं रि-ब्रॅण्डिंग करताना विमानांच्या दोन्ही बाजूंवर हृदयाच्या आकाराचं एक नवं बोधचिन्ह रंगवलं तेव्हा वैमानिकांनी विमानात चढण्यापूर्वी त्याला स्पर्श करायला सुरुवात केली. मग हे लोण बहुधा उड्डाणाच्या रोजच्याच टाळता न येण्याजोग्या धोक्यातून थोडासा दिलाशाचा स्त्रोत म्हणून संपूर्ण कंपनीतच पसरलं.

ही संस्कृतीतून प्रवाहित झालेल्या कर्मकांडांची उदाहरणं झाली. पण तुम्हीसुद्धा कदाचित स्वत: किंवा इतरांनी तयार केलेल्या अनेक वैचित्र्यपूर्ण कर्मकांडांचा विचार करू शकता. प्रसिद्ध थर्ड बेसमॅन वेड बॉग्स

प्रत्येक सामन्याआधी बरोबर १५० ग्राउंड बॉल्स उचलण्याचा सराव करी, संध्याकाळच्या ठीक ७:१७ वाजता विंड स्प्रिंट धावे (७:३५ या सामना सुरू होण्याच्या वेळेआधी) आणि चिकन खात असे. आणखी एक उदाहरण सांगायचं म्हणजे तब्बल तेहतीस वर्षं रोज सकाळी स्टीव्ह जॉब्स स्वत:ला आरशात पाही आणि हा त्याच्या आयुष्यातला शेवटचा दिवस असला तर तो जे करतो आहे त्याने तो संतुष्ट आहे का, असं स्वत:लाच विचारी. असली विचित्र कर्मकांडं फक्त प्रसिद्ध व्यक्तींपुरतीच मर्यादित असतात असं नव्हे. लोकांना प्रिय व्यक्तीचा मृत्यू किंवा प्रेमभंग अशा घटानांमुळे फार हानी झाल्याचा अनुभव आला की ते ज्या कर्मकांडांमध्ये गुंततात ती बहुतेक वेळा फारच अनोखी असतात, असं एका अभ्यासादरम्यान हार्वर्डमधील संस्थात्मक मनोवैज्ञानिक मायकेल नॉर्टन आणि फ्रान्सेस्का जिनो यांना आढळलं.

आपण करत असलेली कर्मकांडं वैयक्तिक असोत की सामुदायिक, संशोधन असं सांगतं की अनेक लोक जेव्हा वटवटीचा अनुभव करतात ते नैसर्गिकपणेच या वरवर चमत्कारी दिसणाऱ्या वर्तणुकीकडे वळतात आणि त्यामुळे त्यांना त्यांच्या आतल्या आवाजापासून दिलासा मिळतो.

२००६मध्ये लॅबेनॉन प्रश्नादरम्यान इस्राइलमध्ये करण्यात आलेल्या एका अभ्यासात आढळलं की युद्धक्षेत्रात राहणाऱ्या ज्या स्त्रियांनी अनुष्ठानपूर्वक धार्मिक स्तोत्रांचं पठण केलं त्यांची अस्वथता, ज्या स्त्रियांनी तसं केलं नव्हतं त्यांच्यापेक्षा कमी झाली होती. कॅथलिक लोकांसाठी रोझरींचं पठण असंच अस्वस्थता कमी करणारं असतं. दुसऱ्या एका प्रयोगात आढळलं की जेवण करण्याआधी काही अनुष्ठानं केल्याने एका स्त्रीने, जिला आरोग्यपूर्ण आहार घेणं कठीण जात होतं, तिने दुसऱ्या एका 'जपून' खाणाऱ्या स्त्रीपेक्षा कमीच कॅलरी सेवन केल्या.

अनुष्ठानं गणिताची परीक्षा किंवा (खूप मजेदार पण वटवटकारी असलेल्या) कराओकेवर गाण्यासारख्या अति तणावकारी प्रसंगांमधल्या कामगिरीवरही सकारात्मक परिणाम टाकतात. एका उल्लेखनीय प्रयोगात सहभागींना दुसऱ्या एका व्यक्तीसमोर जर्नी या बॅण्डचं प्रसिद्ध 'डोण्ट स्टॉप बिलिव्हिन' हे गाणं गायला सांगण्यात आलं. ज्यांनी ते करण्याआधी एखादं कर्मकांड केलं त्यांना कमी अस्वस्थता वाटली, हृदयाची गती मंद होती, आणि त्यांनी असं कोणतंही कर्मकांडं न केलेल्यांपेक्षा अधिक चांगलं

गायलं. यावरून शिकण्याचा धडा म्हणजे, कर्मकांडावर विश्वास ठेवायला सुरुवात करा.

कर्मकांडं म्हणजे केवळ सवयी किंवा नित्यक्रम नव्हे, हा मुद्दा लक्षात घेणं आवश्यक आहे. त्यांची अनेक वैशिष्ट्ये त्यांना आपल्या आयुष्यात भरून राहिलेल्या रूक्ष परंपरांपेक्षा वेगळं ठरवतात.

पहिलं म्हणजे त्यांच्यात वर्तणुकीचा एक शिस्तबद्ध क्रम असतो, जो बहुतांश वेळा त्याच क्रमाने करावा लागतो. हे सवय किंवा नित्यक्रम यांपेक्षा वेगळं आहे ज्यात त्या वर्तणुकींना बनवणाऱ्या टप्प्यांचा क्रम सैल किंवा सतत बदलणाराही असू शकतो. उदाहरणार्थ, माझ्याच दिनक्रमाचा विचार करू. रोज सकाळी जागं झाल्यावर मी तीन गोष्टी करतो : माझी थायरॉईडची गोळी घेतो (माझी ग्रंथिका जरा कामचुकार आहे), दात घासतो आणि एक कप चहा घेतो. माझ्या डॉक्टरच्या मते मी माझी औषधं उपाशीपोटी घेणं चांगलं असलं तरी (कारण रिकाम्या पोटी त्याचं पचन अधिक उत्तम होतं) तसं प्रत्येक वेळी घडतंच असं नाही. कधी चहा आधी होतो. कधी मी उठल्याउठल्या आधी दात घासतो. आणि हे ठीकच असतं. मी या कृती एखाद्या विशिष्ट क्रमात केल्या नाहीत तर त्या पुन्हा पहिल्यापासून त्या विशिष्ट क्रमातच कराव्यात अशी सक्ती मला कधी वाटत नाही. आणि त्यांचा क्रम माझ्या बऱ्यावाइटावर काही विशेष परिणाम टाकत नाही हे मला माहीत असतं.

आता मी रोज सकाळी काय करतो, याच्या तुलनेत ऑस्ट्रेलियाची ऑलिंपिक विजेती जलतरणपटू स्टेफनी राईस प्रत्येक शर्यतीआधी काय करते ते पाहू. ती आठ वेळा हात फिरवते, चार वेळा गॉगल दाबते आणि चार वेळा टोपीला स्पर्श करते. ती हे नेहमी करते. वर्तणुकीचा हा क्रम, इतर अनेकांच्या वैयक्तिक कर्मकांडासारखाच, राईसचा वैयक्तिक आणि तिच्यापुरता असलेला शोध आहे. खरं म्हणजे कर्मकांडातल्या विशिष्ट प्रक्रियांचा बहुतेक वेळा ते ज्या व्यापक ध्येयाला साधू पाहतात त्यांच्याशी काहीही संबंध नसतो. उदाहरणार्थ, राईसने तिच्या गॉगलला चार वेळा टिचकी मारणं किंवा टोपी चार वेळा सारखी करणं यामुळे तिला जलद पोहण्यास काय मदत होते हे स्पष्ट नाही. पण त्यांचा तिचासाठी काहीतरी अर्थ आहे– जो आपल्याला कर्मकांडांच्या दुसऱ्या एका पैलूपर्यंत नेतो.

कर्मकांडं अर्थांनी भरलेली असतात. त्यांना खूप महत्त्व मिळालेलं दिसतं कारण त्यांच्या मुळाशी एक उद्देश असतो; मग तो मृताच्या आदरार्थ स्मशानातल्या एखाद्या स्मृतिशिलेवर एक खडा ठेवणं असो, चांगली पिकं यावीत यासाठी पर्जन्यनृत्य करणं असो किंवा चर्चमध्ये प्रसाद ग्रहण करणं असो. काही प्रमाणात कर्मकांडांना व्यापक अर्थ प्राप्त होतो कारण ती आपल्याला आपल्या चिंतांच्या पलीकडे जाऊन आपल्यापेक्षा मोठ्या असलेल्या शक्तींशी जोडून घ्यायला साहाय्य करतात. ती एकाच वेळी आपला दृष्टिकोन विस्तारतात आणि आपण इतर लोकांशी आणि शक्तींशी ज़ोडले गेलो आहोत ही भावना वाढवतात.

आपला आतला आवाज सांभाळण्यात कर्मकांडं इतकी प्रभावी कशी, याचं कारण म्हणजे ती एक वटवटनाशक कॉकटेल असतात जी आपल्याला निरनिराळ्या प्रकारे प्रभावित करत असतात. त्यातलं एक म्हणजे आपल्याला त्रास देणाऱ्या गोष्टीपासून ते आपलं लक्ष दुसरीकडे वळवतात; कर्मकांडातल्या कृती करण्यासाठी ते आपल्या कार्यकारी स्मृतींकडे जी मागणी करतात त्यामुळे अस्वस्थता आणि आतल्या आवाजाच्या नकारात्मक लक्षणांना फारशी जागाच उरत नाही. यामुळे क्रीडाक्षेत्रात सामन्यापूर्वीच्या कर्मकांडांचं प्रमाण भरपूर का आहे हे स्पष्ट होऊ शकेल, कारण ते खेळातल्या सर्वाधिक अस्वस्थता-भारित क्षणांपासून लक्ष विचलित करतात.

अनेक कर्मकांडं आपल्याला व्यवस्था आहे, अशी जाणीव करून देत असतात कारण आपण कर्मकांडामध्ये अशी वर्तणूक करतो ज्यावर आपलं नियंत्रण असतं. उदाहरणार्थ, आपल्या मुलांच्या आयुष्यात पुढे काय घडणार हे आपण ठरवू शकत नाही आणि आपण त्यांचं एका मर्यादेपर्यंतच रक्षण करू शकतो, जे अनेक पालकांकरता वटवटीचा स्रोत बनतं. परंतु जेव्हा त्यांचा जन्म होतो तेव्हा आपण त्यांना बॅप्टाइज करतो किंवा इतर कुठलंही अपत्यजन्माशी संबंधित अनुष्ठान करतो ज्यामुळे आपल्याला आपलं नियंत्रण असल्याचा भास होतो.

कर्मकांडांचं अर्थांनी भरलेलं असणं आणि बऱ्याचदा आपल्या वैयक्तिक चिंतांपलीकडच्या ध्येय आणि शक्तींना जोडलेली असणं या कारणांमुळे आपण एखाद्या महत्त्वाच्या मूल्याशी किंवा समुदायाशी जोडलेले आहोत अशी भावना ते आपल्यात जागवतात. यामुळे आपल्या भावनिक गरजा भागवल्या जातात आणि विलगीकरणाच्या भावनेला अडथळा निर्माण

होतो. कर्मकांडांचा हा सूचक पैलू अनेकदा आपल्याला दिव्यत्वाकडे नेतो, ज्यामुळे आपलं आपल्याच चिंतांमध्ये गुंग असणं कमी होऊन दृष्टिकोन विशाल होतो. अर्थातच, कर्मकांडं अनेकदा प्लासिबो यंत्रणेलासुद्धा कार्यान्वित करत असतात : म्हणजे आपल्याला वाटतं त्यांच्यामुळे फायदा होईल, तर तो होतो.

कर्मकांडांचा एक मोठा रोचक पैलू म्हणजे आपण बऱ्याचदा न कळतच ती करत असतो. वानगीदाखल, झेक रिपब्लिकमध्ये करण्यात आलेल्या एका प्रयोगात आढळलं की महाविद्यालयीन विद्यार्थ्यांना अधिकच्या अस्वस्थतेचा अनुभव करून दिल्यावर ते साफसफाईच्या कर्मकांडी कृती अधिक करू लागले. एका प्रयोगात, सहा वर्षीय बालकं ज्यांना त्यांच्या सहकाऱ्यांनी वाळीत टाकलं होतं; ते प्रयोगातल्या अशा प्रकारे वाळीत टाकल्या न गेलेल्या इतर बालकांच्या तुलनेत सततच्या, कर्मकांडसदृश वर्तणुकीत गुंतण्याची अधिक शक्यता होती.

मला स्वत:ला अशा कर्मकांडाचा अनुभव आहे. हे पुस्तक लिहीत असताना, जेव्हा मी लेखनस्तब्धता (रायटर्स ब्लॉक) आल्यामुळे संगणकाच्या पडद्याकडे एकसारखा टक लावून पाहत होतो, माझा अंतर्गत विचारांचा प्रवाह मी हे संपवू शकेन की नाही अशा शंकाकुशंकांनी भरला होता, तेव्हा मी स्वयंपाकघरात जाऊन भांडी घासली, ती पुसून कपाटात जागच्या जागी ठेवली आणि माझ्या घरातल्या कार्यालतल्या मेजावर इतस्तत: पडलेले कागद आवरून ठेवले (या नव्या वर्तणुकीमुळे पत्नीला जरा नवल वाटलं, पण माझी पसारा आवरण्यापेक्षा पसारा करण्याची आवड लक्षात घेता तिला यात काही आक्षेपार्ह वाटलं नाही.) या प्रकरणासाठी संशोधन करताना मला कळलं की मी जे करत होतो ते लेखनप्रक्रियेने आणि जवळ येत चाललेल्या डेडलाइनने येणाऱ्या निराशेला हाताळण्याचं माझं कर्मकांड होतं.

ही कर्मकांडांची सेन्द्रिय उत्पत्ती ही संभवत: आपल्या मेंदूच्या विलक्षण क्षमतेचं अपत्य असावं, ज्याद्वारे आपल्या उद्दिष्टांसाठी आपण ठरवलेली ध्येयं म्हणजे वेदनादायकपणे नकारात्मक होणाऱ्या आतल्या आवाजाला टाळणं हे आपण साध्य करतो की नाही, यावर मेंदू देखरेख ठेवून असतो. अनेक प्रभावशाली सिध्दान्तांप्रमाणे तुमचा मेंदू एखाद्या थर्मोस्टॅटप्रमाणे तयार केलेला असतो जो तुमची आताची स्थिती आणि अखेरची हवी असलेली स्थिती यांत विरोधाभास निर्माण झाला तर तो ओळखू शकतो. जेव्हा अशा

विरोधाभासाची नोंद होते तेव्हा आपल्याला तपमान कमी करण्यासाठीचा संदेश दिला जातो. आणि कर्मकांडांमध्ये गुंतणं हा लोकांना ते साध्य करण्याचा एक मार्ग आहे.

आपल्याला वटवटीचा अनुभव आला की कर्मकांडामध्ये गुंतण्यासाठी न कळत प्रोत्साहन मिळेल याची वाट पाहण्याची गरज नाही हे मला आवर्जून सांगणं गरजेचं वाटतं. आपण ती मुद्दामही करू शकतो, जसं मी आजकाल एखाद्या ठिकाणी अडल्यावर करतो (माझं स्वयंपाकघर आणि घरातलं कार्यालय इतकं स्वच्छ कधीच नव्हतं). असं करायचे अनेक मार्ग आहेत. एक मार्ग म्हणजे एखाद्या तणावकारक प्रसंगापूर्वी किंवा नंतर किंवा वटवटीला हाताळण्यात मदत होण्यासाठी आपलं स्वत:चं कर्मकांडं तयार करणं. प्रयोगांतून दिसलं आहे की लोकांना पूर्णपणे असंबद्ध कृती ज्या तशा सक्तीच्या नसतात अशांत गुंतण्यास उद्युक्त करण्याचे फायदे असतात. उदा., कराओके प्रयोगात जिथे सहभागींना जर्नीचं 'डोण्ट स्टॉप बिलिव्हिन' गायचं होतं त्यात त्यांना सांगण्यात आलं की आपल्या भावनांचं एक चित्र काढा. मग त्याच्यावर थोडं मीठ शिंपडा, पाचपर्यंत मोठ्याने आकडे मोजा, मग त्या कागदाचा बोळा करा आणि कचरापेटीत फेकून द्या. कर्मकांडावरच्या या फक्त एका वेळेच्या विश्वासाने त्यांचं सादरीकरण सुधारलं होतं.

प्रयोगशाळेच्या वातावरणातली जी कर्मकांडं आपण पाहिली त्यांना सांस्कृतिक आयाम नसतो. आता आपल्याला कळलं आहे की तो तसा असल्याचे अतिरिक्त फायदे असतात कारण तो एक दिव्यत्वाचा अनुभव देतो, सामजिक संपर्क देतो आणि स्वत:पलीकडे गेल्याची भावना पुरवतो. हे ध्यानात ठेवून, वटवटीचा सामना करताना कर्मकांडांचा फायदा घेण्याचा एक आयता मार्ग म्हणजे संस्कृतीतून प्रवाहित झालेल्या कर्मकांडांवर भरवसा ठेवणे, जसं आपली कुटुंबं, कामाच्या जागा आणि आपल्याशी संबंधित व्यापक सामाजिक संस्था. तुम्ही तुमच्या धर्माचा विचार करून पूजाअर्चा करू शकता किंवा कुटुंबातल्या विचित्र, पण अर्थपूर्ण कर्मकांडात सहभागी होऊ शकता. उदा., दर रविवारी सकाळी व्यायामशाळेतून परतल्यानंतर मी माझ्या मुलांसाठी वॅफल बनवतो. कर्मकांडं कुठून आली किंवा ती नेमकी कशी तयार झाली हे महत्त्वाचं नाही, ती मदत करतात हे महत्त्वाचं.

मनाची जादू :

प्लासिबो आणि कर्मकांडांची शक्ती काही अति मानवी गोष्टींत नसते (जरी काही लोकांचा तसा समज असला तरीसुद्धा त्यामुळे त्या पद्धतींचे फायदे काही घटत नाहीत). आपण आपल्या आत जी वटवटविरोधी साधनं वागवतो ती कार्यान्वित करण्याच्या त्यांच्या क्षमतेतून त्यांचे लाभ निर्माण होतात.

त्यांचा प्रभाव पाहता अनेक लोक जरी स्वत:ची कर्मकांडं किंवा प्लासिबो विकसित करत असले तरी आपण ज्या संस्कृतींचा भाग आहोत त्या आपल्याला अशा तंत्रांचं विशाल मिश्रण पुरवतात याची नोंद घेणं रोचक ठरेल. संस्कृतीची तुलना बऱ्याचदा आपण ज्यात श्वास घेतो त्या अदृश्य हवेशी केली जाते आणि आपण जे आत शोषून घेतो त्यातला बराचसा भाग हा समजुती आणि परंपरांचा असतो- ज्या आपल्या मनाला आणि वर्तणुकीला आकार देतात. संस्कृती ही लोकांना वटवटविरोधी साधनं पुरवणारी एक व्यवस्था आहे, असंही तुम्ही म्हणू शकता. पण या साधनांविषयींचं आपलं वैज्ञानिक आकलन सतत विकसित होत आहे जे एक महत्त्वाचा प्रश्न उपस्थित करतं : आपण या नव्याने सापडलेल्या ज्ञानाचा प्रसार कसा करावा आणि त्याला आपल्या संस्कृतीत पूर्णपणे कसं समाहित करून घ्यावं ?

मी या प्रश्नाचा कधी खोलवर विचार केला नव्हता पण मला त्याचा सामना करावाच लागला जेव्हा माझ्याच एका विद्यार्थिनीने वर्गात हात वर केला.

तिने मला जे विचारलं त्यामुळे सगळंच बदलून गेलं.

समारोप

''पण आम्हाला हे आता का शिकवताय?''

हे रागाने उच्चारलेले शब्द सेमिनारच्या त्या शेवटच्या दिवशी एरियल नावाच्या विद्यार्थिनीकडून आले होते. गेले तीन महिने दर मंगळवारी दुपारी मानसशास्त्र विभागाच्या तळघरात मिशिगन विद्यापीठाच्या पदवीच्या अठ्ठावीस विद्यार्थांना मी घेऊन बसत असे. आतल्या आवाजामुळे लोकांच्या स्वतःच्या भावनांवर नियंत्रण ठेवण्याच्या क्षमतेबाबत विज्ञान आपल्याला काय सांगतं यावर आम्ही चर्चा करत असू. यात आतल्या आवाजाच्या वटवटीचाही समावेश होता. विद्यार्थ्यांचा शेवटचा गृहपाठ म्हणजे वर्गात येताना माझ्यासाठी एक प्रश्न घेऊन येणे होता. अभ्यासक्रम संपण्याआधी आणि अनेकांच्या बाबतीत पदवीधर होण्याच्या व जीवनात पुढे जाण्याच्या आधी मनात रेंगाळणारा एखादा प्रश्न उपस्थित करण्याची ती एक संधी होती. प्रत्येक सहामाहीत या सत्राची मी आतुरतेनं वाट पाहत असे. या चर्चांमधून नेहमीच चमकदार संकल्पना बाहेर येत, त्यातले काही तर नव्या प्रयोगांना प्रेरणा देत. मी त्या उबदार दुपारी वर्गखोलीत पाय ठेवताना त्या खास शेवटच्या सत्रामुळे माझ्या वैज्ञानिक म्हणून काम करण्याला एक नवा आयाम मिळणार होता याची मला सुतराम कल्पना नव्हती.

जसा वर्ग सुरू झाला तसं एरियलने मला आधी विचारू द्या, या अर्थी आपला हात वर केला. मी परवानगी दिली, पण ती काय म्हणतेय हे मला कळलं नाही. ''तू अधिक स्पष्ट करून सांगशील का?'' मी म्हणालो.

''आम्ही ही पूर्ण सहामाही अधिक आनंदी आणि यशस्वी कसं व्हावं हे शिकण्यात घालवली हे खरं,'' ती म्हणाली, ''पण आमच्यातले बहुतेक जण या वर्षी पदवीधरसुद्धा होतील. आम्हाला या गोष्टी याआधी कोणीच

कधी का नाही शिकवल्या, जेव्हा त्यांचा आम्हाला खरोखरच काही लाभ झाला असता?''

काही वर्षं एकाच वर्गावर शिकवल्यावर कोणत्या प्रश्नांची अपेक्षा करावी हे तुम्हाला माहीतच होतं. पण हा मात्र नवा प्रश्न होता. पळता पळता आपल्याला माहीतच नसलेल्या एखाद्या भिंतीवर जाऊन आदळलो असं मला वाटलं.

मी एरियलचा प्रश्न उरलेल्या वर्गाकडे सरकवला (हे खासच प्राध्यापकी लक्षण आहे, माहितेय मला). विद्यार्थ्यांनी हात वर करून आपापल्या कल्पना मांडायला सुरुवात केली. पण माझं तिकडे लक्षच नव्हतं. माझ्या मनात, ती जे म्हणाली तिथेच मी अडकून पडलो होतो.

खरं सांगायचं तर माझ्याकडे काहीही उत्तर नव्हतं.

शेवटी वर्गाची वेळ संपत आली, मी विद्यार्थ्यांचा निरोप घेतला आणि तेसुद्धा त्यांच्या प्रारब्धाच्या मार्गावर चालते झाले. परंतु एरियल जे सुचवू पाहत होती ते माझ्या मनाला काट्यासारखं सलत राहिलं.

माझ्या संपूर्ण कारकिर्दीत आणि त्या सहामाही सत्रातही मला आतल्या आवाजापासून मुक्तता हवी असलेले अनेक लोक भेटले होते कारण त्यामुळे किती वाईट वाटतं हे त्यांना ठाऊक होतं. हे समजण्यासारखं होतं. आपल्याला ठाऊक आहे की, वटवट आपल्या विचारांना इतकी प्रदूषित करते आणि आपल्याला वेदनादायी भावनांनी इतकी भारून टाकते की काळासोबत आपल्या सगळ्या प्रिय गोष्टींना इजा पोहोचते. मग ते आपलं आरोग्य असो, आशाआकांक्षा असोत वा नातेसंबंध असोत. आपला आतला आवाजच आपला अंतर्गत कष्टदाता आहे असं तुम्हाला वाटत असेल तर त्याला कायमचं गप्प करावंसं वाटणं अगदी साहजिक आहे. पण वास्तविक, तुम्हाला फारसं उत्तम नसेल तरी कार्यमग्न जीवन जगायचं असेल तर आतल्या आवाजाला मिटवण्याची कल्पना सोडूनच दिलेली बरी.

हल्ली अनेक संस्कृतींमध्ये 'या क्षणात' जगण्याचा उदोउदो केला जात असला तरी आपली प्रजाती कायम या पद्धतीने विचार करण्यासाठी उत्क्रांत झालेली नाही. उलट ते याच्या अगदी विरुद्ध आहे. विचार, स्मृती आणि कल्पनाचित्रांनी आपली आतली विश्वं धडाडती ठेवण्याची क्षमता आपण विकसित केली आहे जिला आपला आतला आवाज इंधन पुरवतो. आपल्या सततच्या अंतर्गत संवादांचीच कृपा की आपण मनात माहिती

साठवून ठेवू शकतो, निर्णयांचा पुनर्विचार करू शकतो, भावनांवर नियंत्रण ठेवू शकतो, पर्यायी भविष्याची चित्रं रंगवू शकतो, भूतकाळाचा रवंथ करू शकतो, आपल्या ध्येयांकडे लक्ष ठेवू शकतो आणि आपण कोण आहोत या जाणिवेचा आधारस्तंभ असलेल्या आपल्या आत्मकथनाला सतत अद्ययावत करू शकतो. आपल्या मनापासून आपली पूर्ण सुटका करून घेण्याची आपली अक्षमताच आपल्या कल्पकतेमागचं मुख्य कारण आहे : मग ते आपलं बांधकाम, आपण सांगत असलेल्या कथा आणि आपण रंगवत असलेलं भविष्याचं स्वप्न यांतली असो.

आपला आतला आवाज आपल्या भावनांना उकळी आणतो तेव्हाच फक्त त्याला किंमत देणं चुकीचं असतं. आपली स्वत:शीच चालू असलेली संभाषणं नकारात्मक बनली तरी ही काही मुळातूनच चुकीची गोष्ट नसते. ती कितीही त्रासदायक होऊ शकत असली तरी भीती, अस्वस्थता, संताप आणि त्रासाचे इतर प्रकार अनुभवण्याची क्षमता मात्र थोड्या मात्रेत उपयुक्त असते. ती आपल्या भोवतालातील बदलांना प्रभावीपणे प्रतिसाद देण्यास चालना देतात. याचा दुसरा अर्थ म्हणजे बऱ्याचदा आतला आवाज आपल्याला त्रास देत असला तरी तो मूल्यवान असतो.

आपल्याला वेदनेचा अनुभव येतो तो काही कारणांनी. ती आपल्याला धोक्याचा इशारा देत हालचाल करण्याची सूचना देते. ही प्रक्रिया आपल्याला जगण्याची विपुल संधी उपलब्ध करून देते. वास्तविक, दरवर्षी अगदी थोड्या संख्येने असे लोक जन्माला येतात ज्यांच्यात जन्मत:च असं जनुकीय म्युटेशन झालेलं असतं की त्यांना वेदनेची अनुभूती येणं अशक्य असतं. परिणामी, त्यांचा बहुतेककरून तरुण वयातच मृत्यू होतो. उदाहरणार्थ, ते संसर्गामुळे येणारी अस्वस्थता, तापलेल्या पाण्याचे चटके किंवा तुटक्या हाडाचं असह्य दु:ख अनुभवू शकत नाहीत आणि म्हणून त्यांना कोणत्या मदतीची गरज आहे किंवा ते किती कमजोर आहेत याबद्दल अनभिज्ञ असतात.

ही गोष्ट आपल्याला आपल्या आतल्या आवाजाच्या कठोर बाजूची अटळता प्रतिबिंबित करते. ती आपल्या विचारांना नकारात्मकतेने झाकोळून टाकू शकते पण आपल्याकडे जर ही महत्त्वाची स्व-चिंतनाची क्षमता नसती तर आपल्याला शिकणं, स्वत:ला बदलणं आणि सुधारणं फार अवघड गेलं असतं. हे तितकंच अडचणीचं असतं जेव्हा मी डिनर पार्टीत मारलेला

एखादा विनोद फुसका निघतो. नशीब की मी काय चुकीचं झालं याचा मनात रिप्ले करून विचार करू शकतो, जेणेकरून मी पुढच्या वेळेस मला आणि माझ्या पत्नीला खजील होण्याची वेळ येणार नाही.

आपल्याला कधीकधीच निराश करणाऱ्या ह्या आतल्या आवाजाशिवायचं जगणं तुम्हाला जगावंसं वाटणार नाही. ते म्हणजे सुकाणू नसलेल्या नावेतून समुद्राला भिडण्यासारखं असतं.

मेंदूरचनातज्ज्ञ जिल बोल्ट टेलरला जेव्हा जर्जर करणारा मस्तिष्काघात झाला तेव्हा तिला आपला शाब्दिक संज्ञाप्रवाह रांगत रांगत अखेरीस थांबल्यासारखा वाटला. आणि सोबत तिच्या मनातली वटवटही. तिला विचित्रपणे आनंदी वाटलं, पण त्याच वेळी रिकामं आणि तुटल्यासारखंही. प्रश्न नकारात्मक स्थितीला काहीही करून टाळण्याचा नसून तिला तुमच्यावर स्वार होऊ न देण्याचा आहे.

हीच गोष्ट मला माझी विद्यार्थिनी एरियलकडे पुन्हा घेऊन जाते.

तिच्या प्रश्नातून तिला हे विचारायचं होतं की वटवट पूर्ण भरात असलेली आयुष्यातली पर्वं कमी करणं हे तिला याआधी का शिकता आलं नाही. अर्थातच, आपल्या सगळ्यांप्रमाणेच आतल्या आवाजाला नियंत्रित करण्याची अनेक साधनं तिच्याकडेही होती. पण ती कशी हाताळावी याचं नेमकं मार्गदर्शन तिला माझ्या वर्गात बसेपर्यंत मिळालं नव्हतं. हे ज्ञान शेअर करण्यासाठी आपण पुरेसे प्रयत्न करतो आहोत की नाहीत, असा विचार एरियलच्या प्रश्नामुळे मला वाटला.

या वर्गाच्या काही आठवड्यांतीलच घटना. एक दिवस माझी मोठी कन्या, जी तेव्हा चार वर्षांची होती, शाळेतून रडतरडतच घरी आली. तिने मला सांगितलं की वर्गातला एक मुलगा तिची खेळणी घेऊन टाकत होता ज्यामुळे तिला फार वाईट वाटत होतं. जेव्हा ती हे सगळं आठवून सांगत होती आणि मी तिला दिलासा देण्याचा प्रयत्न करत होतो तेव्हा एरियलचा प्रश्न माझ्या डोक्यात पुन्हा अवतरला. इथे तर मी एक भावनानियंत्रणाचा तथाकथित तज्ज्ञ आणि तरीही माझीच मुलगी भावनांशी झगडत होती. ती फक्त चार वर्षांची होती, या वयात भावनानियंत्रणाच्या क्षमतेच्या मुळाशी असलेली चेतामंडलं अद्याप विकसनशीलच असतात हे सगळं मला मान्य होतं. तरीही त्या विचाराने मला त्रस्त करून सोडलं होतं.

ती आणि तिचे सवंगडी शाळेत काय शिकतात आणि एरियलच्या मते तिच्यापासून दडवून ठेवल्या गेलेली व माझ्या वर्गात बसेपर्यंत माहीत नसलेली साधनं त्यांच्यामध्ये विकसित होतील का याबद्दल मला काळजी वाटू लागली. आणि आणखी अठरा वर्षांनंतर माझी मुलगी एखाद्या प्राध्यापकाला, एरियलने मला विचारला तोच प्रश्न विचारेल का? किंवा असंही होऊ शकेल की ती मलाच विचारेल आणि त्याने मला आणखीनच वाईट वाटेल.

त्यानंतरचे अनेक दिवस आणि महिने मी दूरत्व साधण्याच्या अनेक सुपीक व आश्चर्यकारक वैविध्य असलेल्या मार्गांचा पुनर्विचार केला- जसं स्वत:शीच बोलणं, वैयक्तिक नातेसंबंध जपणं आणि त्यांचा लाभ घेणं, आपल्या भोवतालाचा फायदा घेणं आणि मनाच्या स्वत:ला बरं करण्याच्या क्षमतेला नियंत्रणात ठेवण्यासाठी प्लासिबो व कर्मकांडांचा वापर करणं. ही तंत्रं आपल्या आत आणि आजूबाजूलाच असली तरी आपल्याला दिसत नाहीत. यातलं कोणतंही एखादं साधन रामबाण उपाय नसलं तरी त्या सगळ्यांत आपल्या आतल्या आवाजाचं तपमान कमी करण्याची क्षमता असते जेव्हा तो फारच तप्त झालेला असतो. पण हे निष्कर्ष जगापर्यंत पोहोचलेले वाटत नव्हते.

तर मग मी कामाला लागलो आणि आपल्याला भावनानियंत्रणाच्या विज्ञानाबद्दल जे ठाऊक आहे त्याचा एक अभ्यासक्रम बनवून तो माध्यमिक आणि उच्च माध्यमिक शिक्षणक्रमात कसा गुंफता येईल यासाठी समविचारी वैज्ञानिक आणि शिक्षणतज्ज्ञांचा एक गट जमवला.

देशभर फिरल्यानंतर आणि शेकडो शिक्षणतज्ज्ञ व वैज्ञानिकांना भेटल्यानंतर, २०१७च्या शरद ऋतूत आम्ही एक पथदर्शी प्रयोग सुरू केला. त्याचं ध्येय भावनानियंत्रणावरच्या संशोधनाचं - ज्यात आपल्या आतल्या आवाजाला काबूत कसं ठेवायचं याचाही समावेश होता - रूपांतर एका अभ्यासक्रमात करणं आणि ही माहिती विद्यार्थ्यांना शिकवण्याचा त्यांचं आरोग्य, कामगिरी आणि इतरांशी असलेले संबंध यांवर काय परिणाम होतो याचं मूल्यमापन करणं हे होतं. आम्ही त्याचं नाव 'टूलबॉक्स प्रोजेक्ट' असं ठेवलं होतं.

आणि सुदैवाने, आमच्या प्रयत्नांना फळ येणं सुरू झालं.

पथदर्शी प्रयोगात, आम्ही रचलेल्या टूलबॉक्स अभ्यासक्रमात अमेरिकेतली एका सरकारी शाळेतील सांस्कृतिकदृष्ट्या आणि सामाजिक-

आर्थिकदृष्ट्या वैविध्य असलेल्या सुमारे ४५० विद्यार्थ्यांच्या एका गटाने सहभाग घेतला होता. परिणाम फार उत्साहवर्धक होते. टूलबॉक्स अभ्यासक्रमवाल्या वर्गातल्या मुलांनी वर्गात शिकलेली नोंदवही, दूरवरचा स्व-संवाद आणि आव्हानात्मक चौकटीकरण अशी तंत्रं त्यांच्या दैनंदिन आयुष्यात भरपूर प्रमाणात वापरली होती. आणि ही तर फक्त सुरुवात आहे. लवकरच सुमारे बारा हजार विद्यार्थ्यांचा सहभाग असलेला एक मोठा प्रयोग करण्याचं नियोजन आम्ही करत आहोत.

टूलबॉक्स ही उपमा फक्त मी आणि माझ्या सहकाऱ्यानी रचलेल्या अभ्यासक्रमाचं वर्णन करायला उपयोगी पडते असं नाही. तुम्ही या पुस्तकातून काय घ्यावं यालाही ती लागू आहे.

दूरत्व साधणं हे त्यापैकी एक साधन आहे, ते तुम्ही स्वत:ला भिंतीवरच्या माशीसारखं समजणं असो, मानसिक कालप्रवास करणं असो किंवा तुम्ही स्वत:ला आणि तुमच्या समस्यांना तुमच्या मनात भौतिकदृष्ट्या लहान आकाराचं समजणं असो. त्याचप्रमाणे दूरवरचा स्व-संवादसुद्धा ज्यात तुम्ही स्वत:शी किंवा स्वत:बाबत अ-प्रथमपुरुषी सर्वनाम किंवा स्वत:चंच नाव वापरून बोलू शकता आणि एका वैश्विक 'तू'सोबत आपल्या समस्यांचं सामान्यीकरण करू शकता. सहरवंथेला टाळणं तसंच मायेचा आधार देणं आणि भावना शांत झाल्यावर समस्यांकडे वेगळ्या चौकटीत मांडण्यासाठी इतरांना विधायकपणे आधार देणं, साहाय्य करणं यांद्वारे आपल्या आयुष्यातल्या वटवटीशी झगडणाऱ्या इतर लोकांसाठी आपण स्वत:च आतला आवाजरोधक साधन बनू शकतो- आणि तेसुद्धा आपल्यासाठी हेच काम करू शकतात. जे तणावग्रस्त लोक स्वत:च्या क्षमतांबाबत साशंक आहेत, अशांचा ताण हलका करण्यासाठी आपण त्यांना छुप्या पद्धतीनेसुद्धा मदत करू शकतो. हे वटवटविरोधी उपचार आपल्या वाढत्या डिजिटल संवादांनाही लागू पडतात, तरी काही डिजिटल वर्तणुकी टाळणं आवश्यक असतं : उदाहरणार्थ, समाजमाध्यमांचा क्रियाशील वापर न करता निष्क्रिय वापर करणं आणि तसं करताना आपण ऑफलाइन जगात दाखवतो तशी सहवेदना न दाखवणं.

साधनांचा दुसरा एक गट आपल्या भोवतलाच्या क्लिष्ट जगातून आपल्याला मिळतो. निसर्ग हा मनासाठी खरोखरच अशा साधनांचं आगार

आहे जो वटवट कमी करण्यासाठी आणि आरोग्य सुधारण्यासाठी अत्यंत उपयुक्त अशा अवधान साधकांची पुनर्स्थापना करणाऱ्या प्रसन्न आणि प्रभावी मार्गांनी भरलेला आहे. पर्वतशिखरांप्रमाणेच संगीतजलशांमध्ये, प्रार्थनास्थळांमध्ये आणि इतकंच नव्हे तर आपल्या घरातल्या विशेष प्रसंगांमधले अनुभव (माझ्या मुलींनी मला पहिल्यांदा 'डॅडा' म्हटल्यावर मी किती भारावून गेलो होतो हे सहजच आठवलं) आपल्याला दिव्यत्वाने भारून टाकू शकणारे असू शकतात.

त्याचप्रमाणे आपल्या भोवतालावर व्यवस्था लादणं हेसुद्धा दिलासादायक आणि आपल्याला बरं वाटवणारं, अधिक स्पष्ट विचार करू देणारं आणि उच्च पातळीवरची कामगिरी करू देणारं असू शकतं. यानंतर येतात त्या आपल्या समजुती ज्यांची परिवर्तनीयता आपल्याला फायदेशीर ठरू शकते. अपेक्षांच्या चेता-उपकरणाद्वारे साखरेच्या गोळ्या, ज्या केवळ साखरेच्या गोळ्याच आहेत हे आपल्याला ठाऊक असतं, त्या आपलं आरोग्य सुधारू शकतात. कर्मकांडांचंही तसंच आहे. ही दोघेही संस्कृतिजन्य असतात किंवा आपण स्वत: निर्मिलेली असतात. मनाची स्वत:ला बरं करण्याची शक्ती खरोखरच जादूई असते. (अति मानवी नव्हे तर दिव्यत्वकारक या अर्थी).

तुम्हाला आता या सगळ्या साधनांची माहिती झाली असली तरी तुम्ही तुमचा स्वत:चा टूलबॉक्स तयार करणं महत्त्वाचं आहे. हे तुमचं स्वत:चं कोडं आहे जे तुम्हालाच सोडवायचं आहे. आपल्याला संशोधनाची माहिती असली तरी वटवटीचं दमन करणं अनेकदा आव्हानात्मक होतं ते यामुळेच.

विज्ञानाने आपल्याला अनेक गोष्टी सांगितल्या आहेत तरी बऱ्याचशा अद्याप शिल्लक आहेत.

विविध लोकांसाठी विविध प्रसंगांमध्ये वटवट कमी करण्याच्या वेगवेगळ्या पद्धती एकत्रपणे किंवा त्यांच्यात अदलाबदली केल्यावर कशा काम करतात हे समजण्याची आता कुठे फक्त सुरुवात झाली आहे.

आतल्या आवाजावरच्या नियंत्रणामध्ये केवळ आपल्या विचारांना सुस्पष्ट करण्याची कुवत असते असं नव्हे, तर आपली आपल्या मित्र आणि प्रियजनांशी असलेली नाती सुदृढ करणं, आपल्याला ज्यांची काळजी वाटते त्यांना अधिक चांगल्या प्रकारे मदत करण्यास आपल्याला साहाय्य मिळणं,

जिथे लोकांना कामाच्या अति ताणापासून सुरक्षाकवच मिळेल अशा संस्था आणि कंपन्या उभारणं, निसर्ग आणि शिस्तबद्धता यांचा फायदा घेणाऱ्या परिसराची रचना करणं, आणि परस्परसंबंध आणि सहवेदनेला प्रोत्साहन देण्याच्या दृष्टीने डिजिटल कट्ट्यांचा पुनर्विचार करता येणं याचीही कुवत असते. थोडक्यात, आपले स्वत:शीच चालू असलेले संवाद बदलण्यामध्येच आपली आयुष्यं बदलण्याची शक्ती असते.

माझा आत्मचिंतनातला हा रस माझ्या वडिलांकडून आला आहे. आणि त्यांनी माझ्या बालपणात मला 'आत जाण्यास' आणि 'स्वत:ला प्रश्न विचारण्यास' कसं प्रोत्साहन दिलं याची गोष्ट जेव्हा लोक ऐकतात तेव्हा माझी मुलं नाराज असल्यावर मीसुद्धा तसंच करत असेन का, हा प्रश्न त्यांना बऱ्याचदा पडतो.

या प्रश्नाचं उत्तर 'नाही' असं आहे. मी तरी नक्की असं करत नाही. मी म्हणजे माझे वडील नव्हे. पण याचा अर्थ असा नव्हे की वटवटीला कसं उत्तर द्यावं यावर मी मुलांशी अजिबातच बोलत नाही. एक पालक जो आपल्या मुलांना आनंदी, निरोगी आणि यशस्वी पाहू इच्छितो, आणि ही उद्दिष्टं साध्य करण्यासाठी आपली स्वत:शीच चाललेली संभाषणं काबूत ठेवणं किती महत्त्वाचं आहे हे माहीत असलेला एक वैज्ञानिक म्हणून त्यांना शिकवण्याचा याहून अधिक महत्त्वाचा धडा कोणता असू शकतो? मी ते फक्त माझ्या पद्धतीने करतो इतकंच.

मुलं जेव्हा निराश असतात तेव्हा मी त्यांच्या कोपरावर बॅण्ड एडच्या पट्ट्या चिकटवतो आणि त्यांना सांगतो की त्यांना वाटलं की बॅण्ड एडमुळे आपल्याला बरं वाटेल, तर खरंच बरं वाटेल. त्यांना वाईट वाटत असलं तर मी त्यांना आमच्या घराजवळच्या हिरव्याकंच वनोद्यानात घेऊन जातो आणि जेव्हा ते खेळाच्या मैदानावर किंवा वर्गात झालेल्या ताज्या झगड्याबद्दल सांगू लागतात तेव्हा त्यांना मोठ्या चित्राकडे पाहण्यास हळुवारपणे उद्युक्त करतो. आणि ते जेव्हा क्षुल्लकातल्या क्षुल्लक गोष्टीवरून अनाठायी गोंधळ घालतात तेव्हा मी किंवा त्यांची आई त्यांना काय म्हणेल याची कल्पना करून स्वत:लाच सांगण्यास मी त्यांना सांगतो. आणि मी त्यांना गुदगुल्या करतो.

हे पुस्तक लिहीत असताना एक गोष्ट मला कळून चुकली की, आमच्या मुलींचे स्वत:शी जे आत्मसंवाद चालू असतात त्यात माझी आणि

माझ्या पत्नीची किती प्रभावी भूमिका असते. खुद्द आम्हीच त्यांचं एक साधन आहोत, कारण एका प्रकारे आम्ही त्यांना गरज पडली तेव्हा वटवटविरोधी आधार देतो आणि ते घरात गुंततील अशी संस्कृती बनवतो. आम्ही त्यांच्या आतल्या आवाजांना आकार देतो आणि त्याच वेळी त्यांचाही आमच्या आवाजांवरचा प्रभाव उत्तरोत्तर वाढत असतो.

मी माझ्या मुलींना त्यांच्या वटवटीला लगाम घालण्याबाबत ज्या गोष्टी सांगतो त्या बऱ्याचदा काम करतात. कधीकधी त्या तोंड वाकडं करतात, जसं मी माझ्या वडिलांसमोर करत असे, हे मान्य करायलाच हवं. पण काळासोबत त्या दोघींनीही यापैकी अनेक उपाय स्वत:हून वापरणं सुरू केलं आहे हे माझ्या निदर्शनास आलं आहे. त्याकरता त्या त्यांच्याकडे असलेली अनेक तंत्रं त्यांच्या विशिष्ट पद्धतीने आलटून पालटून वापरून त्यातलं कोणतं कामाचं आहे याचा शोध घेतात. माझ्या मुलींना त्यांची स्वत:शी असलेली संभाषणं आयुष्यभर काबूत ठेवू शकण्यात अशा पद्धतीनेच मी मदत करू शकेन याबद्दल मी आशावादी आहे.

आपले विचार आणि आपले अनुभव यांत एक सुरक्षित अंतर राखणं हे वटवटीचं आक्रमण झाल्यावर जरी उपयुक्त असलं तरी आनंदाची वेळ आली की त्याच्या विरुद्ध कृती करणं – आयुष्यातल्या हव्याहव्याशा प्रसंगांत स्वत:ला झोकून देणं – आपल्याला त्या गोष्टींचा आस्वाद घेण्यास उपयुक्त ठरतं, याची आठवणसुद्धा मी माझ्या मुलींना आणि स्वत:लाही करून देत असतो.

मानवी मन हे उत्क्रांतीच्या सर्वांत महान निर्मितींपैकी एक आहे ती केवळ त्यामुळे आपली प्रजाती टिकून राहिली आणि फोफावली म्हणून नव्हे, तर जीवनाबरोबर येणारं दु:ख अटळ असलं तरी तिने आपल्या डोक्यात एक असा आवाज दिला जो केवळ सुगीच्या काळात आनंदच साजरा करू शकतो असं नव्हे तर वाईट दिवसांचाही काही चांगला अर्थ काढू शकतो म्हणून. आपण हा आवाज ऐकायला हवा, वटवटीची पोपटपंची नव्हे.

माझा एरियलशी त्या शेवटच्या तासानंतर पुन्हा कधी संपर्क झाला नाही, त्यामुळे तिचा प्रश्न काय प्रेरणा देऊन गेला हे तिला ठाऊक नसावं. अर्थात हे पुस्तक, जे त्या शेवटच्या तासातूनच उद्भवलेलाच दुसरा प्रयत्न आहे, वाचलं तर तिला ते कळेलच. हे पुस्तक म्हणजे विज्ञानाने लावलेले असे शोध– जे अद्याप आपल्या संस्कृतीत रुजलेले नाहीत त्यांना शेअर

करण्याचा एक वेगळा प्रयत्न आहे. वेगळ्या अंगाने विचार केला तर या जगात अगणित एरियल आहेत- असे लोक जे स्वत:चं मन, ते वटवटीला कसं उत्तेजन देतात आणि तिला नियंत्रणात कसं आणावं याबद्दल जाणून घ्यायला हपापलेले आहेत.

म्हणून मी त्यांच्यासाठी हे पुस्तक लिहिलं आहे.

आणि स्वत:साठी.

आणि तुमच्यासाठीसुद्धा.

कारण कोणालाही पहाटे तीन वाजता हातात लिट्ल लीगची छोटी बेसबॉल बॅट घेऊन येरझारा मारण्याची वेळ येऊ नये म्हणून.

साधनं

या पुस्तकातून नकारात्मक विचारांच्या गुंत्यात अडकणं आणि सुस्पष्ट व विधायक विचार करता येणं यातल्या तणावापासून लोकांना मुक्ती देऊ शकणाऱ्या विविध साधनांचा आपण आढावा घेतला आहे. त्यातली बहुतांश तंत्रं आपण आपल्याशीच असलेल्या संवादाला नियंत्रित करण्यासाठी विचारात कसा बदल करू शकतो याचा समावेश असलेली आहेत. पण आतल्या आवाजावर नियंत्रण आणण्याची तंत्रं आपल्या शरीराबाहेर, आपल्या वैयक्तिक नातेसंबंधामध्ये आणि भौतिक भोवतालातही असतात, ही या पुस्तकाची मध्यवर्ती कल्पना आहे. वैज्ञानिकांनी ही साधनं सुटीसुटी कशी काम करतात हे दाखवून दिलं आहे. पण या पद्धतींचं कोणतं मिश्रण तुमच्यासाठी सर्वोत्तम ठरेल हे मात्र तुम्हालाच शोधून काढायचं आहे.

तुम्हाला या कामी मदत व्हावी म्हणून मी या पुस्तकात वर्णन केलेल्या तंत्रांचं संक्षिप्तीकरण करून त्यांचं तीन भागांत वर्गीकरण केलं आहे : तुम्ही स्वत:हून उपयोगात आणू शकता अशी साधनं, तुमचे इतर लोकांशी असलेले संबंध उपयोगात आणू शकतील अशी साधनं, आणि तुमच्या भोवतालचा समावेश असलेली साधनं. प्रत्येक भागाची सुरुवात वटवटीचा हल्ला झाल्यावर तुम्हाला जी साधनं वापरायला सोपी वाटतील अशांपासून होते आणि त्यानंतर ज्यांना थोडा अधिक वेळ आणि प्रयत्नांची गरज आहे अशी साधनं क्रमश: दिली आहेत.

तुम्ही स्वत:हून वापरू शकता अशी साधनं :

एक विस्तृत, अधिक शांत आणि अधिक वस्तुनिष्ठ दृष्टिकोन अंगीकारण्यासाठी आपल्या मनातल्या प्रतिध्वनी घुमटातून 'एक पाऊल मागे' घेण्याची क्षमता

ही वटवटीचा सामना करण्याचं एक महत्त्वाचं साधन आहे. असं करण्यासाठी लोकांना या भागात चर्चिलेल्या तंत्रांपैकी अनेकांचा उपयोग होऊ शकतो. अर्थात, इतर काही साधनं जसं·कर्मकांडं करणं किंवा अंधश्रद्धांना कुरवाळणं, वेगळ्या पद्धतीने काम करतात.

१. दुरून स्व-संवाद साधणं : तुम्हाला वटवटीचा अनुभव येत असताना दूरत्व साधण्याच्या एका मार्ग भाषेचा समावेश असलेला असतो. जेव्हा तुम्ही एखाद्या अवघड परिस्थितीतून वाटचाल करत असता तेव्हा स्वतःला संबोधताना तुमच्या नावाचा आणि 'तू' या द्वितीयपुरुषी सर्वनामाचा वापर करा. असं करण्याचा संबंध मेंदूतल्या रवंथकारी जाळ्याच्या घटलेल्या हालचालींशी आहे आणि त्यामुळे तणावग्रस्त असताना कामगिरी सुधारते, शहाणपणाने विचार करता येतो आणि नकारात्मक भावनांमध्ये घट होते.

२. मित्राला सल्ला देत आहोत अशी कल्पना करणं : तुमच्या अनुभवाविषयी दूरवरच्या दृष्टिकोनातून विचार करण्याचा एक मार्ग म्हणजे तुमचा एखादा मित्रसुद्धा तुमच्याच समस्येतून जात असला तर त्याला तुम्ही काय म्हटलं असतं याचा विचार करणं. तुम्ही त्याला काय सल्ला दिला असता याचा विचार करा आणि तोच मग स्वतःला लागू करा.

३. दृष्टिकोन विस्तारा : वटवटीमध्ये आपण आपल्या प्रश्नाकडे फारच सूक्ष्मपणे लक्ष देतो. यावरच्या नैसर्गिक उताऱ्यात दृष्टिकोन विस्तारण्याचा समावेश होतो. हे करण्यासाठी ज्या अनुभवाने तुम्हाला चिंतेत टाकलं आहे तो तुम्ही (किंवा इतरांनी) सामना केलेल्या इतर प्रतिकूल घटनांच्या तुलनेत कसा आहे याची तुलना करा, तो तुमच्या जीवनाच्या आणि जगाच्या व्यापक पटावर किती जागा व्यापतो आणि/किंवा तुम्ही ज्यांना मानता त्यांनी अशा प्रसंगांना कसा प्रतिसाद दिला असता याचा विचार करा.

४. तुमच्या अनुभवाला एक आव्हान म्हणून बघा : या पुस्तकाची संकल्पना हीच आहे की तुम्ही तुमच्या अनुभवाकडे कसं पाहता ते बदलण्याची क्षमता तुमच्यात असते. वटवटीची उत्पत्ती बऱ्याचदा आपण एखाद्या परिस्थितीकडे धोकादायक – म्हणजे आपल्या हाताबाहेरची – म्हणून

पाहिली की होत असते. आपल्या आतल्या आवाजाच्या मदतीसाठी परिस्थितीचा दूरत्वयुक्त स्व-संवादाद्वारे किंवा तुम्ही हाताळू शकाल असं आव्हान म्हणून पुन्हा अर्थ लावा. उदाहरणार्थ, तुम्ही भूतकाळात अशाच परिस्थितीवर कशी मात केली होती ते आठवा.

५. शरीराच्या वटवट प्रतिसादाकडे वेगळ्या दृष्टीने बघा : तणावाची शारीरिक लक्षणं (जसं प्रियकराच्या भेटीपूर्वी किंवा एखाद्या सादरीकरणापूर्वी पोटात ढवळाढवळ होणं) हीच बऱ्याचदा स्वतःच तणावकारक असतात. (उदाहरणार्थ, वटवटीमुळे तुमच्या पोटात गुडगुडतं, ज्यामुळे पुन्हा वटवटीला चालना मिळते, ज्याने पुन्हा तुमचं पोट गुडगुडू लागतं). जेव्हा असं होईल तेव्हा स्वतःला आठवण करून द्या की तुमचा शारीरिक प्रतिसाद ही एक बदलणारी उत्क्रांतिजन्य प्रतिक्रिया आहे ज्यामुळे अत्यधिक तणावकारी प्रसंगात तुमची कामगिरी सुधारते. थोडक्यात, तुमचा श्वासोच्छ्वासाचा वेग अचानक वाढणं, छातीची धडधड होणं आणि तळहातांना घाम फुटणं हे तुम्हाला हानी पोहोचवण्यासाठी नसून तुम्हाला आव्हानाला तोंड देताना मदत व्हावी म्हणून आहे, असं स्वतःलाच सांगा.

६. तुमच्या अनुभवांचं सरसकटीकरण करा : तुम्ही एखाद्या अनुभवातून जाताना एकटे नाही ही जाणीव वटवट चिरडण्याचा जोरकस उपाय आहे. हे करण्यासाठी उपयोगी पडेल असं एक भाषिक साधन आहे: नकारात्मक अनुभवांविषयी विचार करताना किंवा बोलताना इतर लोकांसाठी 'तू' हा शब्द वापरा. असं केल्याने लोकांना अनुभवांचा सुरक्षित अंतरावरून विचार करता येतो आणि त्यांच्या सोबत जे झालं ते त्यांच्यापुरतंच नसून मानवी अनुभवांचं एक साधारण वैशिष्ट्य आहे याची स्पष्टता येते.

७. मानसिक कालप्रवास करा : दूरत्व साधण्याचा आणि दृष्टिकोन विस्तारण्याचा आणखी एक मार्ग म्हणजे तुम्हाला आजपासून एक महिना, एक वर्ष किंवा आणखी जास्त काळानंतर कसं वाटेल याचा विचार करणं. तुम्हाला जी गोष्ट निराश करते आहे तिच्याकडे तुम्ही भविष्यात वळून पाहणार आहात, असं स्वतःला सांगा. मग ती गोष्ट तुम्हाला कमी निराशाजनक वाटेल. असं केल्याने तुमची सध्याची मानसिक अवस्था किती क्षणभंगुर आहे हे अधोरेखित होईल.

८. दृष्टिकोन बदला : जेव्हा तुम्ही एखाद्या नकारात्मक अनुभवाचा विचार करता तेव्हा त्या घटनेला तुमच्या मनात एखाद्या भिंतीवर बसलेल्या माशीच्या दृष्टिकोनातून उंचावरून बघा. तुमच्या या 'दूरच्या 'स्व'ला' जसं वाटतं आहे ते तसं का हे समजून घेण्याचा प्रयत्न करा. हा दृष्टिकोन अंगीकारल्याने लोक त्यांच्या अनुभवाच्या भावनिक बाजूवर कमी लक्ष देतात आणि घटनेचा अंतर्दृष्टी आणि समारोपाकडे जाणारा दुसरा अर्थ लावण्याचा प्रयत्न करतात. तुमच्या मनश्चक्षूंच्या नजरेत निराशाजनक दृश्यांपासून दूरदूर जाण्याची कल्पना करून तुम्ही दृश्य प्रतिमांद्वारेही दूरत्व साध्य करू शकता, ते दृश्य एखाद्या पोस्टाच्या तिकिटाएवढं लहान होत नाही तोवर एखादा कॅमेरा पॅन होत राहावा तसं.

९. स्पष्टपणे लिहा : तुमच्या नकारात्मक अनुभवांना घेरून असलेले तुमचे खोलवरचे विचार आणि भावना यांच्या बाबत पंधरा ते वीस मिनिट रोज- असं एक ते तीन दिवस सलग लिहा. तुम्ही तुमचा संज्ञाप्रवाहाला कागदावर उतरवताना स्वत:ला मोकळं सोडा; व्याकरण किंवा शुद्धलेखनाचा विचार करू नका. निवेदकाच्या दृष्टिकोनातून तुमच्या अनुभवांकडे ध्यान केंद्रित केल्याने तुमच्यात आणि अनुभवात एक अंतर निर्माण होतं, जे तुम्हाला तेव्हा कसं वाटलं होतं याची जाणीव अशा पद्धतीने करून देतं की तुम्हाला त्यापुढे कसं वाटेल यात कालपरत्वे सुधारणा होते.

१०. तटस्थ तिसऱ्या पक्षाचा दृष्टिकोन अंगीकारा : एखाद्या व्यक्तीशी किंवा गटाशी झालेल्या नकारात्मक संवादामुळे जर तुम्हाला वटवटीचा अनुभव येत असेल, तर एखाद्या तटस्थ, तृतीयपक्षी निरीक्षकाचा दृष्टिकोन अंगिकारा जो सगळ्या पक्षांचं ऐकून सर्वोत्तम ते निवडायला प्रेरित असेल. असं केल्याने नकारात्मक भावना कमी होतात, संत्रस्त आतला आवाज शांत होतो आणि ज्या लोकांसोबत आपले नकारात्मक संवाद झाले त्यांच्या सोबतच्या नात्यांची गुणवत्ता वाढते- ज्यात तुमच्या जोडीदाराचाही समावेश होतो.

११. शुभ शकुनी वस्तूला घट्ट धरा किंवा अंधविश्वासाला आलिंगन द्या: एखादी वस्तू किंवा अंधविश्वासी वर्तणूक तुम्हाला वटवटीपासून दिलासा देईल असं वाटण्यातला नुसताच विश्वासाचा बऱ्याचदा नेमका तसाच परिणाम होतो. महत्त्वाचं म्हणजे या कृतींपासून लाभ

मिळवण्यासाठी तुम्हाला अति मानवी गोष्टींना मानण्याचं काही कारण नसतं. मेंदूच्या बरं करण्याच्या क्षमतेला ते कसं हाताळतात एवढं समजणं पुरेसं असतं.

१२. एखादं कर्मकांड करा : कर्मकांड म्हणजे काहीएक अर्थ असलेला वर्तणुकीचा एक ठरलेला क्रम, जो केल्याने लोकांना एका सुव्यवस्थेची व नियंत्रणाची जाणीव होते- जी त्यांना वटवटीचा अनुभव आल्यावर साहाय्यकारी ठरू शकते. आपण करत असलेली अनेक कर्मकांडं (जसं मूक प्रार्थना, ध्यानधारणा) ही जरी आपल्याला आपली कुटंबं आणि संस्कृतीकडून मिळाली असली तरी तुम्ही स्वत: रचलेली कर्मकांडं करणंही वटवटीला गप्प करण्यास तेवढंच प्रभावी असतं.

इतर लोकांचा समावेश असलेली साधनं :

आपला आतला आवाज हाताळण्यात इतर लोकांच्या भूमिकेबद्दल जेव्हा आपण विचार करतो तेव्हा दोन मुद्द्यांना विचारात घ्यावं लागेल. पहिला म्हणजे आपण लोकांना वटवट आधार कसा देऊ शकतो? आणि दुसरा म्हणजे आपण स्वत:साठी आधार कसा मिळवू शकतो?

वटवट आधार देण्यासाठीची साधनं :

१. लोकांच्या भावनिक आणि आकलनात्मक गरजांची पूर्तता करा : जेव्हा लोक इतरांकडे वटवटीविषयी मदत मागायला जातात तेव्हा त्यांच्या साधारणपणे दोन गरजा असतात जे ते पूर्ण करू पाहत असतात. एकीकडे ते प्रेम आणि आधार यांचा (भावनिक गरजा) आणि दुसरीकडे पुढे कसं जावं आणि त्या सगळ्याला पूर्णविराम कसा द्यावा याचा शोध घेत असतात (आकलनात्मक गरजा). लोकांच्या वटवटीला शांत करण्याच्या क्षमतेसाठी या दोन्ही गरजांची पूर्तता होणं अति आवश्यक असतं. यामध्ये लोक ज्या परिस्थितीतून जात आहेत त्याचा केवळ सहानुभूतिपूर्वक विचार करणं इतकंच नव्हे तर त्यांना आशा दाखवणं आणि त्यांच्या अनुभवाचं सरसकटीकरण करणं हेदेखील समाविष्ट असतं हे निश्चित. हे प्रत्यक्षपणे, टेक्स्ट संदेशाद्वारे, समाजमाध्यमांतून आणि इतर डिजिटल संपर्कसाधनांतून करता येतं.

२. अदृश्य आधार द्या : लोकांनी न मागता त्यांना वटवट कमी करण्याबाबत सल्ला देणं आपल्यावरच उलटू शकतं. त्याने लोकांच्या स्व-सामर्थ्य आणि स्वतंत्रतेला धोका निर्माण होतो. परंतु जेव्हा लोक वटवटीचा अनुभव करत असले आणि मदतही मागत नसले तेव्हा त्यांना मदत करण्याचे मार्ग उपलब्ध नसतात, असा याचा अर्थ नव्हे. अशा प्रसंगामध्ये तुम्ही त्यांना मदत करत आहात हे त्यांना माहीत होऊ न देता अदृश्यपणे आधार देऊ करणं उपयुक्त ठरतं. उदा., न सांगता घराची आवरासावर करणं. दुसरा मार्ग म्हणजे अप्रत्यक्षपणे लोकांना त्यांचा दृष्टिकोन विस्तारण्यास मदत करणं, उदा., तशाच अनुभवातून गेलेल्या इतरांबद्दल कोणाचं नाव न घेता बोलणं (उदा., 'पालकत्व प्रत्येकासाठीच किती तणावाचं असतं नाही?') किंवा दुसऱ्याचा सल्ला मागणं. पण तो गरजू व्यक्तीला तिच्याकरता मागितला गेला आहे याची जाणीव न होऊ देणं. जसे- जर माझ्या सहकाऱ्याला त्याच्या पदवीच्या विद्यार्थ्यांशी नीट जुळवून घेता येत नसेल आणि आम्ही एखाद्या कार्यक्रमात इतर सल्लागारांसोबत एकत्र आलो तर, मी कदाचित त्या गटाला विचारेन की त्यांनाही कधी त्यांच्या विद्यार्थ्यांशी जुळवून घेताना अडचणी आल्या होत्या का, आणि असतील तर त्यांनी ती परिस्थिती कशी हाताळली.

३. तुमच्या मुलांना ते सुपर हिरो आहेत अशी कल्पना करायला सांगा : ही रणनीती, जी माध्यमांमध्ये 'द बॅटमॅन इफेक्ट' म्हणून प्रसिद्ध आहे, भावनातिरेकाला सामोरे जाणाऱ्या मुलांसाठी विशेष उपयोगी अशी दूरत्व साधण्याची पद्धत आहे. त्यांना ते एक सुपर हिरो किंवा त्यांचं आवडतं कार्टून पात्र आहेत, अशी कल्पना करायला सांगा आणि ते जेव्हा कठीण परिस्थितीचा सामना करत असतात तेव्हा त्यांना स्वत:ला त्या पात्राच्या नावाने संबोधायला काळजीपूर्वक उद्युक्त करा. असं केल्याने दूरत्व साधण्यात त्यांना मदत होते.

४. प्रेमळ (पण आदरयुक्त) स्पर्श करा. आपल्या प्रिय व्यक्तीकडून प्रेमाचा स्पर्श मिळणं, मग ते हातात हात धरणं असो की आलिंगन असो, आपल्याला चेतनापातळीवर जाणीव करून देतं की आपल्या आयुष्यात आधार देणारे लोक आहेत ज्यांच्यावर आपण अवलंबून राहू शकतो. हे एक वटवट घटवणारं चौकटीकरण आहे. प्रेमळ स्पर्श

न कळतच मेंदूमध्ये एन्डॉर्फिन आणि ऑक्सिटोसिनसारख्या इतर रसायनांच्या स्रवणाला चालना देतो जी ताण कमी करतात. अर्थात, प्रेमळ स्पर्श प्रभावी होण्यासाठी तो स्वागतार्ह असला पाहिजे.

५. इतर कोणाचेतरी प्लासिबो बना : इतर लोक आपल्या समजुतींना मोठ्या प्रमाणात प्रभावित करू शकतात, ज्यात आपण वटवटीचा सामना कितपत प्रभावीपणे करू शकतो, याबद्दलच्या आपल्या अपेक्षा आणि त्या कुठवर चालतील यांचाही समावेश होतो. या वैयक्तिक उपचारपद्धतींचा उपयोग तुम्ही ज्या लोकांना सल्ला देऊ पाहत आहात त्यांना त्यांच्या परिस्थितीत सुधारणा होईल, असा आशावाद दाखवून करू शकता. यामुळे त्यांची वटवट पुढे कुठवर जाणार आहे याबद्दलच्या त्यांच्या अपेक्षा बदलतात.

वटवट आधार मिळवण्याची साधनं :

१. सल्लागार मंडळ तयार करा : तुमच्याशी बोलून तुमच्या भावनिक आणि आकलनात्मक गरजा भागवतील असे लोक शोधणं ही इतर लोकांच्या शक्तीचा उपयोग करून घेण्यातली पहिली पायरी आहे. तुमची वटवट कोणत्या क्षेत्रातली आहे यावर वेगवेगळ्या क्षेत्रांतले लोक तुम्हाला मदत करू शकतात. तुमचा सहकारी जर तुम्हाला कामाच्या ठिकाणचे प्रश्नांबाबत सल्ला देण्यात कुशल असेल तर तुमचा जोडीदार परस्परसंबंधातल्या पेचात सल्ला देण्यास कदाचित अधिक उपयुक्त असेल. क्षेत्रपरत्वे वटवट सल्ला देऊ शकणारे जितके अधिक लोक तुमच्याकडे असतील तितकं चांगलं. तेव्हा वटवट सल्लागारांचं एक वैविध्यपूर्ण मंडळ तयार करा, जीवनातल्या निरनिराळ्या क्षेत्रांतल्या तुमच्या विश्वासातल्या लोकांचा असा एक गट ज्याच्याकडे तुमचा आतला आवाज स्वैरपणे उधळला की तुम्ही जाऊ शकता.

२. शारीरिक स्पर्शाचा शोध घ्या : कोणी येऊन तुम्हाला प्रेमळ स्पर्श करेल याची वाट बघत बसण्याची गरज नाही. त्याचे फायदे माहीत असल्याने तुम्ही स्वतःच त्याचा शोध घेऊ शकता. तुमच्या आयुष्यातल्या विश्वासू लोकांकडे एखादं आलिंगन किंवा साधं हस्तांदोलन मागू शकता. इतकंच नव्हे तर हे लाभ मिळण्यासाठी

तुम्ही दुसऱ्या मनुष्यालाच स्पर्श केला पाहिजे असंही नाही. टेडी बीयर किंवा लुसलुशीत ब्लॅन्केट यासारख्या एखाद्या दिलासादायक निर्जीव वस्तूला जवळ करणंही कामात पडू शकतं.

३. प्रिय व्यक्तीच्या छायाचित्रावर नजर टाका : आपल्याविषयी काळजी वाटणाऱ्या लोकांबद्दल विचार करणं हे भावनिक तणावादरम्यान आपण ज्यांच्याकडे आधार मागायला जाऊ शकतो असे लोक आहेत याची आठवण करून देतं. याच कारणामुळे वटवटीत बुडालेले असताना प्रिय व्यक्तींच्या छायाचित्रांकडे पाहिल्यावर आपल्याला बरं वाटतं.

४. एखादं कर्मकांड दुसऱ्यांसोबतही करा : अनेक कर्मकांडं जरी एकट्याने करण्याजोगी असली तरी ती इतरांच्या उपस्थितीत करण्याचा काही वाढीव फायदा बऱ्याचदा असतो. (उदा., सांप्रदायिक ध्यानधारणा किंवा प्रार्थना, एखाद्या संघाचा खेळाआधीचा नित्यक्रम किंवा मित्रांसोबत प्रत्येक वेळी तेच शब्द वापरून मद्यपान सुरू करणं). असं केल्याने लोकांना आधाराची आणि स्वत:पलीकडची अधिक जाणीव होते ज्यामुळे त्यांचा एकाकीपणा कमी होतो.

५. समाजमाध्यमांचा निष्क्रिय वापर कमी करा : लोकांच्या फेसबुक, इन्स्टाग्राम आणि इतर समाजमाध्यमांवरच्या निवडक न्यूज फीडमधून बघ्याच्या भूमिकेतून स्क्रोल करणं स्वत:मध्ये पराभवाची भावना जागवणाऱ्या, मत्सरकारक विचारव्यूहांना जन्म देणारं असतं. या परिणामांना टाळण्याचा एक उपाय म्हणजे समाजमाध्यमांचा निष्क्रिय वापर कमी करणं. उलटपक्षी या तंत्रज्ञानाचा उपयोग लोकांशी योग्य वेळी जोडून घेण्यासाठी कृतिप्रवणतेने करा.

६. समाजमाध्यमांचा उपयोग आधार मिळवण्यासाठी करा : समाजमाध्यमं वटवटीला चिथावणी देऊ शकतात हे जरी खरं असलं तरी ते तुमच्या वटवट आधार मंडळाचा आकार आणि पोच वाढवण्याची अभूतपूर्व संधीसुद्धा उपलब्ध करून देतात. अर्थात, जेव्हा तुम्ही या माध्यमाचा आधार घ्याल तेव्हा आपले नकारात्मक विचार आततायीपणे शेअर होणार नाहीत ना याची काळजी घ्या. असं केल्याने पुढे शेअर न करण्याच्या गोष्टी शेअर केल्याचा पश्चात्ताप करण्याची वेळ येऊ शकते आणि त्या इतरांना निराश करू शकतात.

भोवतालाचा समावेश असलेली साधनं :

१. तुमच्या भोवतालात सुव्यवस्था निर्माण करा. वटवटीचा अनुभव आला की बहुतांश वेळा आपणं आपलं नियंत्रण गमावतो आहोत की काय, असं आपल्याला वाटतं. आपले विचारव्यूह आपल्यालाच नियंत्रित करण्याचा प्रयत्न करतात जे की वास्तवात नेमकं उलट असणं अपेक्षित असतं. जेव्हा असं घडतं तेव्हा तुमच्या भोवतालावर सुव्यवस्था लादून तुम्ही नियंत्रणाच्या जाणिवेला उत्तेजना देऊ शकता. तुमच्या वातावरणाला सावरण्याचे अनेक प्रकार असू शकतात. तुमचं घर किंवा कामाची जागा आवरणं, यादी तयार करणं आणि तुमच्या आजूबाजूच्या निरनिराळ्या वस्तूंची मांडणी करून ठेवणं ही सारी याची सामान्य उदाहरणं. तुमच्या मानसिक सुव्यवस्थेची जाणीव होण्यासाठी तुमची स्वत:ची जागा सावरण्याचे तुमचे स्वत:चे मार्ग शोधून काढा.

२. हरितक्षेत्रांचा सहवास वाढवा : हरितक्षेत्रांमध्ये वेळ घालवल्याने वटवटीचा सामना करण्यास उपयुक्त अशा मेंदूच्या मर्यादित अवधान संसाधनांची प्रतिपूर्ती होण्यास मदत होते. वटवटीचा अनुभव आला की कडेला झाडं असलेल्या सडकेवर किंवा एखाद्या बागेत रपेट मारा. ते शक्य नसेल तर तुमच्या संगणकावर निसर्गदृश्यांची एखादी चित्रफीत बघा, हिरवळीचं दृश्य असलेल्या एखाद्या छायाचित्राकडे बघा किंवा नैसर्गिक ध्वनी काढणाऱ्या ध्वनियंत्राचा आवाज ऐका. तुम्ही जिथे राहता आणि काम करता त्याचा भोवताल हिरवाईने भरून असं वातावरण बनवू शकता जे तुमच्या आतल्या आवाजासाठी एक वरदान ठरेल.

३. दिव्यत्वाची प्रचिती देणारे अनुभव शोधा : दिव्यत्वाची भावना आपल्याला आपल्या चिंतांपलीकडे जाऊन घेऊन जाते ज्यामुळे आपल्या समस्या एका चौकटीत बसतात. अर्थात, लोकांना कोणत्या अनुभवामुळे दिव्यत्वाची प्रचिती येऊ शकते यात वैविध्य असू शकतं. एखाद्यासाठी तो एखादा अवाक करणारा सुंदर देखावा असू शकतो. तर दुसऱ्यासाठी एखाद्या मुलाने काहीतरी अचाट केल्याची आठवण असू शकते. इतरांसाठी ते कलेचा अप्रतिम आविष्कार पाहणं असू

शकतं. तुमच्यात दिव्यत्वाची भावना निर्माण करणारं काय आहे, याचा शोध घ्या आणि त्याची पेरणी करा जेव्हा तुमचे स्वसंवाद उसळी मारू लागतील. तुम्ही ज्यांच्याकडे पाहिलं की प्रत्येक वेळी तुम्हाला दिव्यत्वाची प्रचिती येते असा अवकाश तुमच्या भोवती निर्माण करण्याबद्दलही तुम्ही विचार करू शकता.

ऋणनिर्देश

या पुस्तकाचं बीजारोपण सदतीस वर्षांपूर्वीच झालं, जेव्हा माझ्या वडिलांनी मला 'आत जाण्यास' प्रोत्साहित केलं. हे पुस्तक लिहीत असताना त्यांचा आवाज सातत्याने माझी सोबत करत होता.

माझ्या विद्यार्थ्यांनो, सहयोगींनो आणि अनेक सहकाऱ्यांनो (प्रत्येकाचं नाव घेणं अशक्य आहे), तुमच्याविना 'चॅटर' अशक्यप्राय होतं. तुमच्यासोबत काम करता येणं हे माझं सौभाग्य होतं. हे पुस्तक वाचून तुमचा ज्ञानाचा फायदा इतरांनाही होवो, जसा तो मला झाला होता.

माझ्या कुटुंबाचा पाठिंबा नसता, तर हा प्रकल्प मी कसा पूर्ण केला असता, याची कल्पनाच करता येत नाही. माझी पत्नी लारा हिनं 'चॅटर'बद्दलचं माझं बोलणं कैक वर्षं शांततेनं ऐकून घेतलं आहे. तिने शब्द न् शब्द वाचला आहे आणि माझा उत्साह वाढवला आहे. ती नसती तर मुलांकडे कोणी पाहिलं असतं, या विचारानेच मला कापरं भरतं (म्हणजे ते बिचारे भुकेलेले, अस्ताव्यस्त अवतारात, मी त्यांना शाळेतून घरी आणायला का विसरलो, याचा विचार करत शाळेत वाट पाहत बसले आहेत वगैरे.) आणि मीसुद्धा हरवल्यासारखा झालो असतो. माझे सासरे, बॅसिल यांना जेव्हा मी काही सल्ला मागत असे, तेव्हा तो कशासाठी आहे याची त्यांना काहीही कल्पना नसताना ते तो देत असत. मी नेहमीच त्यांच्या सल्ल्याचा विचार केला हे नमूद करणं आवश्यकच आहे. तुमचं निरंतर प्रेम आणि पाठिंब्याकरता धन्यवाद. ईरमा, ईआन, लिला आणि ओवेन, माझ्या अनुपस्थितीला मनाला लावून न घेण्याबद्दल आणि मी सुट्टीवर असतानाही करत असलेल्या कामाबाबत गैरसमज न करून घेण्यासाठी तुमचे आभार. माझं तुम्हा सगळ्यांवर प्रेम आहे.

डग अब्राम्स हे माझे असाधारण साहित्यिक एजंट केवळ हुशार, समजदार आणि उंच आहेत एवढंच नव्हे, तर उमद्या मनाचे आहेत. जगाला अधिक चांगलं बनवण्याची त्यांची मोहीम एखाद्या नशेसारखी आहे. या पुस्तकाबद्दलची त्यांची संकल्पना आधीच सुस्पष्ट होती आणि हा प्रकल्प प्रत्यक्षात आणण्यासाठी त्यांनी अथक प्रयत्न केले. त्यांचा आवाज या संपूर्ण प्रकल्पादरम्यान सातत्याने सोबतीला असणाऱ्या साथीदारांपैकी आणखी एक होता. आरोन शूलमान यांनी माझे लेखन प्रशिक्षक म्हणून सुरुवात केली आणि नंतर जवळचे मित्र बनले. विस्तृत वाचकवर्गासाठी कसं लिहावं, हे त्यांनी मला शिकवलं, रोचक सत्यकथांचा शोध कसा घ्यावा याची रहस्यं उलगडली, माझं गद्य कधी कधी घसरू लागल्यावर त्याला ठाकूनठोकून आकार दिला आणि अखेरच्या दौडीमध्ये हस्तलिखिताला अंतिमरेषा पार करून देण्यास मदत केली. ते माझे परिपूर्ण साहित्यिक गुरू म्हणून वावरले. लारा लव्ह यांनी पुस्तकाच्या प्रत्येक प्रकरणावर नेमका अभिप्राय दिला, प्रकाशनव्यवसाय कसा चालतो हे शांततेने समजावून सांगितलं आणि माझ्यासोबत कित्येक तास खेळीमेळीने विचारविमर्श केला. त्यांचा आपलेपणा आणि शहाणपणामुळे हे पुस्तक लिहिताना मजा आली.

या पुस्तकाला हातभार लावणाऱ्या प्रत्येकाबद्दल विचार करून माझं मन भरून येत आहे. माझे यू. के.तील संपादक जोएल रिकेट यांनी अनेक फेऱ्यांमध्ये त्यांचा मर्मज्ञ अभिप्राय दिला. पुस्तकावर काम करत असताना प्रत्येक पानावर 'अहा' असं लिहिण्याची त्यांची सूचना एक मार्गदर्शक मंत्र बनली होती आणि त्यांनी दिलेल्या प्रोत्साहनामुळे स्वप्नांबाबत वटवट कशी वागते, याचा तपास करणं हा मी आवडता पूरक विषय म्हणून बाजूला काढून ठेवला आहे. विल वुल्फलाऊ यांनी प्रत्येक प्रकरण वाचून अगणित सूचना दिल्या ज्यामुळे पुस्तकाच्या अंतिम अवतारात सुधारणा झाल्या. ऑबरी मार्टिन्सन (आणि विल) यांनी प्रकाशन प्रक्रियेदरम्यान प्रत्येक टप्प्यावर मला माहिती देत हस्तलिखिताची मोठ्या कौशल्याने निगा राखली. मॉली स्टर्न यांनी तर पुस्तकाची संकल्पना पाहिल्याक्षणापासूनच तिचा पाठपुरावा केला. रॅशेल क्लेमन, एम्मा बेरी आणि जिलियन ब्लेक यांनी अनेक प्रकरणांमध्ये उपयुक्त सूचना केल्या. त्यांच्या सल्ल्यामुळे पुस्तकाला जी खोली आणि रुंदी प्राप्त झाली, त्याबद्दल मी त्यांचा ऋणी आहे. शेवटी, ईव्हान नेस्तराक या तरुण फॅक्टचेकरचा उल्लेख आवश्यक

आहे. त्याच्या चोखंदळपणामुळे मी सांगितलेल्या प्रत्येक कथेच्या अचूकतेबद्दल खातरजमा करून घेण्यात आली आहे, या विश्वासाने मी निर्धास्त झोपू शकत असे.

आयडिया आर्किटेक्टस ही तीक्ष्ण बुद्धीच्या लोकांनी भरलेली एक साहित्यिक एजन्सी आहे जे त्यांच्या कामाबद्दल अतिशय भावूक आहेत. रॅशेल न्यूमॅन, टाय लव्ह, कोडी लव्ह, जेनेल ज्युलियन, बू प्रिन्स, मारिया सॅन्फोर्ड, कॅथरिन वाझ, केल्सी शेरॉन्स, इस्मे शॉल वेगंड आणि चमूतल्या इतर सदस्यांचे तुमच्या सहकार्याबद्दल आभार. कॅस्पियन डेनिस, सँडी व्हिओलेट, फिलिसिटी एमोर, सारा मॅकफॅडन, सालियन सेंट क्लेयर, कॅमिला फेरियर, जेमा मॅकडोना आणि मोनिका कॅलिग्रानो यांनी घेतलेल्या प्रचंड मेहनतीबद्दल मी त्यांचा ऋणी आहे.

वॉल्टर मिशेल हे पुस्तक वाचण्यापूर्वीच या जगातून निघून गेले. त्यांच्या प्रभावाचा परिमळ या पुस्तकाच्या पानापानांतून दरवळतो आहे. ओझलेम आयडक आणि मी पदवीच्या पहिल्या दिवसापासूनचे जवळचे मित्र आणि संशोधनातले साथीदार आहोत. तिची शाश्वत मैत्री आणि पाठिंब्याने मला या संपूर्ण प्रकल्पादरम्यान मला कायम प्रेरणा दिली आहे. हे पुस्तक तिच्या ज्ञानानेसुद्धा भारलेलं आहे.

अँजेला डकवर्थ या माझ्या माहितीतल्या सर्वाधिक व्यग्र शास्त्रज्ञ आहेत, तरी त्या मला उलटउत्तरी कॉल करीत (तेही बऱ्याचदा मी कॉल केल्याच्या काही मिनिटांच्या आतच) आणि मला शहाणपणाचे सल्ले व हृद्य प्रोत्साहन देण्यास चुकत नसत. आमच्या आठवडी दौडीदरम्यान मी सांगत असलेल्या असंख्य गोष्टी डेव्हिड मेयर न थकता ऐकत असे. जेसन मोजर एक उच्च दर्जाचा विचारमंथन करणारा साथीदार होता ज्याने मला सतावणाऱ्या अनेक विषयांबद्दल (अर्थातच पुस्तकाबद्दलच्या, वैयक्तिक नव्हे) एक शुद्ध निदानशास्त्रीय दृष्टिकोन प्रदान केला. एका पदवीच्या वर्गावर जमील झाकीची भेट होईपर्यंत तो आणि मी एकाच विषयावर पुस्तक लिहू याची मला सुतराम कल्पना नव्हती. तो सर्वार्थाने एक वटवट सल्लागार आहे.

ॲडम ग्रॅण्ट, सुझेन केन, डॅन पिंक, डॅन हीथ, जेन मॅकॅगॉनिगल, मारिया कोनिकोव्हा, ॲडम अल्टर, एलिस एपेल, सोना ल्युबोमस्की, डेव्ह इव्हान्स, टॉम बॉयस, जेम्स डॉटी, जॉन बॅर्घ, स्कॉट सोनेन्शिन आणि अँडी

मोलिन्स्की हे या प्रकल्पाचे सुरुवातीपासूनचे पाठीराखे होते. आपणा सर्वांचे तुमच्या औदार्यपूर्ण शब्दांसाठी आभार.

कित्येक डझन लोकांनी मोठ्या मनाने त्यांच्या रोचक हकिगती मला सांगितल्या. धन्यवाद. त्यांच्याशिवाय, हे पुस्तक जसं बनलं आहे, तसं खचितच बनलं नसतं.

जेवढे हुशार तेवढेच उदार होत माझ्यासाठी वेळ खर्चणाऱ्या सहकार्यांबद्दल काम करायला मिळालं हे मी माझं भाग्य समजतो. जॉन जॉनीडेस, सुझेन जेलमन, ऑस्कर यबरा, ल्युक हाईड, जेसिंटा बीहर, गॅल शेप्स, डॅनिअल विलिंघॅम, डेव्हिड डनिंग, स्टीव्ह कोल, अरिआना ऑर्वेल, मार्क बरमॅन, रुडी मेंडोझा डेंटॉन, ॲण्ड्र्यू आयर्विंग, मिंग कू, अमी गॉर्डन, मार्क सीरी, स्कॉट पेज, लुओ पेनर, निक हॉफमन, डिक निस्बेट, शिनोबु कितायामा, स्टेफनी कार्लसन, रॅशेल व्हाईट, क्रेग ॲण्डरसन, जेनेट किम, बर्नार्ड रिमे, वॉल्टर सोव्हेन, फिलिप वर्द्यु आणि टॉर वेजर या सर्वांनी लेखनप्रक्रियेदरम्यान बहुमूल्य अभिप्राय दिले. मिशिगन विद्यापीठाचाही मी ऋणी आहे, एक अशी अनोखी संस्था जी त्यांच्या शिक्षकवृंदाला कळीचे 'मोठे' प्रश्न विचारण्यास प्रोत्साहन देते. या पुस्तकात मी ज्या संशोधनांचा उल्लेख केलेला आहे, त्यातलं बरंचसं संशोधन या संस्थेच्या पाठिंब्याशिवाय शक्य नव्हतं. नॅशनल इन्स्टिट्यूट ऑफ हेल्थ, नॅशनल सायन्स फाउंडेशन, रिवरडेल कंट्री स्कूल, कॅरेक्टर लॅब, फेसबुक आणि जॉन टेम्पलटन फाउंडेशन यांचाही मी आभारी आहे. अर्थात, या पुस्तकात मांडलेले विचार माझे स्वतःचे आहेत, त्यांच्याशी या संस्थाचे विचार जुळतच असतील असं नव्हे.

शेवटी, माया आणि दानीसाठी. या पुस्तकावर काम करण्याबाबतचा (आतापर्यंतचा) सर्वांत वाईट भाग म्हणजे यामुळे आपला एकमेकांसोबतचा वेळ कमी होतोय याची जाणीव. तुमच्या धैर्याकरता आणि प्रेमाकरता आभार. आता मी परत आलोय बरं का!

लेखकाबद्दल

ईथन क्रॉस, पीएच.डी. हे जागृत मनाच्या नियंत्रणाबद्दलच्या जगातल्या आघाडीच्या तज्ज्ञांपैकी एक आहेत. ते अनेक पुरस्कारांनी गौरवान्वित प्राध्यापक असून, मिशिगन विद्यापीठ आणि रॉस स्कूल ऑफ बिझिनेस येथे भावना आणि स्व-नियंत्रण प्रयोगशाळेचे संचालक आहेत. त्यांनी व्हाइट हाउस येथील धोरणात्मक चर्चांत भाग घेतलेला असून, त्यांच्या काम ासंदर्भातल्या मुलाखती सीबीएस इव्हनिंग न्यूज, गुड मॉर्निंग अमेरिका आणि एनपीआर मॉर्निंग एडिशन इथे प्रसारित झाल्या आहेत. त्यांच्या महत्त्वाच्या संशोधनाबद्दल द न्यू यॉर्क टाइम्स, द न्यू यॉर्कर, द वॉल स्ट्रीट जर्नल, यूएसए टुडे, न्यू इंग्लंड जर्नल ऑफ मेडिसीन आणि सायंस मध्ये छापून आलं आहे. त्यांनी त्यांची बीएची पदवी पेनिसिल्विनिया विद्यापीठातून तर पीएच.डी. कोलंबिया विद्यापीठातून प्राप्त केलेली आहे. हे त्यांचं पहिलंच पुस्तक आहे.

अनुवादकाचा अल्प परिचय

अभिषेक अनिल वाघमारे

शिक्षण : बी. ई. (इलेक्ट्रॉनिक्स), पुणे विद्यापीठ आणि आय. सी. डब्ल्यू. ए. (इंटर)

व्यवसाय : महाराष्ट्र राज्य विद्युत निर्मिती कंपनीत अभियंता

वास्तव्य : नागपूर

लेखन : १. टर्मिनस, कथासंग्रह, ॲमेझॉन किंडल ई-बुक.

२. सी सिनेमाचा, चित्रपट परीक्षण, ॲमेझॉन किंडल ई-बुक.

३. मधुसुदन मसुरकरांच्या मृत्यूचं मॅटर आणि इतर कथा (काही अनुवादित), कथासंग्रह, किंडल ईबुक.

४. विविध वृत्तपत्रे, दिवाळी अंक, ऐसी अक्षरे-मिसळपाव अशी संस्थळे यातून स्फुटलेखन.

५. एकांकिका लेखन व लघुपट पटकथा लेखन, दिग्दर्शन व अभिनय (तीन लघुपट प्रदर्शित)

संस्था सदस्यत्व : १. विदर्भ साहित्य संघ, नागपूर

२. स्क्रीन रायटर्स असोसिएशन, मुंबई

संपर्क : waghmare.abhishek@yahoo.in mailto:waghmare.abhishek@yahoo.in